सावित्रीबाई फुले पुणे विद्यापीठ एम.कॉम. प्रथम वर्ष, २०१९ सुधारित अभ्यासक्रम, तसेच सोलापूर विद्यापीठ आणि इतर विद्यापीठातील वाणिज्य व अर्थशास्त्र अभ्यासक्रम, GDC&A परिक्षा, आणि स्पर्धा परिक्षा इ.च्या विद्यार्थ्यांसाठी हा एक उपयुक्त संदर्भ ग्रंथ

सहकार चळवळ

भारत आणि जग

Co-operative Movement in India and the World

डॉ. अविनाश कुलकर्णी

AA000645

डायमंड पब्लिकेशन्स

सहकार चळवळ
डॉ. अविनाश कुलकर्णी
Sahakar Chalwal
Dr. Avinash Kulkarni

© डायमंड पब्लिकेशन्स

पहिली आवृत्ती : जुलै २०२२

ISBN : 978-93-91948-04-7

मुखपृष्ठ
शाम भालेकर

अक्षरजुळणी
मानसी घाणेकर, पुणे

प्रकाशक
डायमंड पब्लिकेशन्स
२६४/३ शनिवार पेठ,
३०२ अनुग्रह अपार्टमेंट,
ओंकारेश्वर मंदिराजवळ,
पुणे–४११ ०३०
☎ ०२०–२४४५२३८७, २४४६६६४२

info@dpbooks.in

ऑनलाईन पुस्तक खरेदीसाठी भेट द्या
www.dpbooks.in

प्रस्तावना

सहकार चळवळ ही जागतिक पातळीवर अनेक राष्ट्रांची एक प्रमुख आधार बनू पहात आहे. म्हणूनच ही चळवळ सर्वसामान्य माणसांना त्यांच्या आर्थिक व सामाजिक विकासाचा दिलासा देणारी आहे. आर्थिक व सामाजिक जीवनातील अपप्रवृत्तींना आळा घालण्यासाठी सहकार चळवळीची मजबूत व सक्षम बांधणी २१व्या शतकातील प्रमुख गरज आहे.

भारतामध्ये शतकोत्तर वाटचाल करणाऱ्या सहकार चळवळीस तिचा जनाधार वाढविण्यास अपेक्षेप्रमाणे यश आले आहे असे म्हणता येत नाही. कारण अमेरिकेतील जवळपास ४० टक्के लोकसंख्या कोणत्या ना कोणत्यातरी सहकारी संस्थेची सभासद आहे. तर हेच प्रमाण स्वीडनमध्ये ७५ टक्के, नॉर्वेमध्ये ७० टक्के इतके आहे. भारतातील फक्त १७ टक्के लोकसंख्याच कोणत्या ना कोणत्यातरी सहकारी संस्थेची सभासद आहे. म्हणजेच भारतातील सहकार चळवळीचा जनाधार हा अल्पप्रमाणात आहे.

भारतामध्ये सहकार चळवळीत प्रमुख आर्थिक सूत्र हाती असलेल्या काही संस्था ही सत्ताकेंद्रे निर्माण होण्याची भीती समाजातील विचारवंतांमध्ये आहे. परंतु, विचारवंतांनी, बुद्धिवंतांनी अलिप्त राहणे हा त्यावरील उपाय नव्हे, तर सहकारातील मूलभूत मूल्यांविषयीच्या योग्य भावना आपल्या जीवनात व आचरणात त्यांनी निर्माण केल्या पाहिजेत. त्यामुळे सहकार चळवळीचा पाया अधिकाधिक विस्तृत होण्यास मदत होईल. आजची सहकार चळवळ नवसमाज निर्माण करण्याच्या कामी जर प्रगत आणि क्रियाशील भूमिका स्वीकारण्यास तयार झाली तरच या चळवळीला आधुनिक जगातील समाजामध्ये उच्च व मानाचे स्थान प्राप्त होईल. यासाठी या चळवळीला बैद्धिक मार्गदर्शनाची नितांत आवश्यकता आहे.

संयुक्त राष्ट्रसंघाने २०१२ हे आंतरराष्ट्रीय सहकार वर्ष म्हणून साजरे करण्याचे घोषित केले. त्या कालावधीतच भारतातील सहकार चळवळीचा गुणात्मक विकास साधण्यासाठी, तसेच सहकार चळवळीत चेतना निर्माण करण्यासाठी ९७वी घटनादुरुस्ती

करण्यात आली. या घटनादुरुस्तीच्या आधारे देशातील राज्यांनी त्यांच्या सहकार कायद्यात व आदर्श उपविधींमध्ये सुधारणाही केल्या. सहकारी संस्था अधिकाधिक स्वायत्त व्हाव्यात, सहकारी संस्थांमध्ये अधिकाधिक सभासदांची क्रियाशीलता वाढावी, सहकारी व्यवस्थापनाला तज्ज्ञांचे मार्गदर्शन लाभावे यासाठी या दुरुस्तींमध्ये वैधानिक तरतुदीही करण्यात आल्या. परंतु, तरीही सहकार चळवळीच्या गुणात्मक विकासाचा खूप मोठा पल्ला अजूनही गाठावयाचा बाकी आहे. यातूनही पळवाटा शोधून वैधानिक तरतुदींची कागदोपत्री पूर्तता करणारे या चळवळीत सक्रिय आहेत हे नाकारता येणार नाही. मागील काही वर्षांत सहकारी बँका, पतसंस्था, विविध कार्यकारी संस्था, कारखाने इ.बंद पडले. त्यामुळे सामान्य माणसांचा आणि सभासदांचा सहकारी संस्थांवरील विश्वासाला तडा गेला आहे. सहकारी संस्थांच्या सभासदांमधील उदासीनता दूर करण्यासाठी सहकार चळवळीला त्यांच्यामध्ये विश्वासार्हता निर्माण करणे हे अत्यंत महत्त्वपूर्ण आव्हान आहे.

सहकारी शिक्षण आणि प्रशिक्षणामध्ये अधिक सुधारणा करणे गरजेचे आहे. विशेषत: सहकारी संस्थांच्या सभासदांसाठी, व्यवस्थापनासाठी आणि कर्मचाऱ्यांसाठी जी प्रशिक्षणाची तरतूद आणि व्यवस्था आहे, तिच्यामध्ये अधिक पारदर्शकता असणे आवश्यक आहे. अन्यथा, प्रमाणपत्राचेच प्रमाणीकरण करण्याची गरज असल्याचे लक्षात येते. क्रियाशील सभासदांचे वर्गीकरण करतानाही सहकार चळवळीतील कार्यकर्त्यांनी योग्य ती खबरदारी घेणे आवश्यक आहे. त्यामुळे सहकार चळवळीच्या गुणात्मक विकासामध्ये आव्हाने निर्माण होत आहेत हे या क्षेत्रातील कार्यकर्त्यांनी जाणले पाहिजे आणि सुधारणांसाठी आग्रही असले पाहिजे.

सहकार हे एक तत्त्वज्ञान आहे. तसेच सहकार ही एक लोकशिक्षणाची चळवळदेखील आहे. सामाजिक न्याय प्रस्थापित करणारा तो एक आधुनिक मंत्रही आहे. आजच्या सहकार चळवळीतील नेतृत्वाला नीतिमूल्यांची जाणीव, शिक्षण– प्रशिक्षणाची आवश्यकता आहे. यातूनच समृद्ध व सक्षम सहकार चळवळीची वाटचाल निश्चित करता येणार आहे.

डॉ. अविनाश कुलकर्णी

लेखक-परिचय

डॉ. अविनाश कुलकर्णी

डॉ. अविनाश कुलकर्णी यांना पुण्यातील एका नामांकित सहकारी पतपुरवठा संस्थेत व्यवस्थापकीय कामाचा १८ वर्षांचा अनुभव आहे. त्याचबरोबर त्यांना सहकार विषयातील संशोधनाचा जवळपास ५ वर्षांचा अनुभवही आहे. त्यांच्या पीएच.डी.च्या संशोधनाचा विषय हा पुण्यातील नागरी सहकारी बँकांच्या अनुत्पादक मालमत्तेचा तुलनात्मक अभ्यास हा होता. तर त्यांचा पोस्ट-डॉक्टरल संशोधनाचा विषय पुण्यातील पश्चिम उपनगरातील नागरी सहकारी पतसंस्थांचा अभ्यास हा होता. अशा प्रकारे कुलकर्णी यांना सहकार क्षेत्रात प्रत्यक्ष कामाचा आणि संशोधनाचा मिळून एकूण २३ वर्षांचा अनुभव आहे. कुलकर्णी यांना २०१३-२०१५ या कालावधीत इंडियन कौन्सिल ऑफ सोशल सायन्स रिसर्च (ICSSR), नवी दिल्ली यांची पोस्ट डॉक्टरल रिसर्च फेलोशिप मिळाली होती. नोव्हेंबर २०२१ पासून दोन वर्षांकरिता डॉ. कुलकर्णी यांना भारत सरकार सांस्कृतिक मंत्रालयाच्या सेंटर फॉर कल्चरल रिसोर्स अ‍ॅण्ड ट्रेनिंगची, सांस्कृतिक अर्थशास्त्रातील संशोधनासाठी सिनिअर फोलोशिप मिळाली आहे.

कुलकर्णी यांना २०१५ पासून अर्थशास्त्रातील पदव्युत्तर विशेषत: एम.फील. व पीएच.डी.च्या विद्यार्थ्यांना मार्गदर्शनाचा अनुभव आहे. त्यांची विविध विषयांवरील एकूण ९ पुस्तके आणि प्रसिद्ध नियतकालिकांमधून अनेक शोधनिबंध तथा लेख प्रकाशित झाले आहेत. त्याचबरोबर त्यांनी मराठी विश्वकोशसाठी आपल्या विविध लेखांद्वारे योगदान दिले आहे.

डॉ. अविनाश कुलकर्णी यांनी (ICSSR च्या) दोन लघु संशोधन प्रकल्पांसाठी सल्लागार म्हणून काम केले आहे. ते मराठी अर्थशास्त्र परिषदेचे आजीव सदस्य असून त्यांनी परिषदेच्या पुण्यातील आर्थिक व्यवस्थापन कार्यात योगदान दिले आहे. डॉ. अविनाश कुलकर्णी एप्रिल २०१६ पासून महाराष्ट्र राज्य विश्वकोश निर्मिती मंडळ-अर्थशास्त्र ज्ञानमंडळाच्या समन्वयकांचे साहाय्यक म्हणून कार्यरत आहेत.

अनुक्रम

प्रकरण – १

भारतातील सहकार चळवळ
(Co-operative Movement In India)

प्रस्तावना

आधुनिक भारताच्या 'इतिहात सहकार' शब्दाचा वापर जरी भारतीय नसला तरी सहकाराची संकल्पना आणि परस्परावलंबन हे भारतासाठी पूर्णपणे अपरिचित असे नवे तंत्रही नाही. भारतातील सहकाराची उत्पत्ती ही अत्यंत प्राचीन काळच्या इतिहासातही सापडते. आपल्या वेदांमध्ये, उपनिषदांमध्ये त्याचप्रमाणे भागवत पुराणांमध्येही सहकाराचे, परस्पर सहकार्याचे दाखले सापडतात. वेदांमध्ये मनुष्यास एकत्रिपणे काम करणे, रहाणे आणि विचार करण्याची शक्ती व इच्छा प्रदान करण्याची प्रार्थना परमेश्वराकडे केली आहे. कौटिल्याच्या अर्थशास्त्रातही परस्पर सहकार्याचा वा सहकाराचा उल्लेख असल्याचे दिसून येते. जरी प्रगत अशी सहकार चळवळ ब्रिटिश राजवटीत उदयाला आली असली तरी पारंपरिक आर्थिक बचत सहकार्य गट उदा. भिशी गट, भाईचारा गट अशा एतद्देशीय सहकारी संस्थांचा उद्देश हा प्रगत सहकारी संस्थांच्या उद्देशांशी मिळताजुळता आहे. ब्रिटिश राजवटीत सुरू झालेल्या आधुनिक भारतातील सहकार चळवळीच्या विकासाची रूपरेषा पुढीलप्रमाणे.

१.१ स्वातंत्र्यपूर्व भारतातील सहकार चळवळीचा विकास (Development of Co-operative Movement in Pre - Independence India)

जर्मनी व इटली येथे १८५५–८५ या काळात अनुक्रमे हॉर्मन शुल्झ व लुईगी लुइझाट्टी यांनी स्थापन केलेल्या सहकारी पतपुरवठा संस्थांना चांगले यश प्राप्त झाले. त्यामुळे भारतातील विचारवंतांना भारतातील गरजू गरीब लोकांच्या पतपुरवठ्याच्या अडचणी दूर करण्यासाठी आणि खासगी सावकारी पिळवणुकीपासून त्यांची मुक्तता करण्यासाठी सहकार चळवळीला पर्याय नाही याची जाणीव झाली. या जाणिवेतूनच

तत्कालीन बडोदा संस्थानातील काही मध्यमवर्गीय मंडळींनी ५ फेब्रुवारी १८८९ रोजी कै. विठ्ठल लक्ष्मण ऊर्फ भाऊसाहेब कवठेकर यांच्या मार्गदर्शनाखाली एका परस्पर साहाय्यक संस्थेची (Mutual Aid Society) स्थापना केली. 'अन्योन्य सहकारी मंडळी' असे या संस्थेचे नाव होते. पुढे १९०४ मध्ये या संस्थेला सहकारी कायद्यानुसार कायदेशीर मान्यता मिळाली.

(अ) भारतातील सहकार चळवळीची कायदेशीर सुरुवात (Beginning of According Co-operatives a Legal Sanction)

भारतीय सहकार चळवळ उगमाचे वेळी दारिद्र्यनिर्मूलन ही एक महत्त्वपूर्ण गरज होती. पण गरजू लोकांनी स्वेच्छेने संघटित होऊन सहकारी संस्था स्थापन केल्या नाहीत तर शासनाने त्यांना तसे प्रवृत्त केले. त्याकरिता पतपुरवठा केला. त्यामुळे आपणास असे म्हणता येते की, भारतातील सहकारी चळवळीची सुरुवात सरकारी प्रयत्नातून झाली. ही चळवळ सरकारी प्रोत्साहन आणि पाठिंब्यामुळेच अधिकाधिक वैविध्यपूर्ण व प्रसारित झाली. या चळवळीची आजची सुस्थितीसुद्धा सरकारी मदत आणि सहभागामुळेच आहे. सावकारी धंद्यावर नियंत्रण, शेतकऱ्यांचे शेती करण्याबाबत मालकी हक्कांचे रक्षण करणे व कृषि-पतपुरवठा करणे यासाठी एक राज्य पातळीवरील कर्जयोजना आखण्यात आली होती. तिची अंमलबजावणी करण्यासाठी गावपातळीवर यंत्रणा नव्हती. सहकारी संस्थांची स्थापना ही ती यंत्रणा होय. इतर युरोपीय देशात भूबँका स्थापन झाल्या होत्या. या अनुभवावरून तत्कालीन मद्रास सरकारने १८९९च्या सुमारास सर फ्रेडरिक निकोल्स्न यांना अशा प्रकारच्या भूबँका स्थापन करण्याची शक्यता पडताळून पाहण्यास सांगितले.

सर फ्रेडरिक निकोल्स्न अहवाल – या अहवालात नमूद करण्यात आले की, मद्रास राज्यातील निधी किंवा चिट फंड या देशी संघटनांचे रूपांतर सहकारी संस्थांत करणे शक्य आहे. त्याचप्रमाणे जर्मनी येथील रायफेझन सोसायट्यांच्या धर्तीवर भारतानेही कृषि पतपुरवठा सहकारी सोसायट्या स्थापन कराव्यात अशी महत्त्वाची शिफारस निकोल्स्न अहवालात करण्यात आली होती. या शिफारशीचा अर्थ असा की, समाजातील जो समूह अथवा गट सामान्यत: एके ठिकाणी राहतो, तसेच परिस्थिती आणि स्वभाववैशिष्ट्ये या बाबतीत ज्या लोकांत साधारण सारखेपणा आहे अशा समाजगटाने सामूहिक विश्वास किंवा जबाबदारी या एकमेव नैतिक तारणावर परस्परांत कर्जव्यवहार करणाऱ्या सहकारी संस्था स्थापन कराव्यात आणि अशा संस्थांना शासनाने सढळ हाताने मदत करावी.

सहकारी पतसंस्थांचा कायदा १९०४ आणि सहकारी चळवळीचा विकास
– सर फ्रेडरिक निकोल्सन अहवालाचे कामकाज चालू असतानाच ड्यूपरनेल्स या नावाच्या उच्च शासकीय अधिकाऱ्यास भारतातील पंजाब व बंगाल या राज्यांतील निवडक जिल्ह्यात भूबँका स्थापन करण्यास पुढाकार घेण्यास सांगण्यात आले. निकोल्सन यांनी याच धर्तीवर काही भूबँका सुरू केल्या. पण सरकारच सहकारी संस्था स्थापन करण्यात पुढाकार घेते हे मान्य झाल्यानंतर प्रत्यक्षात त्यास अनुकूल कायदा करण्याची नितांत गरज भासू लागली. त्यामुळे तत्कालीन ब्रिटिश सरकारने भारतात सहकारी संस्थांची स्थापना करण्याच्या दृष्टीने सर एडवर्ड लॉ यांच्या अध्यक्षतेखाली एक समिती स्थापन केली. या समितीने आदर्श उपविधी आणि विधेयकाचा मसुदा तयार केला. याचेच पुढे कायद्यात रूपांतर झाले. याला 'सहकारी पतसंस्थांचा १९०४चा कायदा' असे म्हणतात.

सन १९०४च्या सहकारी पतपुरवठा कायद्यानुसार देशातील पहिल्या नागरी पतपुरवठा संस्थेची नोंदणी १९०४ साली तामिळनाडू येथील कांजिवरम येथे झाली. त्यानंतर ऑक्टोबर १९०५मध्ये मुंबई इलाख्यात धारवाड येथे बेटेगिरी सहकारी पतपुरवठा सोसायटीची स्थापना झाली. डिसेंबर १९०५मध्ये म्हैसूर आणि बेंगलोर येथे बंगलोर सिटी को-ऑपरेटिव्ह क्रेडिट सोसायटी अशा दोन सहकारी संस्था कार्यान्वित झाल्या. १९०४च्या कायद्याने सुरू झालेल्या या सहकार चळवळीच्या प्रगतीचा दृष्टिक्षेप पुढीलप्रमाणे-

तक्ता क्र. १.१ भारतातील सहकार चळवळीचा विकास

वर्ष	सहकारी संस्थांची संख्या	सभासदांची संख्या (हजार)	खेळते भांडवल (लाखात)
१९०७	८४३	९०.८४	२२३.७२
१९१०	३४२८	२२४.४०	१२४.६८
१९११	५३२१	३०५.०६	२०३.०५
१९१२	८१७७	४४०.००	३३५.७०

(संदर्भ - डॉ. सु.दा. तुपे, द्वारका प्रकाशन, पुणे, ऑगस्ट १९९२, *सहकार व्यवस्थापन*, अविनाश कुलकर्णी, प्राची प्रकाशन, मुंबई, नोव्हेंबर २०००).

स्वातंत्र्यपूर्वकाळात १९०४च्या कायद्याने सुरू झालेल्या सहकार चळवळीने भारतात अनेक सहकारी संस्था स्थापन होऊ लागल्या. सहकारी तत्त्वांचा प्रचार,

ग्रामीण जनतेस सहकारी व्यवस्थापनाचे प्रशिक्षण देणे आणि काही नमुना पातळीवर काही सहकारी सोसायट्या स्थापन करणे, या उद्दिष्टांसाठी अनेक राज्यांत 'निबंधक (Registrar)' या अधिकाऱ्यांच्या नेमणुका करण्यात आल्या. प्रत्यक्ष काम करीत असताना या अधिकाऱ्यांना असे आढळून आले की, ग्रामीण जनतेसाठी शेती कर्जाबरोबरच शेतीमालाची विक्रीव्यवस्था, उपभोग्य वस्तूंचे वाटप इत्यादी क्षेत्रांतही सहकारी सोसायटी स्थापन करणे तितकेच गरजेचे आहे. १९०४ चा सहकारी पतसंस्थांचा कायदा प्रत्यक्ष व्यवहारात शेती कर्जपुरावठ्यापुरताच मर्यादित असल्याने सहकार चळवळींची व्याप्ती व कार्यकक्षा वाढविणे आणि सहकारी संस्थांना अधिक संरक्षण देणे आवश्यक आहे. या हेतूने १९१२ साली १९०४च्या कायद्याच्या जागी दुसरा सहकारी संस्था कायदा करण्यात आला. या कायद्याचे खास वैशिष्ट्य म्हणजे आधीच्या कायद्यातील सहकारी संस्थांचे ग्रामीण व नागरी हे वर्गीकरण रद्द करण्यात येऊन त्याऐवजी त्यांचे स्वरूप सभासदांना असणाऱ्या देयता (Liabilities) तत्त्वानुसार ठरविण्यात आले. त्यातून सहकारी संस्थांच्या उच्चस्तरीय संस्था निर्माण होण्याचा मार्ग मोकळा झाला. त्यातून सहकारी संस्थांचे संघ किंवा संघटना स्थापन झाल्या.

तक्ता क्र. १.२ सहकार चळवळीचा विकास

वर्ष	सहकारी संस्थांची संख्या	सभासदांची संख्या	खेळते भांडवल (हजार रु.)
१९१४-१५	१७,३२७	८,२४,४६९	१,२२,२९२
१९१६-१७	२३,०३६	१०,४८,४२५	३,१२,१२५
१९२१-२२	५२,१५२	१९,७४,२९०	४०५,२९७

(संदर्भ - अविनाश कुलकर्णी, प्राची प्रकाशन, मुंबई, नोव्हेंबर २०००).

१९१२ सालच्या सुधारणा कायद्यामुळे भारतातील सहकार चळवळीत वैविध्यता निर्माण झाली आणि चळवळीचा विस्तार जोमाने होऊ लागला. वाढत्या सहकारी संस्थांच्या कार्याची पाहणी आणि त्यात सुधारणा घडवून आणणे ही एक महत्त्वाची गरज होती. त्यासाठी ब्रिटिश सरकारने १९१४ साली श्री. मॅक्लेगन या अधिकाऱ्याच्या अध्यक्षतेखाली एक अभ्यास समिती नेमली होती.

मॅक्लेगन समिती अहवाल (१९१४-१५) - १९१४ पर्यंत सहकारी संस्थांच्या वाढीबरोबरच त्याता गुंतविलेले भांडवलही वाढू लागले होते. अशा परिस्थितीत प्रगतीचे मूल्यमापन करणे आणि स्थापन होणाऱ्या संस्थाची आर्थिक परिस्थिती आणि

कोशविषयक व्यवस्थापन कार्यक्षम करण्यासाठी काही भरीव शिफारशी करणे या उद्दिष्टांसाठी मॅक्लेगन समिती नेमण्यात आली होती. या समितीने पुढील शिफारशी केल्या.

१) सहकारी संस्थेची स्थापना करण्यात 'एक गाव–एक सोसायटी' या तत्त्वाचा स्वीकार करावा.

२) प्रत्येक सोसायटीच्या कारभारावर प्रशासकीय नियंत्रण आणि देखरेख करता येईल अशीच त्याची व्याप्ती असावी.

३) सहकारी सोसायट्यांची स्थापना अमर्यादित देयता तत्त्वावर केली जावी.

४) कर्जाबरोबरच सभासदांना दिलेल्या कर्जाची वसुली करण्याची कार्यक्षम यंत्रणा असावी.

५) सोसायट्यांच्या हिशेब तपासणीच्या बाबतीत अशा प्रकारचा नियमितपणा असावा की जेणेकरून चांगल्या सोसायट्या अधिक प्रगतिपथावर जाव्यात आणि अत्यंत वाईट सोसायट्या लवकरात लवकर नष्ट व्हाव्यात.

६) सर्व सहकारी संस्थांनी स्वतःचा एक राखीव निधी उभारणे आवश्यक आहे. त्यामुळे त्यांची आर्थिक परिस्थिती भक्कम होईल.

७) प्रत्येक सोसायटीने कर्जविषयक धोरण ठरवताना संस्थेची स्वतःची कर्ज घेण्याची क्षमता आणि सभासदाची कर्ज घेणे व फेडणे याबाबतची कुवत यांचा विचार केला पाहिजे.

८) सहकारी संस्था ज्या उद्दिष्टाकरिता स्थापन झाल्या आहेत ते उद्दिष्ट साध्य होण्याच्या दृष्टीने शासनाची आर्थिक मदत आणि देखरेखीची यंत्रणा असणे अवाश्यक आहे.

९) प्रत्येक प्राथमिक सहकारी सोसायटीने तिच्या कार्यक्षेत्रातील जिल्हा मध्यवर्ती बँकेशीच आर्थिक व्यवहार करावेत.

(ब) सहकार चळवळीचे राज्यांकडे (प्रांतांकडे) हस्तांतरण (Passing the Subject of Co-operation to Provincial Governments)

पहिले महायुद्ध संपल्यानंतर ब्रिटिश सरकारने अनेक सुधारणांना पाठिंबा दिला त्यामध्ये सहकारी कायद्याचाही समावेश होता. ब्रिटिश सरकारने १९१९मध्ये सहकार कायद्यामध्ये सुधारणा केली त्यामुळे १९१९च्या कायद्यानुसार सहकार विषय प्रांतिक सरकारच्या अधिकारातील विषय बनला. त्यामुळे प्रांतिक सरकारांनी सहकार चळवळीकडे लक्ष दिले आणि चळवळीसाठी पोषक असे कायदे केले. प्रत्येक राज्यास त्याच्या गरजेनुसार सहकारी संस्थांच्या कायद्याची अंमलबजावणी करण्यास

मुभा मिळाली. ही घटना म्हणजे सहकार चळवळीच्या इतिहासातील महत्त्वाचा टप्पा होय. मुंबई, मद्रास, बिहार व उत्तर प्रदेश अशा अनेक तत्कालीन घटक राज्यांनी सहकारी संस्थाच्या कायद्यात त्यांच्या आवश्यकतेनुसार सुधारणा करून सहकारी संस्थांच्या कारभारात प्रगती करण्याचा प्रयत्न केला. तत्कालीन मुंबई प्रांत सरकारने १९२५ साली पहिला सहकारी संस्था कायदा तयार केला त्यामुळे सहकार चळवळ आणि कार्यकर्त्यांना प्रोत्साहन मिळाले. त्यानंतर इतरही काही राज्यांनी कायदे केले. हा सहकार चळीवळीच्या विकासातील दुसरा टप्पा म्हणूनही ओळखला जातो.

तक्ता क्र. १.३ विविध क्षेत्रातील कृषी व बिगरकृषी सहकारी संस्थांची प्रगती (१९२५–२६)

संस्था प्रकार	कृषी	बिगरकृषी	एकूण
पतपुरवठा संस्था	६६३१८	३९४५	७०२६३
खरेदी–विक्री संस्था	३४९	५६८	९१७
उत्पादन संस्था	३२८	८७०	११९८
इतर संस्था	६८१	१६३७	२३१५

(संदर्भ – अविनाश कुलकर्णी, प्राची प्रकाशन, मुंबई, नोव्हेंबर २०००).

१९१२च्या कायद्याने सहकार चळवळीची वैविध्यपूर्ण वाटचाल सुरू झाली तरी या चळवळीमध्ये सहकारी पतपुरवठा संस्थांचीच संख्या खूप मोठी होती. त्यानंतरच्या १९१९च्या सुधारणा कायद्याने सहकार विषय प्रांतिक सरकारकडे वर्ग केला, परिणामी सहकार चळवळीचा सर्वच प्रांतांमध्ये विकास होण्याऐवजी विकासामध्ये काही ठरावीक प्रांत वा राज्ये आघाडीवर राहिली आणि सहकार चळवळीच्या विकासामध्ये प्रादेशिक असमतोल स्पष्टपणे दिसून येऊ लागला. १९२६मध्ये कृषीविषयक रॉयल कमिशन नेमण्यात आला त्याचा मुख्य विषय ग्रामीण सहकारी चळवळ हाच होता. या आयोगाने पहिल्या महायुद्धानंतरच्या भारतातील सहकारी चळवळीच्या प्रगतीचा आढावा घेतला. त्याच्या मते, सभासदांना सहकाराचे पुरेसे शिक्षण नाही व त्याचप्रमाणे संस्थांच्या कारभारावर देखरेख व मार्गदर्शन नाही. त्यामुळे सहकारी संस्थांची शिस्तबद्ध वाढ होत नाही. असे असले तरी या आयोगाने अशी महत्त्वाची टिप्पणी केली की, 'सहकार चळवळ' हे ग्रामीण भारताचे प्रभावी व परिणामकारक आशास्थान आहे. १९३१ सालच्या इंडियन सेंट्रल बँकिंग इन्क्वायरी कमिटीने सहकारी संस्थांचा कारभार

जनताभिमुख करण्यासाठी काही शिफारशी केल्या आणि चळवळीत काही उणिवा व अडथळे असूनही चळवळीची वाढ केली पाहिजे असे प्रतिपादन केले.

तक्ता क्र. १.४ विविध प्रकारच्या सहकारी संस्थांची संख्यात्मक प्रगती

सहकारी संस्था	१९२५–२६	१९२६–२७	१९२७–२८	१९२८–२९	१९२९–३०
मध्यवर्ती संस्था	५६८	५७७	५९८	५९३	५९८
सुपरवायझिंग युनियन्स	१४०६	१४२१	१४४२	१४१९	१२८२
कृषि संस्था	७११४०	७८९४०	८४९५९	८८३७७	९२०५१
बिगरकृषी संस्था	७०६९	८१३३	९०५२	९७६१	१०२५६
एकूण संस्था	८०१८२	८९०७१	९६०११	१००१५०	१०४१८७

(संदर्भ – अविनाश कुलकर्णी, प्राची प्रकाशन, मुंबई, नोव्हेंबर २०००).

१९०४च्या कायद्याने सुरू झालेल्या सहकार चळवळीने स्वातंत्र्यपूर्वकाळात चांगली व वैविध्यपूर्ण प्रगती साधली. त्याचप्रमाणे सहकार चळवळीतील अडचणी आणि सुधारणा ही प्रक्रिया सातत्याने चालूच राहिली. १९३५ ते १९३९ या काळात सहकारी क्षेत्रात तीन महत्त्वाच्या घटना घडल्या. पहिली घटना म्हणजे १९३५ साली रिझर्व्ह बँकेची स्थापना होऊन तिच्या कृषि पतपुरवठा विभागाकडे सहकारी पत पुरवठ्याच्या समस्या सोडविण्याचे काम दिले. दुसरी घटना १९३६ साली अखिल भारतीय पातळीवरील सरकारी निबंधकांच्या (रजिस्ट्रारच्या) परिषदेने कृषि विकासासाठी दीर्घ मुदतीचा कर्ज पुरवठा करणाऱ्या सहकारी भूविकास बँका स्थापण्यासाठी ठामपणे शिफारस केली. तिसरी घटना म्हणजे गावपातळीवरील प्राथमिक सहकारी संस्थांची कार्यकक्षा कृषि पत पुरवठ्यापुरती मर्यादित न राहता त्याचे स्वरूप बहुउद्देशीय संस्था झाले.

१९३९ ते १९४५ या काळात सामान्य उपभोग्य वस्तूत धान्य किंमत वाढीचा अधिक वाटा होता. या वाढत्या किमती रोखण्यासाठी व उपभोग्य वस्तूंच्या टंचाईचा प्रश्न सोडविण्यासाठी अनेक ग्राहक सहकारी संस्था स्थापन होऊन सहकारी चळवळीने वितरण क्षेत्रातही प्रवेश केला. या काळात अनेक खरेदी विक्री संस्थाही स्थापन झाल्या. त्यात दूध पुरवठा, सहकारी सूतगिरण्या इत्यादी संस्थांचा समावेश होता. अशा रीतीने दुसऱ्या महायुद्धानंतर बिगर शेती क्षेत्रात झालेली वाढ हे भारतीय सहकारी

चळवळीचे खास वैशिष्ट्य होय. १९३०च्या सुमारास निर्माण झालेल्या जागतिक महामंदीच्या तडाख्यामुळे सहकारी चळवळीस मोठा धक्का बसला. जमिनी आणि शेतमाल यांच्या किमती मोठ्या प्रमाणात घसरू लागल्या. त्यामुळे काही सहकारी संस्थांच्या अस्तित्वास धोका निर्माण झाला तर काहींचे आर्थिक स्थैर्य नष्ट होऊ लागले. शेती कर्जाच्या वसुलीची समस्या निर्माण झाली. परिणामत: थकबाकीच्या रकमांचे आकडे वाढून सहकारी सोसायट्यांच्या मालमत्ता (ASSETS) गोठू लागल्या. सहकार चळवळीच्या या दुर्दशेस महामंदीच्या आर्थिक कारणाबरोबर इतरही काही कारणे जबाबदार आहेत.

तक्ता क्र. १.५ स्वातंत्र्यपूर्वकाळातील सहकारी संस्थांची प्रगती एकादृष्टिक्षेपात

वर्ष	सहकारी संस्थांची संख्या		सभासदांची संख्या (हजार)		खेळते भांडवल	
	सर्व प्रकारच्या संस्था	कृषी संस्था	कृषी संस्था	बिगर कृषी संस्था	एकूण (रु. लाख)	स्वनिधीचे खेळत्या भांडवलाशी शे. प्रमाण
१९०६-१०	१९२६	१७१३	१०८	५४	६८	२१.८
१९१०-१५	११७८६	१०८९१	४५९	८९	५४८	२०.८
१९१५-२०	२८४७७	२५८७३	९०३	२२६	१५१८	२४.७
१९२०-२५	५७७०७	५१७१६	१६६९	४९४	३६३६	२३.०
१९२५-३०	९३९३६	८३०९३	२७९२	८९७	७४८९	२२.२
१९३०-३५	१०५७१४	९३१४९	३०६४	१२५९	९४६९	२७.२
१९३५-४०	११६९६०	१०१५०७	३४३८	१६३९	१०४६८	२९.७
१९४०-४५	१४९८८८	१२९६९८	४७६८	२४५०	१२४३५	२९.९

(संदर्भ - अविनाश कुलकर्णी, प्राची प्रकाशन, मुंबई, नोव्हेंबर २०००).

(क) स्वातंत्र्यपूर्वकाळातील सहकार चळवळीचे मूल्यमापन (Evaluation of Co-operative movement)

स्वातंत्र्यपूर्वकाळातील सहकार चळवळीने ग्रामीण आणि कृषी विकासामध्ये महत्त्वपूर्ण भूमिका बजावताना या चळवळीत काही उणिवासुद्धा आढळून आल्या. या

चळवळीचे मूल्यमापन करताना सर्वप्रथम चळवळीचे लाभ/गुण पुढीलप्रमाणे पाहू.

सहकार चळवळीचे लाभ/गुण -

१) सहकारी पतपुरवठा संस्थांच्या प्रगतीमुळे ग्रामीण भागातील सावकारी मक्तेदारीला व पिळवणुकीला काही प्रमाणात आळा बसला आणि सावकारांना ग्रामीण नाणे बाजारात एक स्पर्धक निर्माण झाला. परिणामत: अत्यंत गरजू शेतकऱ्यांना सावकारी धंद्यापेक्षा निश्चितच कमी व्याज दराने कर्जे मिळू लागली.

२) अल्पमुदतीने कर्जे देणाऱ्या प्राथमिक संस्थांपेक्षा भूविकास बँकाची प्रगती समाधानकारक होती. बऱ्याच भूविकास बँकांनी शेतकऱ्यांच्या सावकारांकडील जमिनी (त्यांची कर्जे फेडून) सोडवून देण्याचे महत्त्वाचे कार्य केले. त्यामुळे थोडाफार शेती विकास होऊन पर्यायाने जमीनसुधारणा कायद्याच्या अंमलबजावणीस हातभार लागला हे दुर्लक्षित करून चालणार नाही.

३) मद्रास, मुंबई, गुजरात आणि बंगाल अशा प्रांतात सहकारी संस्थांच्या वाढीस पोषक वातावरण होते. अशा परिस्थितीत आर्थिक पुनरुज्जीवनाच्या कार्यात सहकार चळवळीने निश्चितच महत्त्वाचा वाटा उचलला होता. ग्रामीण भागात वाढत जाणाऱ्या पतपुरवठा संस्था, युनियन्स आणि मध्यवर्ती बँका यांच्या व्यवहारामुळे लोकांना बँकिंग व्यवहाराची सवय झाली. परिणामत: काही प्रमाणात का होईना ग्रामीण नाणे बाजार संघटित होण्यास मदत झाली.

४) भारतीय सहकार चळवळीने अप्रत्यक्षपणे एक सामाजिक कार्यही केले आहे. ते म्हणजे सहकारी संस्थांच्या शेतकरी सभासदात चर्चा होऊन परस्परातील विचारांची देवाणघेवाण होत होती. त्यामुळे हेवेदावे, जमिनीबाबत भांडणे इत्यादी समस्यांची काही प्रमाणात सोडवणूक झाली. ई. एम्. हॉग यांनी याच दिशेने सहकार चळवळीचे वर्णन पुढील शब्दांत व्यक्त केले आहे. 'भिन्न भिन्न जाती-जमाती व पंथांच्या लोकांना त्यांच्या परस्पर आर्थिक फायद्याकरिता एका समान थरावर एकत्र आणण्यात सहकार चळवळीने केलेल्या कार्याचा निश्चितच उल्लेख केला पाहिजे. त्यामुळे ग्रामीण भागातील लोकांच्या समान आर्थिक गरजांच्या जाणिवेला उत्तेजन मिळाले.'

सहकार चळवळीतील उणिवा/दोष -

१) सहकारी संस्था स्थापण्याची गरज भासणाऱ्या लोकांच्यामध्ये उत्स्फूर्त सहभागाचा अभाव ही भारतीय सहकार चळवळीतील मोठी समस्या होती. सामान्यत: सहकार चळवळीकडे एक सरकारी धोरण किंवा निबंधकांच्या ताब्यातील

संस्था यादृष्टीने पाहिले जात होते. सहकार चळवळीचे शासनावरील अवलंबन इतके पराकोटीला गेले होते की, त्या काळातील सहकारी कार्यकर्त्यांना सहकार परिषदेत चर्चा करण्यास, ठराव मंजूर करण्यास संधी मिळाली तर ते कार्यकर्ते शासनाने त्यांच्यावर उपकार केल्यासारखे मानीत.

२) महाराष्ट्र, मद्रास या प्रांतातील सहकारी संस्थांचा अपवाद वगळता, भारतातील सहकारी संस्थांनी समाजातील दुर्बल घटकांच्या आर्थिक उन्नतीसाठी जाणीवपूर्वक मोठ्या प्रमाणावर मदत केली नाही.

३) सहकारी संस्थांची जडणघडण व कार्यपद्धतीसुद्धा सदोष होती, फक्त कृषी पतपुरवठा संस्थाची एकांगी वाढ झाली. वाढत्या पतपुरवठ्याबरोबर सभासद उत्पन्न व बचतीच्या प्रवृत्तीत वाढ झाली नाही. दीर्घ मुदतीच्या कर्जात लाखो रुपयांच्या रकमा अडकून पडल्या आणि अल्पमुदतीच्या कर्जाच्या थकबाकीची समस्या गंभीर बनू लागली. परिणामत: अनेक सहकारी सोसायट्यांचे दिवाळे निघाले.

४) शासन पुरस्कृत सहकारी संस्थांची वाढ होत असताना सभासद व सामान्य जनतेत सहकारी तत्त्वांचा प्रचार झाला नाही. त्यामुळे संपूर्ण सहकार चळवळीत 'मूल्यांची पोकळी' निर्माण झाली होती. याचे आणखी एक कारण म्हणजे सहकारी संस्थांतील अधिकारी, सभासद आणि सहकारी कार्यकर्ते यांना सहकारी तत्त्वांचे शिक्षण देण्याचा बुद्धीपुरस्सर प्रयत्न केला गेला नाही. परिणामत: सहकार चळवळीत अकार्यक्षमता आणि गतिशून्यता हे दोष निर्माण झाले.

५) सहकारी संस्थांची वेगाने वाढ होत होती. पण त्यांच्या कार्य पद्धतीत अनेक प्रशासकीय आणि संघटनात्मक उणिवा होत्या. शेती कर्जाची वसुली, हिशोब तपासणी आणि कर्जमंजुरी पद्धती या महत्त्वाच्या बाबतीत नोकरवर्ग प्रशिक्षित नव्हता. अनेक राज्य सहकारी बँका कोट्यवधी रुपयांचे कर्ज वाटप करीत होत्या पण अशा उच्चस्तरीय सहकारी संस्थांजवळ आर्थिक सल्लागार नव्हते.

६) कृषी व बिगर कृषी या दोनही क्षेत्रात सहकारी संस्थांची संख्यात्मक वाढ होत होती. तरी एकूण सहकार चळवळीचा रोख सहकारी निष्ठा व आदर्शवाद यांपासून दूर होता. सभासदांना सहकारी संस्थांचे ज्ञान नसल्यामुळे संस्थांचा कारभार लोकशाही पद्धतीने चालत नव्हता. १९४४ साली निबंधकांच्या परिषदेत मंजूर झालेल्या ठरावावरून सहकारातील अयोग्य सक्तीची कल्पना पुढीलप्रमाणे येते. योजनेच्या अंमलबजावणीसाठी एखाद्या विशिष्ट आर्थिक गटांच्या सर्व सभासदांच्या कृतीची आवश्यकता असल्यास सर्व सभासदांना सहकारी संस्थेचा

सभासद होण्याची सक्ती करावी किंवा ती योजना त्यांनाच स्वतंत्रपणे राबवून द्यावी. सहकारात अशी सक्ती करणे हे सहकारी तत्त्वाच्या विरोधी आहे.

थोडक्यात : स्वातंत्र्यपूर्वकाळातील भारतीय सहकार चळवळ अनेक गुण-दोषांनी युक्त असली तरी आर्थिक विकासात सहकार चळवळीला महत्त्वाचे स्थान होते. 'आर्थिक नियोजनाचे लोकशाहीकरण करण्यासाठी सहकारी संस्था हे एक अत्यंत योग्य असे माध्यम आहे. हे माध्यम नियोजनाच्या अंमलबजावणीस उपयुक्त ठरणारे आहे, तसेच सार्वजनिक मताचे शिक्षण देणे आणि त्या योजनेची अंमलबजावणी करणे असे दुहेरी कार्य करते.'

१.२ स्वातंत्र्योत्तर भारतातील सहकार चळवळीचा विकास (Development of Co-operative Movment in Post - Independence India)

(अ) नियोजनकाळातील सहकार चळवळीचा विकास

स्वातंत्र्यप्राप्तीनंतर सहकारी धोरणात मूलभूत बदल करण्यात आले त्यामुळे सहकारास सामाजिक व आर्थिक विकासाचे एक साधन म्हणून महत्त्व प्राप्त झाले. ह्या काळातील सहकार चळवळीला 'स्वातंत्र्योत्तर काळातील अथवा नियोजन काळातील सहकार चळवळ' असे म्हणता येईल. नियोजन काळातील योजनाबद्ध अर्थव्यवस्थेत सहकारास आर्थिक विकासाचे एक स्वतंत्र क्षेत्र म्हणून महत्त्व प्राप्त झाले. इतकेच नव्हे तर भारतीय राज्य घटनेच्या मार्गदर्शक तत्त्वांच्या कलम ४३ आणि ४६मध्ये असे नमूद केले आहे की, 'ग्रामीण भागात वैयक्तिक किंवा सहकारी प्रयत्नांच्या साहाय्याने कुटीरउद्योग वाढीसाठी शासनाने प्रयत्न करावा आणि त्यामार्फत समाजातील दुर्बल घटकांच्या (उदा. अनुसूचित जाती-जमाती वगैरे) आर्थिक निष्ठांची जोपासना करण्यासाठी शासनाने प्रयत्न करावा.' नियोजन मंडळाने पहिल्या पंचवार्षिक योजनेत देशातील ५० खेडी आणि ३० टक्के लोकसंख्या सहकारी क्षेत्रात सहभागी करण्याचे उद्दिष्ट आखले. या पहिल्या पंचवार्षिक योजनेच्याकाळातील सहकार चळवळीची प्रगती पुढीलप्रमाणे–

तक्ता क्र. १.६ सहकार चळवळीची पहिल्या पंचवार्षिककाळातील प्रगती

अ.क्र.	तपशील	वर्ष (१९५०–५१)	वर्ष (१९५५–५६)
१.	प्राथमिक सहकारी संस्था (संख्या)	१,५१,४६२	१,५९,९३९
२.	सभासद संख्या (लाखात)	५१.५४	७७.९१
३.	प्रती सह. संस्थेची सरासरी सभासद संख्या	४५	४९
४.	सह. संस्थेने व्यापलेली ग्रामीण लोकसंख्या	१०.३	१५.६
५.	कर्ज वाटप (रुपये कोटी)	२२.९०	५०.१६
६.	प्रती सभासद कर्ज (रु.)	४५	६४
७.	प्रती सह. संस्थेचे सरासरी भांडवल (रु.)	७२७	१०५१
८.	प्रती सह. संस्थेचे खेळते भांडवल (रु.)	३५४७	४९४६
९.	प्रती सह. संस्थेकडील सरासरी ठेव (रु.)	३९१	४४१
१०	थकबाकीचे येणे कर्जाशी शे. प्रमाण	२१.०	२५.०

(संदर्भ – अविनाश कुलकर्णी, प्राची प्रकाशन, मुंबई, नोव्हेंबर २०००).

पहिल्या पंचवार्षिक योजनाकाळात रिझर्व्ह बँक ऑफ इंडिया आणि राज्य सहकारी बँकांच्या प्रयत्नाने सहकारी संस्थांमार्फत मध्यम आणि दीर्घ मुदतीची कर्जे देण्यात येऊ लागली. या काळात सहकारी संस्थांमध्ये संख्यात्मक वाढ झाली असली तरी गुणात्मक प्रगती फारशी समाधानकारक नव्हती. याचे मुख्य कारण म्हणजे सहकार चळवळीच्या वाढीसाठी निश्चित उद्दिष्टे ठरविली नव्हती. त्याचप्रमाणे सहकारी विक्री आणि प्रक्रिया या क्षेत्रात अपेक्षित प्रगती झाली नाही. या योजनाकाळात रिझर्व्ह बँकेने अखिल भारतीय ग्रामीण पतपुरवठा पाहणी समिती (१९५१) गठित केली. या समितीचे अध्यक्ष श्री. गोरवाला होते त्यामुळे या समितीला गोरवाला समिती म्हणूनही ओळखले जाते. या समितीने असे मत व्यक्त केले की, सहकारी क्षेत्रातील वित्तपुरवठ्याचा मोठा वाटा मोठ्या शेतकऱ्यांना उपलब्ध करून देण्यात आला. त्यामुळे सहकार चळवळ अयशस्वी ठरली, ती यशस्वी झालीच पाहिजे. (या गोरवाला समितीच्या शिफारशींसंदर्भात विस्तृत माहिती प्रकरण ४ मध्ये दिली आहे.)

दुसरी पंचवार्षिक योजना (१९५५–५६ ते १९६०–६१) – गोरवाला

समितीच्या शिफारशी स्वीकारल्यामुळे या योजनाकाळात सहकार चळवळीला वेगळी दिशा मिळाली. त्यासाठी एकूण ५७ कोटी रुपयांची तरतूदही करण्यात आली. या योजनाकाळात सहकारी संस्थांची एकूण संख्या ३.३२ लाख इतकी झाली. प्राथमिक सहकारी संस्थांची सभासद संख्या ३५२ लाख इतकी झाली. सहकारी संस्थांचे भाग भांडवल व खेळते भांडवल अनुक्रमे २२१ कोटी रु. व १३१२ कोटी रु. इतके होते. दुसऱ्या पंचवार्षिक योजनेच्या काळात सहकारी धोरणात एक लक्षणीय बदल झाला. तो म्हणजे ग्रामीण पतपुरवठा समितीने शिफारस केल्याप्रमाणे सहकार चळवळीत जो शासनाचा निष्कारण हस्तक्षेप होता तो कमी होऊन सहकारी कार्यकर्त्यांचा चळवळीतील सक्रिय सहभाग वाढला. पण भारतातील सहकार चळवळ त्यावेळीही बाल्यावस्थेत असल्याने सहकारी धोरणातील या बदलावर काहींनी टीका केली.

दुसऱ्या पंचवार्षिक योजनेच्या काळात सहकार चळवळीची व्याप्ती वाढविण्याच्या दृष्टीने धोरण ठरविण्याच्या संबंधात शासकीय पातळीवर केलेल्या प्रयत्नात पुढील चार कार्यवाही गटांचा आणि समित्यांचा समावेश होतो.

अ) वैकुंठभाई मेहता समिती १९५९.

ब) सहकारी संस्था आणि पंचायती याबाबतीतील कार्यवाही गट १९६१.

क) सहकारी प्रशिक्षणाबाबत श्री. मिश्रा यांचा अभ्यास गट आणि

ड) ग्राहक सहकारी संस्थांची समिती.

दुसऱ्या पंचवार्षिक योजनेतील बहुतेक सर्वकाळ सहकाराबाबत धोरण ठरविण्याच्या दृष्टीने महत्त्वाचा ठरला. नियोजन काळातील ग्रामीण आर्थिक योजनांच्या अंमलबजावणीसाठी सहकार चळवळीचा कसा वापर करावा हा नियोजनकारांपुढे खरा प्रश्न होता. त्या दृष्टीने तिसऱ्या पंचवार्षिक योजनेत ६० टक्के ग्रामीण लोकसंख्या सहकार चळवळीत समाविष्ट करण्याचे उद्दिष्ट आखले गेले व त्याचप्रमाणे सहकारी संस्थांचे जिल्हा व राज्य पातळीवर संघ स्थापन करण्याबाबत प्रयत्न करण्याचे ठरले. पतपुवठ्याबरोबरच सहकारी तत्त्वांवर औद्योगिक संस्था स्थापन करण्याविषयी या योजनेच्या काळात प्रयत्न केला गेला. या योजनेच्या काळात देशातील ८९ टक्के खेडी सहकारी चळवळीत समाविष्ट करण्यात आली. या काळातील सहकार चळवळीचे वैशिष्ट्य म्हणजे सहकारी संस्थांच्या संख्यात्मक वाढीपेक्षा गुणात्मक बाबींकडे, गुणात्मक दर्जाकडे लक्ष देण्यात आले व त्या दृष्टीने अकार्यक्षम सोसायट्यांची आर्थिक क्षमता वाढवण्याचा एक प्रकल्प उभारण्यात आला.

तिसरी पंचवार्षिक योजना (१९६१-६२ ते १९६५-६६) - या योजनाकाळात ६० टक्के ग्रामीण लोकसंख्या सहकारी क्षेत्रात समाविष्ट करण्याचे उद्दिष्ट निश्चित करण्यात आले. त्याचबरोबर औद्योगिक सहकारी संस्था स्थापन करण्याचा

प्रयत्न करण्यात आला. या काळात देशातील ८९ टक्के खेडी सहकारी चळवळीत सहभागी करण्याचे ठरविण्यात आले. या योजनाकाळात १९६३मध्ये औद्योगिक सहकारी संस्थांच्या अभ्यासासाठी एका अभ्यास गटाची नियुक्ती करण्यात आली. या गटाने कुटीर उद्योगातील तीस टक्के कारागीर सहकारी क्षेत्राच्या कार्यकक्षेत आणावेत अशी सूचना केली. त्याचप्रमाणे पशुसंवर्धन, मच्छिमारी, दुग्धव्यवसाय इ.साठी अभ्यास गटांची नियुक्ती या काळात करण्यात आली. महत्त्वाचे म्हणजे १९६३ साली सहकार चळवळीचे आद्य प्रणेते कै. वैकुंठभाई मेहता यांच्या अध्यक्षतेखाली सहकारी प्रशासनविषयक समिती नेमण्यात आली. या समितीने प्रशासन, लेखापरीक्षण, पर्यवेक्षण आणि कर्मचारी प्रशिक्षण यासंदर्भात महत्त्वपूर्ण शिफारशी केल्या. या योजनाकाळात ८२ टक्के खेड्यांपर्यंतच सहकार चळवळ पोहोचली. तर १ लाख ९१ हजार सहकारी संस्था स्थापन झाल्या. याकाळात ८० टक्के सहकारी संस्थांना त्यांच्या आर्थिक परिस्थिनुसार क,ड,इ दर्जा मिळाला तर ३१ टक्के सहकारी संस्था तोट्यात किंवा ना-नफा, ना-तोटा या परिस्थितीत होत्या.

चौथी पंचवार्षिक योजना (१९६९-१९७४) – या योजनाकाळात १९६६ – १९६९ या वर्षात तीन वार्षिक योजना राबविण्यात आल्या. या काळात सहकार चळवळीचे स्थैर्याधिष्ठित विकास हे प्रमुख सूत्र होते. या काळात एकूण ३/४ लोकसंख्या आणि देशातील सर्व खेडी सहकारी चळवळीच्या कार्यकक्षेत आणण्याचे उद्दिष्ट होते. चौथ्या योजनाकाळात सहकार चळवळीची प्रगती संमिश्र स्वरूपाची होती. सक्षमता, कार्यक्षमता व आवश्यकता या कसोट्या लक्षात घेऊन नवीन ५५० सहकारी प्रक्रिया संस्था स्थापन करून एकूण सहकारी प्रक्रिया संस्थांची संख्या २१५० पर्यंत वाढविण्याचे उद्दिष्ट होते. प्राथमिक, मध्यवर्ती, घाऊक व राज्यस्तरीय तसेच केंद्रस्तरीय ग्राहक संस्था मजबूत करण्यावर या चौथ्या योजनेत भर देण्यात आला. या योजनाकाळात १९७३-७४ साली सहकारी संस्थांची संख्या ३३ लाख इतकी होती. त्यामध्ये प्राथमिक संस्था सदस्य संख्या ६९२ लाख होती. त्यांचे भाग भांडवल १२२६ कोटी रु. इतके होते. ग्राहकोपयोगी वस्तूंचे वितरण सहकारी संस्थांमार्फत केल्यास ग्राहकांना योग्य किमतीत जीवनावश्यक वस्तू उपलब्ध होतील या हेतूने चौथ्या योजनेच्या अखेरीस ५०० कोटी रुपयांच्या ग्राहकोपयोगी वस्तूंचे वितरण सहकारी संस्थांमार्फत करण्याचे ठरविण्यात आले होते. तसेच चौथ्या योजनेच्या अखेरीस देशात १५८ सहकारी साखर कारखाने होते. तर त्यांची सभासद संख्या ७ लाख ५० इतकी होती. यांपैकी महाराष्ट्रात एकूण ४५% सहकारी साखर कारखाने होते. त्याचबरोबर इतर सहकारी प्रक्रिया संस्थांमध्ये २४५ कापूस पिंजणी व बांधणी संस्था, ७३८ भात गिरण्या, ५८ शेंग गिरण्या, २६ सूत गिरण्या, ५१ डाळ गिरण्या, ६२ ताग गासड्या

बांधणी संस्था सहकारी क्षेत्रात होत्या. तर नागरी सहकारी बँकांची संख्या १९७२-७३ साली ९६७ होती ती १९७४-७५ साली ११२३ इतकी झाली. चौथ्या योजनाकाळातील दोन महत्त्वपूर्ण घटना म्हणजे १९६९ सालची राज्य सहकार मंत्र्यांची परिषद आणि अखिल भारतीय ग्रामीण पतपुरवठा पुनर्पाहणी अहवाल (प्रकरण ४ मध्ये सविस्तर माहिती दिली आहे) या होत.

पाचव्या पंचवार्षिक योजनेत अपेक्षित सामाजिक व आर्थिक बदल घडवून आणण्यासाठी सहकारी चळवळ योग्य साधन आहे असे स्पष्ट करण्यात आले. या योजनेत सहकारी क्षेत्र आर्थिकदृष्ट्या सक्षम व्हावे या दृष्टिकोनातून उद्दिष्टे आखण्यात आली. यामध्ये शेती विकासासाठी पतपुरवठा, खरेदी-विक्री व प्रक्रिया संस्था मजबूत करणे, अर्थक्षम ग्राहक सहकारी चळवळ स्थापन करणे आणि योग्य वाटप व्यवस्था निर्माण करणे, सहकाराची फेररचना करून सीमांत शेतकरी आणि समाजातील दुर्बल घटकांना न्याय देणे इ. उद्दिष्टांचा समावेश होता. या योजनाकाळात दुर्बल संस्था आणि जिल्हा मध्यवर्ती बँकांमध्ये रचनात्मक सुधारणा करण्यात आल्या. ग्राहक भांडारांची फेररचना करण्यात आली. नवीन प्रक्रिया संस्था उभारण्यात आल्या. या योजनेत सहकार चळवळीच्या विकासासाठी ४२३ कोटी रुपयांची तरतूद करण्यात आली.

(ब) नवीन सहकारी धोरणानंतरची सहकार चळवळ

१९७७ साली सहकार मंत्र्यांच्या परिषदेमध्ये नवीन सहकारी धोरण मंजूर करण्यात आले. या धोरणामध्ये सर्व पातळीवरील सहकारी संस्था आर्थिक नियोजन व सामाजिक बदलाशी निगडित असाव्यात आणि या चळवळीतील स्वार्थी प्रवृत्तीच्या सभासदांचा प्रभाव कमी केला जावा, भ्रष्टाचार, गैरव्यवहार इ.वर कडक उपाययोजना करण्याचे सूचवण्यात आले. आर्थिक स्वावलंबन, प्रशिक्षण आणि व्यवस्थापन तंत्रानुसार व्यवसायीकरण करण्याच्या सूचनाही करण्यात आल्या. नवीन धोरणानंतर सहकार चळवळीची जी संख्यात्मक प्रगती झाली ती खालीलप्रमाणे-

तक्ता क्र. १.७ नवीन धोरणानंतर सहकार चळवळीच्या प्रगतीची रूपरेखा

तपशील	१९८०-८१	१९८४-८५	१९८७-८८
सहकारी संस्थांची संख्या (लाख)	३.२६	३.१५	३.४८
सभासद संख्या (लाख)	११७४	१४१०	१५०४
भाग भांडवल (रु. कोटी)	२०८८	३५३५	४८७०
खेळते भांडवल (रु. कोटी)	२५११९	३७७६९	५३८८०

(संदर्भ - ले. प्रा. रमेश शहा, प्राची प्रकाशन, मुंबई, डिसेंबर १९९४).

नवीन सहकारी धोरणानंतर म्हणजे सहाव्या आणि सातव्या पंचवार्षिक योजनाकाळात सहकारी संस्थांची संख्या १९८४-८५ या काळात जरी कमी झालेली असली तरी सहकारी संस्थांच्या सभासद संख्येत आणि भांडवल उभारणीच्या रक्कमेमध्ये लक्षणीय प्रगती झाल्याचे आढळून येते.

सहाव्या पंचवार्षिक योजनाकाळात सहकार चळवळीच्या विकासासाठी ३३० कोटी रुपयांची तरतूद करण्यात आली होती. आता देशातील सहकारी संस्थांची एकूण संख्या ३.५३ लाख इतकी झाली आणि जागतिक पातळीवर सर्वांत जास्त सहकारी संस्थांची संख्या भारतात होती. या संस्थांचे एकूण १७.५१ कोटी सभासद होत आणि त्यांचे खेळते भांडवल ७६,००,००,००० हजार रु. होते. या योजनेत ग्रामीण विकासासाठी ऐच्छिक योजनात वाढ करणे, महिलांच्या आणि युवकांच्या मंडळात वाढ व मजबुती करणे, सार्वजनिक सहकाराची पथदर्शक योजना तयार करणे आणि राबविणे, संशोधनात्मक अभ्यासाची व्यवस्था करणे इ. उद्दिष्टे ठरविण्यात आली. या योजनाकाळात अल्प, मध्यम आणि दीर्घ मुदतीच्या कर्ज पुरवठ्यात लक्षणीय वाढ झाली. खरेदी-विक्रीसाठी २७०० कोटी रुपये खर्च करण्यात आले. सहकाराच्या विविध योजनांवर केंद्र सरकारने २२०.१५ कोटी रुपये आणि राज्यांनी ५८४.०८ कोटी रुपये वर्ग केले.

सातव्या पंचवार्षिक योजनाकाळात सखोल सहकार विकास कार्यक्रमाची (Intensive Co-operative Development Project-ICDP) सुरुवात करण्यात आली. याअंतर्गत १९९२-९३ अखेर ३६ जिल्हा प्रकल्प राबविण्यास मान्यता देण्यात आली. त्यांपैकी २० प्रकल्प हे उत्तर-पूर्व राज्य, सिक्कीम, जम्मू-काश्मिर, हिमाचल प्रदेश या विशेष राज्यातील होते. या योजनेत प्राथमिक शेती पतपुरवठा संस्थांचा व्यापक विकास करून त्यांना अर्थक्षम करणे, अविकसित राज्यात सहकाराचा विकास घडवून आणणे, सार्वजनिक वितरण प्रणाली सहकार क्षेत्राकडे सोपविणे, इ. उद्दिष्टे ठरविण्यात आली होती. या योजनेत सहकारासाठी केंद्राने ५०० कोटी रुपये आणि सर्व राज्यांनी मिळून ९००.५८ कोटी रुपये खर्च केले.

(क) आर्थिक सुधारणांचा कार्यकाळ आणि सहकार चळवळ -

भारतामध्ये १९९१ साली तत्कालीन पंतप्रधान पी.व्ही. नरसिंहराव यांच्या सरकारने आर्थिक सुधारणांचा कार्यक्रम हाती घेतला.. यामध्ये प्रामुख्याने बँकींग आणि वित्तीय क्षेत्रात अभूतपूर्व सुधारणा करण्यासाठी रिझर्व्ह बँकेचे माजी गव्हर्नर एम. नरसिंहम यांच्या समितीने केलेल्या शिफारशींच्या अंमलबजावणीचा समावेश होता. या काळात १९९०-९१ साली भारतात एकूण १,१०,२६० सहकारी पतसंस्था,

१,९७,८२० बिगर पतससंस्था तर एकूण ३,०८,०८० सहकारी संस्था होत्या. त्यांची एकूण सभासद संख्या १५ कोटी ५६ लाख ५८ हजार इतकी होती. तर एकूण खेळते भांडवल ७१,६७,२३६ लाख रुपये होते.

आठव्या पंचवार्षिक योजनकाळात (१९९२-९७) नरसिंहम समितीच्या शिफारशींवर भर देण्यात आला, त्यानुसार सहकार चळवळीचे स्वयं-व्यवस्थापन, नियमन आणि स्वावलंबन यासाठी प्रयत्न करण्यास सुरुवात झाली. सहकारी संस्थांना स्वायत्त प्रदान करणे आणि त्यांचे लोकशाहीकरण करण्यात येऊ लागले.

नवव्या पंचवार्षिक योजनांमध्ये (१९९७-२००२) सहकार हा योजनेचा भाग आहे असे स्वतंत्र व विशेषत: नमूद करण्यात आले नाही. योजनाकाळात २००२ साली भारत सरकारने राष्ट्रीय सहकारी धोरणाची घोषणा केली. यामध्ये सहकाराचा देशामध्ये सर्वांगीण विकास करण्याचे उद्दिष्ट निश्चित केले गेले. या योजनाकाळात कृषी पत व्यवस्था मजबूत करण्यासाठी बाळासाहेब विखे पाटील यांच्या अध्यक्षतेखाली एका समितीची स्थापना करण्यात आली. अन्नधान्याची साठवण क्षमता वाढवण्यावर विशेष भर दिला गेला. नागरी सहकारी बँकांच्या विस्तारासाठी विशेष प्रोत्साहन देण्यात आले. स्वयं रोजगारासाठी सुशिक्षित बेरोजगारांना प्रोत्साहन देऊन त्यांच्या सेवा सहकारी संस्था स्थापन करण्यावर भर देण्यात आला. त्यामुळे कृषी पतपुरवठ्यात सुधारणा झाली. नागरी सहकारी बँकांचा विस्तार झाला. सेवा सहकारी संस्थांचे प्रमाण वाढले.

दहाव्या पंचवार्षिक योजनाकाळात (२००२-०७) सहकारी संस्थांचे आर्थिक सक्षमीकरण करण्यासाठी भारत सरकारने ऑगस्ट २००४मध्ये प्रा. अे. वैद्यनाथन यांच्या अध्यक्षतेखाली एक कार्यकारी गट गठित केला. वैद्यनाथन समितीने केलेल्या शिफारशी केंद्र सरकारने स्वीकारल्या. कृषी पत रचना कार्यक्रमात सुधारणा करण्याचा कार्यक्रम राबविण्यात आला. त्यामुळे शेती कर्जात दुपटीने वाढ झाली. प्राथमिक संस्थांचे शेती कर्जातील नुकसान १००% सरकारने भरून दिले. शेती पूरक व्यवसायातील नुकसान केंद्राने आणि राज्यांनी सारखे वाटून घेतले. सहकारी प्रशिक्षण व्यवस्था बळकट करण्यासाठी केंद्र सरकारने २२५ कोटी रुपयांची मदत केली.

अकराव्या पंचवार्षिक योजनाकाळात (२००७-१२) सहकारी पतपुरवठा क्षेत्राचे संगणकीकरण, मनुष्यबळ विकास आणि सर्वसामान्य लोकांमध्ये विशेषत: शेतकऱ्यांमध्ये जागृती निर्माण करण्यासाठी प्रयत्न करण्यात आले. या सुधारणा कार्यक्रम काळातील सहकारी चळवळीच्या संख्यात्मक विकासाचा आढावा पुढीलप्रमाणे-

तक्ता क्र. १.८ आर्थिक सुधारणाकाळातील सहकार चळवळीची प्रगती (२००९-१०)

तपशील	संख्या
एकूण सहकारी संस्था (संख्या)	६,१०,०२०
प्राथमिक कृषी पतपुरवठा संस्था	१,४७,९९१
बिगर पतपुरवठा संस्था	४,५८,०६८
एकूण सभासद संख्या (दशलक्ष)	२४९.३६
एकूण भाग भांडवल (रु. दशलक्ष)	३,८३,२८४.५
एकूण खेळते भांडवल (रु. दशलक्ष)	७२,९५,७६५.७

(संदर्भ - Indian Co-operative Movement A Statistical Profile 2012, Published by National Co-operative Union, Delhi, July 2012).

या आर्थिक सुधारणाकाळात सहकार चळवळ देशातील ९८ टक्के खेड्यांपर्यंत पोहोचली. शेती कर्जातील सहकाराच्या माध्यमातून ४७% भाग उचललेला आहे. सहकाराच्या माध्यमातून रासायनिक खत वितरणात ३६% सहकार क्षेत्राचा सहभाग आहे. तर खत निर्मितीत २८.३% सहकाराचा सहभाग आहे. सहकाराच्या माध्यमातून ४०% साखर उत्पादन करण्यात येते. दूध वितरणात १६% सहकाराचा वाटा आहे. मत्स्य व्यवसायात २३% सहकाराचा वाटा आहे.

नरसिंहम समितीच्या शिफारशींच्या अंमलबजावणीमुळे वित्तीय क्षेत्रामध्ये ज्याप्रमाणे सुज्ञपणाची पद्धत (Prudential Norms) लागू करताना मालमत्तांचे वर्गीकरण करण्यात आले. यामध्ये उत्तम जिंदगी (Standard Assets), दुय्यम दर्जात्मक जिंदगी (Sub-Standard Assets) आणि अनुत्पादक मालमत्ता (Non-Performing Assets - NPA) ताळेबंदामध्ये स्वतंत्रपणे दर्शविण्यामुळे ताळेबंदाची आणि आर्थिक पत्रकांची पारदर्शकता वाढली. सहकारी संस्थांच्या आर्थिक स्थितीची सुस्थिती अथवा दुर्बलता सहजपणे दिसू लागली. त्यामुळे सहकारी संस्थांच्या कारभारात सुधारणा करण्यासाठी प्रयत्न करण्यात आले. त्यामुळे सहकारी संस्थांची गुणवत्ता वाढीस लागली. सहकार चळवळीवरील लोकांचा विश्वास संपादन करण्यास मदत होऊ लागली. सहकार चळवळ जनसामान्यांना आपली वाटू लागली. त्यांचा चळवळीत सक्रिय सहभाग वाढण्यास सुरुवात झाली.

१.३ भारतातील सहकार चळवळीच्या विकासाची सद्य:परिस्थिती (Recent Scenario of Co-operative Movement in India)

सहकारी संस्थांचा गुणात्मक सुधारणा कार्यक्रम - सहकारी संस्थांना

लोकशाही व्यवस्थापन आणि स्वायत्तता प्राप्त करण्यासाठी डिसेंबर २०१२मध्ये भारतीय संसदेने ९७व्या घटना दुरुस्तीस मान्यता दिली. या घटना दुरुस्तीच्या तरतुदीनुसार राज्यांच्या सहकारी संस्थांच्या कायद्यामध्ये आणि आदर्श उपविधींमध्ये आवश्यक त्या सुधारणा करण्यात आल्या. सहकार चळवळ अधिकाधिक लोकाभिमुख करण्यासाठी, सभासदांमध्ये जागृती निर्माण करण्यासाठी सभासदांचे क्रियाशील सभासद (Active Member) आणि निष्क्रिय सभासद (Non Active Member) असे वर्गीकरण करण्यात आले. त्याचप्रमाणे सहकारी संस्थांच्या व्यवस्थापनात सुधारणा करण्यासाठी तज्ज्ञ संचालक (Expet Director) आणि कार्यकारी संचालक (Functional Director) अशी पदनिर्मितीही करण्यात आली. त्याचबरोबर सहकारी संस्थांच्या लेखापरीक्षणाबाबतही सुधारणा करण्यात आल्या. संस्थांनाच लेखापरीक्षकांची नियुक्ती करण्याचे अधिकार देण्यात आले. तसेच सहकारी संस्थांचे लोकशाहीकरण करताना सहकारी संस्थांच्या संचालक मंडळातील सदस्यांच्या नियुक्तीसाठी स्वतंत्र निवडणूक यंत्रणा निर्माण करण्यात आली. त्यामुळे सहकारी संस्था अधिक लोकाभिमुख, स्वायत्त आणि आत्मनिर्भर होण्यास मदत झाली. तर दुसऱ्या बाजूस सहकारी संस्थांच्या संदर्भातील आर्थिक सुधारणांच्या पार्श्वभूमीवर दुर्बल सहकारी संस्था ज्या दीर्घ काळ सातत्याने तोट्यात होत्या आणि ज्यांचे कामकाज बंद होते अशा संस्थांचे दुसऱ्या संस्थांमध्ये विलीनीकरण करण्यात आले अथवा बंद करण्यात आल्या. त्यामुळे सहकार चळवळीचा संख्यात्मक विकास होत असतानाच गुणात्मक विकासालाही प्राधान्य देण्यात आल्याचे दिसून येते. २१व्या शतकातील सहकार चळवळीतील या सुधारणा कार्यक्रमानंतर भारतातील सहकार चळवळीच्या विकासाचा आढावा एका दृष्टिक्षेपात खालीलप्रमाणे-

तक्ता क्र. १.९ भारतातील सहकार चळवळीची सद्य:स्थिती (२०१६-१७)

तपशील	संख्या
एकूण सहकारी संस्था	८,५४,३५५
सर्व प्रकारच्या पतपुरवठा संस्था	१,७७,६०५
सर्व प्रकारच्या बिगर वित्तीय संस्था	६,७६,७५०
एकूण सभासद (दशलक्ष)	२९०.०६
सर्व प्रकारच्या संस्थांचे भाग भांडवल (दशलक्ष)	४,०६,८८६.८
वित्तीय व बिगर वित्तीय संस्थांचे खेळते भांडवल (दशलक्ष)	१,२५,३६,१७४

(संदर्भ - Indian Co-operative Movement A Statistical Profile 15th Edition, Published by National Co-operative Union, Delhi, December 2018, pg 47).

शतकोत्तर काळात भारतातील सहकार चळवळीत अनेक सुधारणा करण्यात आल्या. त्यांपैकी काही सुधारणांमुळे सहकार चळवळींचा संख्यात्मक आणि गुणात्मक विकास होण्यास महत्त्वाची मदत झाली. विशेषत: १९९१ साली हाती घेण्यात आलेला आर्थिक सुधारणा कार्यक्रम आणि २०१२ साली करण्यात आलेली ९७वी घटना दुरुस्ती यामुळे सहकार चळवळीला एक नवी दिशा मिळाली, त्यामुळे सहकार चळवळ अधिक स्वायत्त बनण्यास मदत झाली. त्याचबरोबर तज्ज्ञ संचालक, कार्यकारी संचालक, आणि क्रियाशील सभासदांच्या तरतुदींमुळे या चळवळीत सामान्य सभासदांचा सक्रिय सहभाग वाढला आणि सहकार चळवळी अधिकाधिक लोकाभिमुख होऊ लागली. या काळात देशात एकूण ६,४४,४५८ खेड्यांमध्ये प्राथमिक कृषी पतपुरवठा संस्थांनी सहकार चळवळीची व्याप्ती वृद्धिंगत केली.

१.४ महाराष्ट्रातील सहकार चळवळ (Co-operative Movement in Maharashtra)

अ) सहकार चळवळीतील नेतृत्व – १ मे १९६० रोजी महाराष्ट्र राज्याची निर्मिती झाल्यानंतर कै. लल्लूभाई शामळदास, कै. वैकुंठभाई मेहता, कै. पद्मश्री विठ्ठलराव विखे पाटील, कै. डॉ. धनंजयराव गाडगीळ, कै. डी.जी. कर्वे, कै. यशवंतराव चव्हाण, कै. वसंतदादा पाटील आदी नि:स्पृह व थोर नेत्यांच्या प्रयत्नांमुळे राज्यात सहकार चळवळीचा झपाट्याने विस्तार झाला. त्यानंतरच्या काळातही अनेक नेत्यांनी तथा कार्यकर्त्यांनी या थोर मंडळींकडून स्फूर्ती घेऊन अनेक सहकारी संस्थांची उभारणी केली. सशक्त सहकार चळवळ हे महाराष्ट्रातील सहकार चळवळीचे एक वैशिष्ट्य मानले गेले. परंतु, मुक्त आर्थिक वातावरणातील स्पर्धेत ही सहकार चळवळ तिच्या वैशिष्ट्यांमुळेच टिकून आहे.

ब) संख्यात्मक वाढ – महाराष्ट्र राज्याच्या निर्मितीनंतर राज्यात झालेल्या सहकार चळवळीच्या विस्ताराचा आढावा खालील आलेखामध्ये दर्शविला आहे.

आलेख क्र. १.१ महाराष्ट्रातील सहकारी संस्थांची संख्यात्मक वाढ

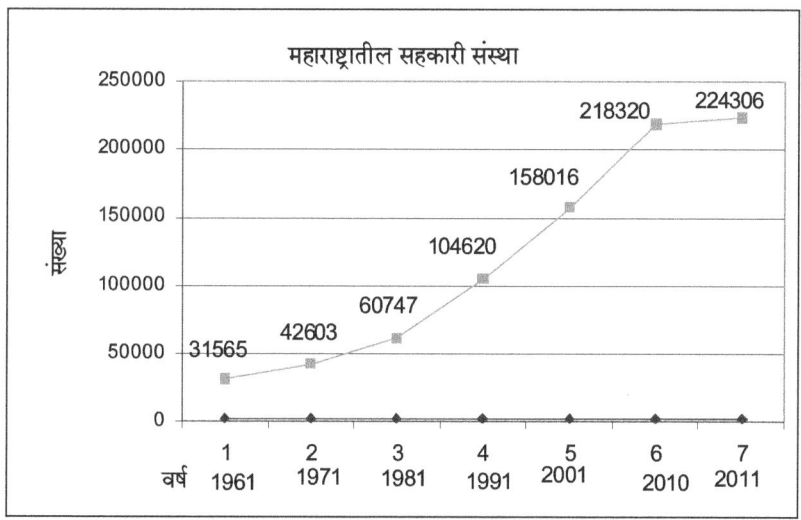

(स्रोत – महाराष्ट्रातील सहकार चळवळ एका दृष्टिक्षेपात २०११, सहकार आयुक्त व निबंधक सहकारी संस्था, पुणे १).

वरील आलेखावरून हे निदर्शनास येते की, महाराष्ट्रातील सहकारी संस्थांची एकूण संख्या १९६१ पासून सातत्याने वाढत आहे. महाराष्ट्रातील सहकारी संस्थांची एकूण संख्या २०१५ साली २,२५,७२१ इतकी झाली. त्यानंतर मात्र या संख्येत घट होऊ लागली आहे. २०१६ साली राज्यातील सहकारी संस्थांची एकूण संख्या १,९६,९०७ इतकी झाली तर २०१७ साली त्यामध्ये घट होऊन ही संख्या १,९५,३०१ इतकी झाली आहे. सहकारी संस्थांच्या संख्येमध्ये जी घट होत त्यासाठी ज्या सहकारी संस्था नोंदणीकृत झाल्या परंतु ज्यांनी व्यवसाय सुरूच केला नाही अशा संस्थांची नोंदणी रद्द करण्यात आली. तसेच काही सहकारी संस्था इतर संस्थांमध्ये विलीन झाल्या त्यामध्ये प्रामुख्याने सहकारी बँका, पतसंस्था आणि साखर कारखाने यांचाही समावेश आहे.

महाराष्ट्रातील सहकारी संस्थांची ही संख्यात्मक वाढ सर्वच क्षेत्रातील सहकारी संस्थांच्या बाबतीत सारखीच आहे, असे मात्र नाही. सहकारी संस्थांच्या एकूण संख्येत १९६१ साली ३१,५६५ पैकी कृषी पतसंस्थांची संख्या २१,४३८ इतकी होती, त्यामध्ये १९७१ ते २०१० या कालावधीत चढ-उतार आढळून येतो तर २०११ साली कृषी पतसंस्थांची संख्या २१,४८५ इतकी होती. परंतु, कृषी पतसंस्थांची

ही संख्या २०१५, २०१६ आणि २०१७ मध्ये अनुक्रमे २१,०६४, २१,१०२ आणि २१,०८९ इतकी होती.

महाराष्ट्रातील सहकारी संस्थांच्या संख्यात्मक वाढीमध्ये कृषी पतसंस्थांची विशेष भर पडली नसली तरीही सहकार चळवळीमध्ये बिगर कृषी पतसंस्था, पणन संस्था, उत्पादक संस्था आणि ग्राहक भांडारे तथा समाजसेवी सहकारी संस्थांची संख्या मोठ्या प्रमाणात वाढली. बिगर कृषी पतसंस्थांची संख्या १९६१ साली १६३१ इतकी होती ती २०११मध्ये २३४३४ होती तर ती २०१७ साली २०४६५ इतकी झाली. त्याचप्रमाणे पणन (Marketing) संस्थांची संख्या १९६१ साली अवघी ३४४ होती त्यामध्ये वाढ होऊन ही संख्या २०११मध्ये १७७९ साली तर पुन्हा त्यामध्ये घट होऊन पणन संस्थांची संख्या २०१७मध्ये १२०७ इतकी होती. महाराष्ट्रामध्ये १९६१ साली उत्पादक संस्थांची (उदा. साखर कारखाने, भात गिरण्या इ.) ४३०६ होती त्यामध्ये मोठ्या प्रमाणात वाढ होऊन ही संख्या २०११ साली ४८८४८ इतकी झाली आहे. तर सहकार चळवळींमध्ये सर्वाधिक संख्यात्मक वाढ समाजसेवी संस्थांनी नोंदविली आहे. या संस्थांची संख्या १९६१ साली ३८४६ इतकी होती ती २०११ मध्ये १२८६६० इतकी झाली.

क) लोकसहभाग (अर्थात सभासद संख्या) – सहकारी संस्थांच्या एकूण संख्येप्रमाणेच त्यांच्या सभासद संख्येतही सातत्याने वाढ झाली आहे. ही वाढ पुढील तक्त्यामध्ये दर्शविली आहे–

तक्ता क्र. १.१० महाराष्ट्रातील सहकारी संस्थांची सभासद संख्या

(संख्या लाखात)

वर्ष	एकूण सभासद (लाखात)
१९६१	४२
१९७१	८६
१९८१	१४८
१९९१	२७०
२००१	४३०
२०१०	५४२
२०११	५३०

(स्रोत – महाराष्ट्रातील सहकार चळवळ एका दृष्टिक्षेपात २०११, सहकार आयुक्त व निबंधक सहकारी संस्था, पुणे–१).

सहकारी संस्थांच्या संख्यावाढीबरोबरच सहकारी संस्थांच्या एकूण सभासद संख्येतही लक्षणीय वाढ झाल्याचे वरील तक्त्यामधून दिसून येते. परंतु, वर्ष २०११ मध्ये एकूण सहकारी संस्थांची संख्या वाढलेली असूनही सभासदांची संख्या मात्र घटल्याचे दिसून येते. तर वर्ष २०१७ सालीसुद्धा सहकारी संस्थांच्या सभासद संख्येत घट होऊन ती ५२५ लाख इतकी झाली आहे. म्हणजेच महाराष्ट्रातील सहकार चळवळीचा जनाधार २१व्या शतकाच्या दुसऱ्या दशकामध्ये कमी होत असल्याचे निदर्शनास येते.

(ड) आर्थिक वृद्धी (भाग भांडवल) – महाराष्ट्रातील सहकारी संस्थांच्या ह्या एकूण सभासदांनी सहकारी संस्थांचे जे भाग धारण केले त्याची एकूण रक्कम अर्थात सहकारी संस्थांचे एकूण भरणा झालेले भाग भांडवल यांचा आढावा पुढीलप्रमाणे–

तक्ता क्र. १.११ महाराष्ट्रातील सहकारी संस्थांचे भारणा झालेले भाग भांडवल

वर्ष	भाग भांडवल (रु.कोटी)
१९६१	५३
१९७१	२३८
१९८१	६००
१९९१	१९५७
२००१	७५६०
२०१०	१५०१५
२०११	२०५४३

(स्रोत – महाराष्ट्रातील सहकार चळवळ एका दृष्टिक्षेपात २०११, सहकार आयुक्त व निबंधक सहकारी संस्था, पुणे १).

सहकारी संस्थांच्या संख्यात्मक वाढीबरोबरच त्यांच्या एकूण भाग भांडवलाच्या रक्कमेतही सातत्याने वाढ झाली आहे. २०१५ साली या सहकारी संस्थांचे एकूण भरणा झालेले भाग भांडवल २०,७२१ कोटी रुपये होते. परंतु, त्यामध्ये २०१६ व २०१७ साली घट होऊन हे भाग भांडवल अनुक्रमे १९,९४६ व १९,७१४ कोटी रुपये इतके झाले आहे. वास्तविक पाहता सहकारी संस्थांची संख्या जरी कमी झाली तरी सहकारी संस्थांच्या सभासदांमध्ये वाढ होणे अपेक्षित होते त्यामुळे सहकार चळवळ अधिकाधिक लोकांपर्यंत पोहोचली असती. तिचा जनाधार वाढला असता. त्यामुळे

सहकार चळवळीच्या गुणात्मक विकासामध्ये अडचणी निर्माण झाल्याचे दिसून येत आहे.

(इ) खेळते भांडवल – महाराष्ट्रातील सहकारी संस्थांच्या भरणा झालेल्या भागभांडवलात जरी घट झाली असली तरी त्यांच्या खेळत्या भांडवलात मात्र लक्षणीय वाढ झाली आहे. महाराष्ट्रातील एकूण सहकारी संस्थांचे एकूण खेळते भांडवल १९६१ साली ३२६ कोटी रु. होते. त्यामध्ये वाढ होऊन ते १९७१ साली त्याची एकूण रक्कम १४९० कोटी रु. इतकी झाली. त्यानंतरच्या काळातही सहकारी संस्थांच्या ह्या खेळत्या भांडवलामध्ये सातत्याने वाढ होत असल्याचे दिसून येते. खेळत्या भांडवलातील हा वृद्धी कल खालील आलेखाच्या साहाय्याने दर्शविला आहे.

आलेख क्र. १.२ महाराष्ट्रातील सहकारी संस्थांच्या खेळत्या भांडवलाचा कल

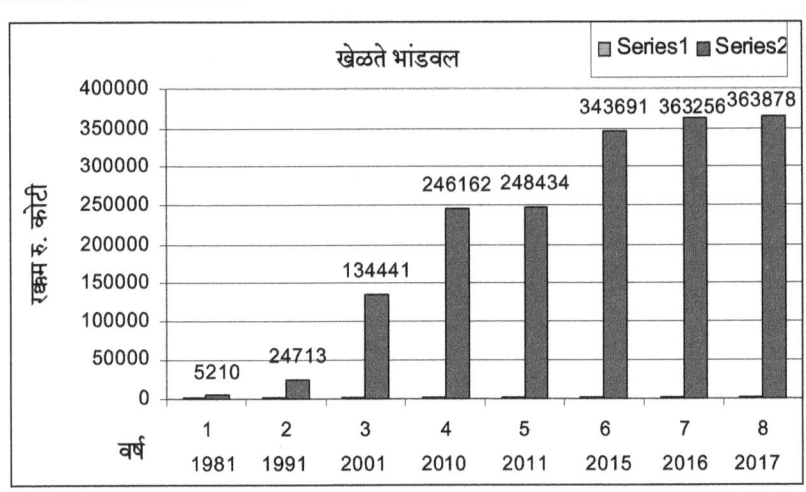

(स्रोत – महाराष्ट्रातील सहकार चळवळ एका दृष्टिक्षेपात २०११, सहकार आयुक्त व निबंधक सहकारी संस्था, पुणे-१ आणि Economic Survey of Maharashtra 2017-18).

महाराष्ट्रातील सहकारी संस्थांच्या एकूण संख्येत, सभासद संख्येत त्याचप्रमाणे भरणा झालेल्या भागभांडवलात जरी घट होत असली तरी या संस्थांच्या एकूण खेळत्या भांडवलाच्या रकमेत मात्र वृद्धीचा कल कायम असल्याचे वरील आलेखावरून स्पष्ट होते. अर्थात, या संस्थांच्या व्यावसायिक उलाढालीत वाढ होत आहे म्हणजेच सहकार चळवळ व्यावसायिक पातळीवर आजही तिचा असणारा जनाधार मिळविण्यात यशस्वी होत आहे असे म्हणता येईल.

(ऊ) इतर क्षेत्रातील सहकार चळवळीची प्रगती – महाराष्ट्रातील सहकार

चळवळीचे आणखी एक वैशिष्ट्य म्हणजे या चळवळीची विविधता. म्हणजे वेगवेगळ्या प्रकारच्या तथा क्षेत्रातील सहकारी संस्थांची वाढ. सहकार चळवळ जरी प्रामुख्याने पतपुरवठा करण्याच्या उद्देशाने सुरू करण्यात आली होती, तरी स्वातंत्र्योत्तर भारतात आणि विशेषत: महाराष्ट्रात इतर क्षेत्रातही सहकार चळवळीचा प्रसार झपाट्याने झाल्याचे दिसून येते. यामध्ये महाराष्ट्रातील उत्पादक संस्था उदा. साखर कारखाने, भात गिरण्या, सूत गिरण्या इ.ची संख्या १९६१ साली ४,३०६ इतकी होती त्यामध्ये वाढ होऊन उत्पादक संस्थांची एकूण संख्या २०११ साली ४८,८४८ इतकी झाली. त्याचबरोबर समाजोपयोगी सहकारी संस्था उदा. ग्राहक भांडारे, गृहनिर्माण संस्था इ. ची संख्या १९६१ साली ३,८४६ होती त्यामध्ये वाढ होऊन त्यांची संख्या २०११ साली १,२८,६६० इतकी लक्षणीय झाली. असे असले तरी उत्पादक संस्थांमध्ये प्रामुख्याने साखर कारखाने विशेषत: २१व्या शतकाच्या सुरुवातीच्या काळात आर्थिकदृष्ट्या अडचणीत असल्याने बंद पडले. अशा बंद पडलेल्या कारखान्यांची खासगी गुंतवणुकदारांना विक्री करण्यात येऊन त्याचे खासगीकरण करण्यात आले. त्याचप्रमाणे महाराष्ट्रातील सहकारी ग्राहक भांडार चळवळही अपेक्षितरीत्या यशस्वी झाली नाही. समाजोपयोगी संस्थांची लक्षणीय वाढ दिसत असली तरी त्यामध्ये नागरीकरणामुळे गृहनिर्माण संस्थांची संख्या लक्षणीयरीत्या वाढली आहे.

१.५ भारतातील सहकार चळवळीच्या विकासातील समस्या व आव्हाने (Problems & Challenges of Co-operative Movement)

भारतातील सहकार चळवळीची अगदी सुरुवातीच्या काळापासून २१व्या शतकातही संख्यात्मक वाढ सातत्याने होतच राहिली. तरीही सहकार चळवळीत काही उणिवा अथवा दोष असल्याचे निदर्शनास येते. त्यामुळे या चळवळीच्या गुणात्मक विकासावर परिणाम झाला. सहकार चळवळ सामान्य जनतेची स्वयंस्फूर्त चळवळ आहे असे चित्र निर्माण करण्यात काही अंशी चळवळीत आव्हाने निर्माण झाली. सहकार चळवळीतील या उणिवा, समस्या आणि आव्हाने पुढीलप्रमाणे-

१) **प्रादेशिक असमतोल (Regional Imbalance)** – १९१९ सालच्या सहकार कायद्याने सहकार विषय प्रांतांकडे (राज्यांकडे) वर्ग केला. परंतु, स्वातंत्र्योत्तर भारतातील सहकार चळवळीच्या विकासामध्ये प्रादेशिक असमतोल आढळून येतो. सहकारी संस्थांच्या उभारणीत आणि विकासामध्ये महाराष्ट्र, गुजरात, आंध्रपदेश, तेलंगाणा यांसारखी राज्ये प्रगती करत आहेत. तर देशातील अनेक राज्यात व केंद्रशासित प्रदेशात सहकार चळवळीची प्रगती संथ गतीने होत आहे. सहकार चळवळीच्याबाबतीत देशातील या असमान प्रगतीची रुपरेखा खालील तक्त्यामधून स्पष्टपणे दिसून येतो.

तक्ता क्र. १.१२ भारतातील सहकार चळवळीचा प्रादेशिक असमतोल

(३१ मार्च २०१७)

राज्य	सहकारी संस्थांची एकूण संख्या
महाराष्ट्र	२०५८८६
गुजरात	७७५५०
आंध्र प्रदेश	७३२१८
तेलंगाणा	६५१५६
उत्तरप्रदेश	४८१८८
मध्यप्रदेश	४७४१५
कर्नाटक	४०९३८
बिहार	३९१६९
पश्चिम बंगाल	३३६५६
राजस्थान	२८४५९
हरियाणा	२४५७२
तामिळनाडू	२४४८२
केरळ	१९२६३
पंजाब	१७४३७
ओडिशा	१७३३०
झारखंड	१३८५५
छत्तीसगढ	११३६४
आसाम	१०२४६
मणिपूर	९२३७
नागालँड	९०५९
दिल्ली	६३६०
उत्तराखंड	५६२३
सिक्कीम	५४६४
हिमाचल प्रदेश	५३९४
गोवा	३८२२
अंदमान व निकोबार	२१०४
त्रिपुरा	२०६७

राज्य	सहकारी संस्थांची एकूण संख्या
जम्मू व काश्मिर	२०२०
मेघालय	१५५५
मिझोराम	१४३७
अरुणाचल प्रदेश	७८३
पुद्दुचेरी	५३२
दादरा व नगर हवेली	२७४
चंदिगड	२४३
दमण व दीव	१०६
लक्षद्वीप	८१

(**संदर्भ** – Indian Co-operative Movement A Statistical Profile 15th Edition, Published by National Co-operative Union, Delhi, December 2018, pg. 48).

२) **सहकारी संस्थांचा छोटा आकार (Small Size of Co-op. Societies)** – स्वातंत्र्योत्तर काळात अखिल भारतीय ग्रामीण पतपुरवठा पुनर्पाहणी समितीने (१९६९) बहुसंख्य प्राथमिक सहकारी कृषी पतपुरवठा संस्था आकाराने लहान असून त्या आर्थिकदृष्ट्या सक्षम नाहीत असे मत मांडले. त्यामुळे त्यांची पुनर्रचना करण्यात आली. परिणामी भारतातील १९६०-६१ साली त्यांची संख्या २,१२,००० होती ती कमी होऊन ८८,००० इतकी झाली. त्यानंतरच्या आर्थिक सुधारणाकाळातही अशा अनेक छोट्या आकाराच्या संस्था आर्थिकदृष्ट्या अकार्यक्षम असल्याचे आढळून आले आहे. तसेच अनेक छोट्या सहकारी संस्था या एकल कार्यकारी (Single Tasking Societies) संस्था आहेत.

३) **निष्क्रिय संस्था (Non Performing Societies)** – २०१६-१७ साली देशातील एकूण ५२,४४० सहकारी संस्थांचा कारभार बंद असल्याचे दिसून आले. तर अनेक छोट्या-मोठ्या सहकारी संस्था तोट्यात चालू असल्याचेही आढळून आले आहे. २०१२-१३मध्ये महाराष्ट्रातील एकूण २,२७,९३८ सहकारी संस्थांपैकी ३३,१२७ संस्था तोट्यात होत्या. यांपैकी अनेक पतपुरवठा संस्थांपुढे थकबाकीची आणि अनुत्पादक मालमत्तेची समस्या गंभीर स्वरूपात आहे.

४) **आर्थिक अवलंबित्व (Over dependence)** – ९७व्या घटना दुरुस्तीने सहकारी संस्था अधिकाधिक स्वावलंबी, स्वायत्त होण्यासाठी कायद्यामध्ये सुधारणा करण्यात आल्या. तरीही अनेक सहकारी संस्थांचे भागभांडवल अत्यल्प असल्याने व्यावसायिक उलाढालींसाठी, खेळत्या भांडवलासाठी त्या शासकीय मदतीवर अवलंबून आहेत. त्यामुळे शासकीय मदत प्राप्त करणाऱ्या संस्थांच्या व्यवस्थापनावर पतपुरवठा करणाऱ्या शिखर संस्थांचे अथवा वित्तीय संस्थांचे अप्रत्यक्ष नियंत्रण असते. अशा संस्थांच्या व्यवस्थापनामध्ये सरकारी हस्तक्षेप होतो. त्यामुळे अशा संस्थांची स्वायत्तता मर्यादित राहते.

५) **व्यावसायिक व्यवस्थापनाचा अभाव (Lack of Professional Management)** – आधुनिक काळातील नवीन उत्पादन तंत्र, व्यवस्थापन, स्पर्धा यांसारख्या आव्हानांचा सामना करताना गतिशील, कुशल आणि कृतिशील व्यवस्थापनाची गरज आहे. त्याचप्रमाणे व्यवस्थापकीय तंत्र वापरून शीघ्र निर्णय घेणे, त्याची अंमलबजावणी करणे यांसारखे कसब प्राप्त करून उत्पादकता वाढविणारे व्यावसायिक व्यावस्थापन सहकारी संस्थांकडे उपलब्ध नसल्याचे दिसून येते.

६) **राजकीय हस्तक्षेप/प्रभाव (Influence of Politics)** – सहकारी संस्थांचा कारभार चालविण्यासाठी संचालकांची नियुक्ती ही लोकशाही पद्धतीने म्हणजे 'एक सभासद-एक मत' याप्रमाणे मतदानाच्या माध्यमातून होते. त्यामुळे सहकारी साखर कारखाने, सूत गिरण्या, बँका व इतरही अनेक सहकारी संस्थांच्या संचालक मंडळामध्ये राजकीय लोकांचा सहभाग आढळून येतो. प्रसंगी राजकीय हितसंबंधांमुळे संस्था हितास बाधक निर्णय घेतले जातात.

७) **भ्रष्टाचार** – सहकारी संस्थांमध्ये विशेषत: वित्तीय संस्थांमध्ये नातेसंबंध, मित्रमंडळी असे आप्तस्वकीय हितसंबंध जपण्यासाठी पतपुरवठा केला जातो. परिणामी थकबाकीची समस्या निर्माण होते आणि संस्थांना खेळत्या भांडवलाची समस्या निर्माण होते. संस्थांना तोटा होतो. वित्तीय संस्थांप्रमाणेच सहकारी साखर कारखाने, सूत गिरण्या आणि इतर औद्योगिक सहकारी संस्थांमध्येही भ्रष्टाचारामुळे संस्थांना तोटा झाला आणि संस्था निष्क्रिय झाल्याचे समोर आले आहे. त्यामुळे सर्वसामान्य लोकांचा सहकारी संस्थांवरील, चळवळींवरील विश्वास कमी होत चालला आहे.

८) **स्पर्धात्मकेचा अभाव** – आधुनिक काळात इंटरनेट सारख्या तंत्रज्ञानावर आधारित अनेक सेवा-सुविधा उपलब्ध होत आहेत. वित्तीय क्षेत्रात मोबाईल

बँकींग सेवेचा विस्तार होत आहे. तसेच घरपोच वस्तू व सेवांचा पुरवठा करणाऱ्या व्यावसायिक संस्थांचाही विस्तार होत आहे. तर दुसरीकडे सहकारी संस्थांचा कारभार हा पारंपरिक पद्धतीने चालू आहे. या संस्था इंटरनेट आधारित व्यवसाय करण्यास असमर्थ ठरत आहेत. त्यामुळे वाढत्या स्पर्धेमध्ये त्यांना व्यावसायिक मर्यादा आहेत. स्पर्धात्मकतेचा अभाव संस्थांच्या प्रगतीवर परिणाम करत आहे.

९) **खासगीकरण** – विशेषत: महाराष्ट्रातील साखर कारखान्यांनी महाराष्ट्र राज्य सहकारी बँकेकडून घेतलेली मोठ्या रकमेची कर्जे थकीत झाल्याने कारखान्यांवर कारवाई करण्यात आली आणि काही साखर कारखाने खासगी क्षेत्राला विकण्यात आले. त्यामुळे सहकारातून खासगीकरणाकडे चळवळ वाटचाल करत असल्याचे दिसून येते.

१०) **लोकसहभाग** – व्यापक लोकसहभागाशिवाय कोणतीही चळवळ यशस्वी होऊ शकत नाही. देशाच्या ग्रामीण भागातील अनेक लोक सहकारी संस्थांच्या कारभाराविषयी अपरिचीत आहेत. सहकारी संस्थांचे उद्देश, महत्त्व यासंदर्भात त्यांना विशेष माहिती नाही. त्यामुळे सहकारामध्ये उच्च शिक्षित वर्ग सहकार चळवळींपासून दूर आहे. तर सहकारी संस्थांसुद्धा उच्च शिक्षित, अनुभवी लोकांना सहकार चळवळीशी जोडण्यात उदासीन असल्याचे दिसते. त्यामुळे अधिकाधिक लोकसहभागाचे आव्हान या चळवळी पुढे आहे.

समारोप

स्वातंत्र्यपूर्व भारतामध्ये १९०४च्या सहकार कायद्याने सुरू झालेल्या सहकार चळवळीने स्वातंत्र्योत्तर काळात २०२० पर्यंत म्हणजे ११६ वर्षांमध्ये मोठ्याप्रमाणात संख्यात्मक प्रगती साधली आहे. तरीही सहकार चळवळ ही सर्वसामान्य लोकांची चळवळ आहे अशी भावना जनमानसामध्ये रुजवण्यात ही चळवळ अपेक्षेनुसार यशस्वी झाली आहे असे म्हणता येत नाही. आज सहकार चळवळी समोर अनेक आव्हाने आहेत. या आव्हानांवर मात करण्यासाठी सहकारी संस्था अधिनियम (कायदा), नियम, उपविधी आणि शिक्षण, प्रशिक्षण अशा इतरही अनेक पातळीवर सुधारणा करण्यात येत आहे. त्यामुळे सहकारी चळवळीचा गुणात्मक विकास होऊन सहकार चळवळ यशस्वी होण्यास सुरूवात होत आहे ही अशादायी बाब आहे.

प्रकरण – २

सहकार कायद्याची कार्यकक्षा
(Framework of Co-operative Law)

प्रस्तावना

शालेय शिक्षणातील नागरिकशास्त्र विषयामधील लोकशाहीच्या व्याख्येप्रमाणेच, सहकार चळवळ म्हणजे लोकांनी लोकांच्या कल्याणासाठी चालविलेली लोकांची चळवळ असे म्हटले जाते. परंतु, शतकोत्तर वाटचाल करणाऱ्या या सहकार चळवळीला मोठ्या प्रमाणात जनाधार मिळविण्यात अपयश आले आहे. एकीकडे सहकारी संस्थांची संख्यात्मक प्रगती मोठ्या प्रमाणात होत असताना दुसरीकडे स्पर्धात्मक वातावरणात सहकार चळवळीचा आहे तो जनाधार टिकविणेसुद्धा आव्हानात्मक होत आहे. कारण सहकार चळवळीतील अनेक वित्तीय संस्था आणि कारखाने आजरी उद्योग म्हणून गणले जात आहेत. २१व्या शतकातील आधुनिक तंत्रज्ञानावर आधारित व्यावसायिक व्यवस्थापन करण्यात सहकारी संस्थांना म्हणावे तितके यश प्राप्त झालेले नाही. खरे तर भारतात सहकार चळवळ ही राज्य पुरस्कृत (State sponsored/Government sponsored) चळवळ म्हणूनच ओळखली जाते. सहकारी संस्थांमधील सरकारी हस्तक्षेप दूर करून सहकारी संस्था अधिकाधिक स्वावलंबी व्हाव्यात. सहकार चळवळीतील राजकीय वर्चस्व कमी व्हावे. चळवळीमध्ये सर्वसामान्य लोकांचा सक्रिय सहभाग वाढावा आणि चळवळीचा गुणात्मक विकास व्हावा या प्रमुख उद्देशानेच सहकारी संस्थांच्या वैधानिक सीमारेखा बदलण्यासाठी भारत सरकारने ९७वी घटना दुरुस्ती लागू केली. त्यानुसार देशातील प्रत्येक राज्य शासनाने घटनेतील तरतुदींशी सुसंगत सुधारणा लागू करण्यासाठी सहकारी संस्था कायद्यामध्ये अनेक सुधारणा करणे राज्यांना बंधनकारक होते. त्याअनुषंगाने महाराष्ट्र राज्य सहकारी संस्था अधिनियम १९६०च्या सुधारणा विधेयकास १३ ऑगस्ट २०१३ रोजी मा. राज्यपालांची

मान्यता मिळाली आणि हा महाराष्ट्र राज्य सहकारी संस्था (सुधारणा) अधिनियम (क्र.१६) २०१३ राज्यातील सहकारी संस्थांना लागू करण्यात आला.

महाराष्ट्र सहकारी संस्था अधिनिमय १९६० सुधारणा अधिनियम २०१३ मधील विविध कायदेशीर तरतुदींची ओळख सर्वसाधारण लोकांना व्हावी. त्यांचा सहकार चळवळीत सक्रिय सहभाग वाढावा. सहकार चळवळीचा गुणात्मक विकास व्हावा. या उद्देशांनी या प्रकरणात महाराष्ट्र राज्य सहकारी संस्था अधिनियमातील काही महत्त्वाच्या कलमांची सर्वसाधारण ओळख खालीलप्रमाणे मांडली आहे. तरीही कोणत्याही संबंधित घटकांनी कायदेशीर प्रक्रियेसाठी मूळ शासकीय राजपत्र अथवा प्रमाणित कायद्याच्या पुस्तकांचा संदर्भ घ्यावा असे विशेषपणे नमूद करीत आहोत.

२.१ सहकारी संस्थांची नोंदणी (Registration of Co-operative Society)

महाराष्ट्र सहकारी संस्था अधिनियमाच्या प्रकरण २मध्ये सहकारी संस्थांच्या नोंदणीसंबंधी तरतुदी दिल्या आहेत. या प्रकरणात एकूण मुख्य कलम ३ ते मुख्य कलम २१ समाविष्ट आहेत. सर्वसामान्य लोकांना सहकारी संस्थांची नोंदणी प्रक्रिया समजण्यासाठी यातील महत्त्वाच्या कलमांची माहिती पुढीलप्रमाणे दिली आहे.

या कायद्यातील कलम ३ सहकारी संस्था निबंधक आणि त्यांचे सहकारी/ सहयोगी कर्मचारी यासंबंधी आहे, तर कलम ३-अ तात्पुरत्या स्वरूपातील रिक्त पद आणि पदभार यासंबंधी आहे. या कायद्यातील **कलम ४** नुसार कोणत्या संस्थांची नोंदणी केली जाऊ शकते ते पुढीलप्रमाणे दिले आहे–

ज्या संस्थेचा हेतू किंवा उद्दिष्टे सहकारी तत्त्वांनुसार तिच्या सभासदांचे किंवा जनतेच्या आर्थिक हिताचे किंवा सर्वसाधारण कल्याण करणे, त्याचे संवर्धन करणे हे असतील अशा संस्थेची किंवा अशा कोणत्याही संस्थेचे कामकाज सुचारूपणे व्हावे या उद्देशाने स्थापन केलेल्या संस्थेची नोंदणी सहकार कायद्याच्या तरतुदींनुसार करता येईल.

असे असले तरी, कोणतीही संस्था आर्थिकदृष्ट्या दुर्बल होण्याचा संभव असेल किंवा जिच्या नोंदणीमुळे सहकार चळवळीच्या विकासावर प्रतिकूल परिणाम होण्याची शक्यता असेल किंवा राज्यशासन वेळोवेळी काढणाऱ्या धोरणविषयक निर्देशांच्या विरोधी असण्याची शक्यता असेल अशा कोणत्याही संस्थेची नोंदणी करता येणार नाही.

सहकार कायद्याच्या नोंदणी या प्रकरणातील **कलम ५** नुसार सहकारी संस्थांची नोंदणी करताना त्याचे दायित्व निश्चित करून दायित्वासहित नोंदणी करण्याची तरतूद करण्यात आली आहे. त्यानुसार सहकारी संस्थांची नोंदणी ही मर्यादित किंवा अमर्यादित

दायित्वासह करता येते. त्यामुळे संस्थेची नोंदणी करताना तिची जबाबदारी ही मर्यादित की अमर्यादित स्वरूपाची आहे हे नमूद करणे आवश्यक आहे. मर्यादित दायित्व असणाऱ्या संस्थेच्या सभासदांचे दायित्व तिच्या उपविधीअन्वये मर्यादित करण्यात आलेले असते. तर ज्या संस्थेचे सभासद बाहेरील कर्ज अथवा देणी देण्यासाठी व्यक्तिश: व संयुक्तरीत्या जबाबदार असतात व संस्थेची संपत्ती ही बाहेरील कर्ज अथवा देणी यासाठी संपूर्णपणे जबाबदार असते अशा संस्थेला 'अमर्यादित जबाबदारी संस्था' असे म्हणतात.

सहकारी संस्था नोंदविण्यासाठी काही अटी अथवा शर्तीसुद्धा कायद्यामध्ये दिलेल्या आहेत. कायद्याच्या **कलम ६** नुसार संस्था नोंदविण्यासाठी पुढील अटी वा शर्ती दिलेल्या आहेत. कलम ६(१) अन्वये सहकारी संस्थेच्या कार्यकक्षेतील वेगवेगळ्या कुटुंबातील संस्थेचे सभासद होण्यास पात्र असणाऱ्या कमीतकमी दहा व्यक्तींचा समावेश असल्याखेरीज संस्थेची नोंदणी करण्यात येणार नाही. परंतु, उपसा जलसिंचनाच्या क्षेत्रातील संस्थेची नोंदणी करण्यासाठी दहापेक्षा कमी पण पाच किंवा त्यापेक्षा अधिक सभासदांची आवश्यकता आहे. त्याचप्रमाणे सहकारी पतपुरवठा संस्थेच्या नोंदणीसाठी सभासदांच्या कार्यकक्षेतील निवासासंबंधीची अट लागू असणार नाही. असे असले तरी, निबंधकास संस्थांच्या किंवा संस्थांच्या वर्गाच्या नोंदणीसाठी मानके व अटी/शर्ती विनिर्दिष्ट करता येतील. कलम ६(२) अन्वये अमर्यादित संस्थेची नोंदणी करण्यासाठी अशी संस्था स्थापन करणाऱ्या सर्व व्यक्ती एकाच नगरात किंवा गावात किंवा गावाच्या एकाच गटात राहात असल्या पाहिजेत. कलम ६(२-अ) अन्वये पीक संरक्षण संस्थेची नोंदणी करण्यासंबंधीच्या अटी दिलेल्या आहेत; तर कलम ६(३) नुसार कोणत्याही संघीय स्वरूपाच्या संस्थेची नोंदणी करण्यासाठी कमीतकमी पाच संस्था तिच्या सभासद असणे बंधनकारक आहे. कलम ६(४) नुसार या कायद्याच्या प्रारंभापूर्वी केलेल्या कोणत्याही संस्थेच्या नोंदणीस बाधा येते असे समजण्यात येणार नाही. कलम ६(५) नुसार मर्यादित किंवा अमर्यादित हा शब्द या कायद्यानुसार नोंदलेल्या प्रत्येक संस्थेच्या नावातील शेवटचा शब्द असेल.

कलम ७ अन्वये संस्थांना किंवा संस्थांच्या वर्गाला नोंदणीविषयक शर्तींपासून सूट देण्याचा अधिकार राज्यशासनास (समान्य किंवा विशेष आदेशाद्वारे कोणत्याही संस्थेस किंवा संस्थेच्या वर्गास ते लादतील अशा शर्तींच्या अधीन) आहे.

कलम ८ नोंदणीसाठी अर्ज, (१) संस्थेने नोंदणीसाठी नियम ४मध्ये दिलेल्या नमुना 'अ' नुसार अर्ज केला पाहिजे. याअर्जासोबत संस्थेच्या उपविधीच्या ४ प्रती जोडल्या पाहिजेत. त्याचप्रमाणे संस्थेच्या वर्गासाठी विहित करण्यात येईल अशी

नोंदणी फी जमा केली पाहिजे. (२) अशा अर्जावर (अ) संघीय संस्थेखेरीज इतर संस्थेच्याबाबतीत या कायद्यान्वये अर्हताप्राप्त अशा कमीतकमी दहा व्यक्तींनी आणि (ब) संघीय संस्थेच्याबाबतीत कमीतकमी पाच संस्थांनी सह्या केल्या पाहिजेत. संस्थेच्यावतीने करण्यात आलेल्या अर्जावरील कोणतीही सही, ती ज्या व्यक्तीने केली असेल ती व्यक्ती अशा संस्थेच्या समितीची सदस्य नसेल आणि त्या व्यक्तीस समितीने आपल्या वतीने संस्थेची आणि तिच्या उपविधीची नोंदणी करण्यासाठी केलेल्या अर्जावर सही करण्यासाठी ठरावाद्वारे प्राधिकृत केलेले नसेल आणि अशा ठरावाची एक प्रत अर्जासोबत जोडली नसेल तर अशी सही वैधानिकरीत्या ग्राह्य असणार नाही.

नोंदणी **कलम ९** पोटकलम (१) अन्वये संस्थेने अधिनियमांचे व नियमांचे पालन केले आहे व तिचे उपविधी हे अधिनियम व नियम यांना विसंगत नाहीत अशी निबंधकाची खात्री पटली असेल त्यावेळेस नोंदणी अर्ज प्राप्त झाल्याच्या तारखेपासून दोन महिन्यांच्या आत संस्थेची नोंदणी करण्याचे बंधन निबंधकांवर आहे. जरी निबंधकांवर मुदतीसंबंधी बंधन असले तरी संस्थेची नोंदणी केलीच पाहिजे असे बंधन नाही. पोटकलम (२) नुसार संस्थेची नोंदणी २ महिन्यांचे आत केली पाहिजे व तसे करणे शक्य नसल्यास त्याबद्दल निबंधकाला राज्यसरकारकडे नियम ६ नुमना क प्रमाणे विहित मुदतीत नोंदणी का शक्य झाली नाही त्या कारणासहित अहवाल दाखल करावा लागतो. पोटकलम (३) अन्वये नोंदणी नाकारण्याचा निर्णय कारणासहित अर्जदार व्यक्तीस कळविला पाहिजे. पोटकलम (४) अन्वये या अधिनियमाखाली नोंदविण्यात आलेल्या सर्व संस्थांची नोंदवही ठेवण्याचे निबंधकावर बंधनकारक आहे.

नोंदणीचा पुरावा **कलम १०** नुसार निबंधकाने संस्थांची नोंदणी रद्द केल्याचे सिद्ध करण्यात आले असेल त्याखेरीज निबंधकाने सही केलेले नोंदणीचे प्रमाणपत्र हे त्यात नमूद केलेली संस्था यथोचितरीत्या नोंदणी करण्यात आली असल्याचा निर्णायक पुरावा असेल.

संस्थेची नोंदणी झाल्यावर तिला एक नोंदणी प्रमाणपत्र देण्यात येते. त्यावर निबंधकाची स्वाक्षरी असते व कार्यालयाचा अधिकृत शिक्का उठविलेला असतो. तसेच त्यावर नोंदणी क्रमांक व नोंदणी तारीख नमूद केलेली असते. नोंदणी प्रमाणपत्रासोबत नोंदविलेल्या उपविधीची प्रत देण्यात येते.

२.२ सहकारी संस्थांचे सभासद आणि त्यांचे अधिकार (Members and Their Rights)

महाराष्ट्र सहकारी संस्था अधिनियमातील प्रकरण ३मध्ये सहकारी संस्थांचे सभासद, त्यांचे हक्क/अधिकार आणि त्यांचे दायित्व (accountability) यासंबंधीच्या

तरतुदी आहेत. या प्रकरणात एकूण मुख्य कलम २२ ते मुख्य कलम ३५ यांचा समावेश आहे. सर्वसामान्य लोकांना सहकारी संस्थांचे सभासद, त्यांचे हक्क आणि त्यांचे दायित्व यासंबंधी सर्वसाधारण माहिती व्हावी या उद्देशाने या प्रकरणातील काही महत्त्वपूर्ण कलमांविषयी सर्वसाधारण माहिती येथे दिली आहे. सहकारी संस्था त्यांच्या कामकाजाच्या गरजेनुसार अनेक व्यक्ती अथवा संस्थांना वेगवेगळ्या प्रकारचे सभासदत्व बहाल करू शकतात. सहकारी संस्थांच्या सभासदांच्या या प्रकारांविषयीची माहिती पुढीलप्रमाणे- सामान्य तथा सर्वसाधारण सभासद, सहकारी तथा सहयोगी सभासद आणि क्रियाशील सभासद, नाममात्र सभासद. सभासदांच्या या विविध प्रकारांची माहिती खालीलप्रमाणे-

(अ) सहकारी संस्थाच्या सभासदांचे प्रकार

सर्वसाधारण सभासद – सहकारी संस्था अधिनियम कलम २ पोटकलम १९ कंडिका (अे) अन्वये सभासद म्हणजे ज्यांनी सहकारी संस्थेच्या नोंदणी अर्जावर सह्या केल्या असतील किंवा संस्थेच्या नोंदणी पश्चात ज्यांना संस्थेच्या सभासदांमध्ये दाखल करून घेतले असेल आणि नाममात्र किंवा सहयोगी सभासद आणि कोणतीही ठेवीदार किंवा वित्तीय सेवांचा वापर करणारी व्यक्ती होय.

सहयोगी सभासद – सहकारी संस्था अधिनियम कलम २ पोटकलम १९ कंडिका (बी) नुसार सहयोगी सभासद म्हणजे अशी व्यक्ती जिने इतरांसोबत संस्थेचे भाग धारण केले असतील, परंतु तिचे नाव भाग दाखल्यावर प्रथम नसेल अशी व्यक्ती होय.

क्रियाशील सभासद – सहकारी संस्था अधिनियम कलम २ पोटकलम १९ कंडिका (अे-१) नुसार क्रियाशील सभासद म्हणजे असा सभासद जो संस्थेच्या कामकाजात सहभागी असेल आणि संस्थेच्या उपविधी मध्ये नमूद केल्यानुसार संस्थेच्या किमान पातळीवरील सेवा अथवा उत्पादनांचा उपभोग घेत असेल असा सभासद. (क्रियाशील सभासदाची तरतूद ही ९७व्या घटनादुरुस्तीच्या अधीन सुधारणा अधिनियमामध्ये नव्याने करण्यात आली आहे.)

नाममात्र सभासद – सहकारी संस्था अधिनियम कलम २ पोटकलम १९ कंडिका (सी) नुसार नाममात्र सभासद म्हणजे अशी व्यक्ती जी संस्था नोंदणी पश्चात उपविधीतील तरतुदीनुसार दाखल करून घेतली असेल. नाममात्र सभासदास संस्थेच्या नफ्यामध्ये लाभांश रूपाने कोणत्याही प्रकारचा वाटा नसतो. तसेच त्यास संस्थेच्या मतदानामध्ये सहभागी होण्याचा हक्कही नाही.

९७व्या घटनादुरुस्तीच्या अधीन सुधारणा अधिनियमामध्ये नव्याने करण्यात

आलेल्या कायद्यातील दुरुस्तीनुसार जुना सहकारी संस्था अधिनियम १९६०च्या कलम २ पोटकलम १९ कंडिका (डी) मधील तरतुदीनुसार हितेषी सभासद तथा सहानुभूती सभासदाची तरतूद वगळ्यात आली आहे. सहकारी संस्था अधिनियमातील मुख्य कलम २४ मधील बदलानुसार हितेषी सभासद हा प्रकार वगळण्यात आलेला आहे.

सहकार कायद्यातील **कलम २२** सहकारी संस्थेचा **सभासद तथा सदस्य कोणाला होता येईल** यासंबंधी आहे. या कलमातील तरतुदीनुसार पुढील व्यक्तींना सहकारी संस्थेचा सदस्य होता येईल.

जी व्यक्ती भारतीय कराराचा कायदा १८७२ (Indian Contract Act 1872) अन्वये करार करण्यास पात्र असेल अशी व्यक्ती सहकारी संस्थेचा सभासद होऊ शकते. तसेच भागिदारी संस्था, कंपनी, अमलात असलेल्या कोणत्याही कायद्यान्वये रचना केलेले महामंडळ (Body Corporate); संस्था नोंदणी अधिनियम १८६० अन्वये नोंदलेली संस्था; महाराष्ट्र सहकारी संस्था अधिनियम १९६० अन्वये नोंदणीकृत संस्था; राज्यशासन; केंद्र शासन; स्थानिक प्राधिकरण; सार्वजनिक विश्वस्त व्यवस्था, ठेवीदार किंवा वित्तीय सेवा उपभोक्ता इ. सहकारी संस्थेचे सभासद होण्यास पात्र असतील.

सहकार कायद्यातील **कलम २३** नुसार सहकारी संस्थांचे **सभासदत्व खुले** असण्यासंबंधी आहे. खुले सभासदत्व याचा अर्थ असा नव्हे की, कोणासही संस्थेचे सभासदत्व मिळू शकते. परंतु, अधिनियम, नियम व संस्थेच्या उपविधीतील तरतुदींनुसार अटी व शर्ती पूर्ण करणाऱ्या व्यक्तीला अथवा पात्र संस्थांना योग्य त्या कारणाखेरीज सभासदत्व नाकारता येत नाही. या कलमानुसार संस्थेने सदस्यत्व दाखल करून घेण्यास नकार दिल्यास पूर्वीच्या कायद्यातील तरतुदींनुसार निबंधकाकडे अपील करता येणार असून मात्र त्यासाठी संस्थेच्या निर्णयाच्या दिनांकापासून ६० दिवसांच्या कालमर्यादेत अपील करता येणार आहे.

(ब) सहकारी संस्थेच्या सभासदांचे हक्क आणि कर्तव्ये

सहकारी संस्थेच्या सभासदांचे हक्क व कर्तव्ये या संदर्भात महाराष्ट्र राज्य सहकारी संस्था अधिनियम (सुधारणा) २०१३ अन्वये मूळ कलम २६ ऐवजी त्यामध्ये बदल करून नव्याने दाखल केले आहे. या नव्या सुधारणा कायद्यातील कलम २६ (१) मधील तरतुदीनुसार कोणीही सभासद, अधिनियमात, नियमात आणि उपविधीमध्ये तरतूद केली असेल अशा हक्कांचा वापर करण्यास हक्कदार असेल.

मुख्य अधिनियमाच्या कलम २६मध्ये सदस्याचे हक्क आणि कर्तव्यात दुरुस्ती अन्वये बदल केलेला असून सदस्यांच्या कर्तव्यात वाढ करण्यात आलेली आहे.

सदस्याने लागोपाठ पाच वर्षांच्या कालावधीत अधिमंडळाच्या किमान एका सभेला उपस्थित राहण्यासह उपविधीतील तरतुदीनुसार संस्थेच्या सेवासुविधांचा किमान मर्यादित वापर करण्याचे बंधन सभासदांवर आहे अन्यथा सभासदांचे वर्गीकरण अक्रियाशील सभासद म्हणून करण्यात येईल. प्रत्येक संस्थेने सभासदांचे अक्रियाशील सदस्य म्हणून वर्गीकरण केल्यानंतर वित्तीय वर्ष समाप्त होण्याच्या दिनांकापासून ३० दिवसांच्या आत संबंधित सदस्याला अशा वर्गीकरणाबद्दल कळविणे आवश्यक आहे.

अक्रियाशील सदस्य असे वर्गीकरण केल्याच्या दिनांकापासून पुढील ५ वर्षांतही सदर सदस्य सक्रिय न झाल्यास त्यास मुख्य अधिनियमांच्या कलम ३५ अन्वये काढून टाकले जाण्यास तो सभासद पात्र ठरेल. सदर वर्गीकरणाच्या दिनांकापासून ६० दिवसांच्या कालावधीत सभासदास निबंधकाकडे अपील करता येईल. अक्रियाशील सभासदांना कोणत्याही निवडणुकीत मतदानाचा अधिकार राहणार नाही.

सभासदांचे हक्क तथा अधिकार – सहकारी संस्थेच्या सभासदांना सर्वसाधारणपणे खालील अधिकार तथा हक्क असतील.

सभासदांच्या सर्वसाधारण सभेला हजर राहणे, मतदान करणे. कार्यकारी समितीचा सभासद म्हणून निवडणूक लढविणे. कर्ज मागणी करणे, संस्थेत ठेव ठेवणे. संस्थेचे एकत्रीकरण करताना अथवा विभक्तीकरण करताना स्वत:चे भागभांडवल परत मागण्याचा सभासदाला हक्क आहे. वारस नेमणे, कागदपत्रांची पाहणी करणे व त्याच्या प्रती मिळविणे. नफा व लाभांश मिळण्याचा अधिकार इ.

सहकारी संस्थेबरोबरील किंवा संस्थेसंबंधात झालेला वाद नोंदणी अधिकाऱ्याकडून मिटवून घेता येतो किंवा त्याविरुद्ध महाराष्ट्र राज्य सहकारी न्यायाधिकाऱ्याकडे अपील करता येते. सहकारी कायद्यातील तरतुदीप्रमाणे संस्थेची चौकशी प्राधिकृत अधिकाऱ्याकडून करण्याकरिता अर्ज करता येतो किंवा अर्जावर सही करण्याचा अधिकार सभासदास आहे. सहकारी संस्थेकडून देऊ केल्या जाणाऱ्या वस्तू, सेवा किंवा अर्ज इ. स्वत:ला मागण्याचा अधिकार सभासदास आहे.

ज्या सभेत सभासदांच्या हकालपट्टीचा प्रस्ताव मांडलेला असतो अशा सभेत संबंधित सभासद आपली बाजू मांडू शकतो किंवा निवेदन करू शकतो.

विशेष सभासदांच्या सभेला हजर राहता येते. सहकारी संस्थेच्या सार्वत्रिक परिस्थितीबाबत व संस्थेच्या कारभाराबाबत आवश्यक ती सर्व माहिती सभासदाला मिळविण्याचा अधिकार आहे. सभासद संस्थेच्या योग्य ते मूल्य भरून संस्थेच्या पोटनियमांची प्रत, वार्षिक अहवालाची प्रत, हिशेबपत्रकांची प्रत मिळवू शकतो.

संस्थेच्या सभासदांच्या वार्षिक सभेचे, विशेष साधारण सभेचे, व्यवस्थापन

समितीचे आणि उपसमितीच्या इतिवृत्ताचे लेखन तपासण्याचा तथा त्यांची प्रत प्राप्त करण्याचा सभासदास हक्क आहे.

सभासद संस्थेतील आपल्या मालकीच्या भागधारणेसाठी वारस नेमण्याचा, वारस नोंद करण्याचा किंवा त्यात बदल करण्याचा हक्क सभासदास आहे.

सभासदाला हक्क केव्हा बजावता येईल – सभासद होण्यासाठी ज्या काही रकमांचा उल्लेख उपविधीत (Bye-Laws) करण्यात आला असेल त्या रकमांचा भरणा केल्याशिवाय सभासदास त्याचे अधिकार अथवा हक्क बजावता येणार नाहीत. या रकमा म्हणजे प्रवेश की, भाग भांडवल, काही वर्गणी बाकी असल्यास ती बाकी, अथवा उपविधीमध्ये ज्या इतर रकमांचा उल्लेख केला असेल त्या रकमा. त्याचप्रमाणे सभासदांचा कर्जाच्या थकबाकीदारामध्ये समावेश नसेल. अशाप्रसंगी सभासदास त्याचे हक्क तथा अधिकार बजावता येतील.

(क) सभासदांची कर्तव्ये

सहकारी संस्था अधिनियमातील कलम २६ पोटकलम (२) अनुसार संस्थेच्या प्रत्येक सभासदाची कर्तव्ये पुढीलप्रमाणे असतील–

अ) लागोपाठ पाच वर्षांच्या कालावधीत सर्व सभासद मंडळाच्या सभांपैकी किमान एका बैठकीला उपस्थित राहणे. परंतु, या कंडिकेमधील कोणतीही गोष्ट ज्या सदस्याची अनुपस्थिती सर्व सदस्य मंडळाने क्षमापित केलेली असेल अशा कोणत्याही सदस्याच्या संबंधात लागू होणार नाही.

ब) संस्थेच्या उपविधींमध्ये विनिर्दिष्ट केल्याप्रमाणे सेवांचा किमान मर्यादेत वापर करणे.

सभासदांच्या जबाबदाऱ्या – संस्थेच्या उपविधीतील तरतुदी बंधनकारक मानून त्यांच्या अधीन राहणे. सहकार कायद्याच्या कलम ३३ मधील तरतुदींनुसार सदस्यत्व रद्द झाल्यावरसुद्धा धनकोचे ऋण फेडण्याची जबाबदारी. कायद्याच्या कलम ४८ मधील तरतुदीनुसार स्थावर मिळकतींवर भार निर्माण करणे. कलम ८१ मधील तरतुदीनुसार हिशेब तपासणीच्या वेळी किंवा कलम ८३ खालील चौकशीच्या वेळी हजर राहणे किंवा जरूर असलेली कागदपत्रे हजर करणे.

हक्क केव्हा बजावता येतील – सभासद होण्यासाठी ज्या काही रकमांचा उल्लेख उपविधीत करण्यात आला असेल त्या रकमा दिल्याशिवाय त्याला सदस्यत्वाबाबतचे अधिकार बजावता येणार नाहीत. सदस्यत्वासंबंधीच्या रकमा म्हणजे (१) प्रवेश फी, (२) भाग भांडवल, (३) काही वर्गणी बाकी असल्यास ती बाकी, अथवा (४) उपविधींमध्ये ज्या काही इतर रकमांचा उल्लेख केला असेल त्या रकमा.

२.३ सहकारी संस्थांची मालमत्ता आणि निधी व्यवस्थापन (Properties and Funds Management)

कोणत्याही संस्थेस तिचे व्यवहार करण्यासाठी काही मालमत्ता आणि निधींची आवश्यकता असते. सहकारी संस्थांना व्यवहार करण्यासाठी जे निधी उभारले जातात आणि त्याचे व्यवस्थापन केले जाते. याविषयी या प्रकरणातील या खंडामध्ये थोडक्यात माहिती करून देत आहोत. त्याचप्रमाणे संस्थेच्या व्यवहारात ज्या मालमत्ता उभारल्या जातात त्याविषयीची माहिती थोडक्यात करून देत आहोत. अर्थातच प्रत्येक संस्था तिच्या गरजेनुसार आणि ऐपतीनुसार मालमत्ता निर्माण करते अथवा निधीची उभारणी करते. संस्थेच्या आर्थिक सक्षमीकरणासाठी या मालमत्ता आणि निधीचे यथायोग्य व्यवस्थापन आवश्यक आहे. हे मालमत्ता आणि निधीचे व्यवस्थापन कसे केले जाते. (बँकींग व वित्तीय क्षेत्रातील सुधारणांच्या पार्श्वभूमीवर मालमत्ता व निधी अर्थातच – Assets and Liabilities Management ALM चे महत्त्व अधिकच वृद्धिंगत झाले आहे.) याविषयी वैधानिक तरतुदी काय आहेत? याविषयीची थोडक्यात माहिती पुढीलप्रमाणे–

सहकारी संस्थांचे निधी व्यवस्थापन – सहकारी संस्था वेगवेगळ्या वैधानिक तरतुदींनुसार पुढील विविध प्रकारच्या निधींची उभारणी करतात. [Statutory Reserve Fund - वैधानिक राखीव निधी (कलम ६६)], Bad Debts and Doubtful Debts fund - बुडीत व संशयित निधी (नियम ४९(२)), Dividend Equalisation Fund - लाभांश समानीकरण निधी (नियम ५२-३), अधिलाभांश समानीकरण निधी (नियम ५२-१), Education Fund -शिक्षण निधी (कलम ६८), निरपेक्षनिधी किंवा हमी देण्यासाठीचा निधी (नियम ५१-१), Building Fund - इमारत निधी, विशेष विकास निधी, गुंतवणूक चढ-उतार निधी (नियम ५५-३), भागभांडवल विमोचन निधी, Provident Fund सेवकांसाठी भविष्य निर्वाह निधी (कलम ७१, नियम ५६), शेतकी पतपुरवठा स्थैर्यनिधी इ.

सहकारी संस्था वरील विविध प्रकारच्या निधींची उभारणी विविध मार्गांनी करीत असतात. यांपैकी काही निधींची उभारणी संस्थेला तिच्या व्यवहारातून प्राप्त झालेल्या नफ्यातून करावी लागते. तर काही निधींची उभारणी संस्था वर्गणी, देणगी इ.मार्गांनीसुद्धा करू शकतात. संस्थांना प्राप्त झालेल्या नफ्यात ज्या निधींची उभारणी करणे बंधनकारक आहे त्याविषयीच्या वैधानिक तरतुदींची माहिती थोडक्यात पुढीलप्रमाणे–

वैधानिक राखीव निधी (Statutory Reserve Fund) – महाराष्ट्र राज्य सहकारी संस्था अधिनियम **कलम ६६** नुसार ज्या संस्थेने नफा मिळविला आहे त्या सर्व संस्थांना राखीव निधी उभारणीसाठी तरतूद करणे बंधनकारक आहे. प्रत्येक संस्थेने दरवर्षी मिळणाऱ्या निव्वळ नफ्याच्या तथा उत्पन्नाच्या १/४ (२५%) इतकी रक्कम राखीव निधीला वर्ग करणे कायद्यातील या कलमाच्या तरतुदीनुसार बंधनकारक आहे. असे असले तरी या कायद्यातील कलम ६६ पोटकलम २ नुसार निबंधकास कोणत्याही संस्थेची किंवा संस्थेच्या वर्गाची आर्थिक परिस्थिती विचारात घेऊन या पोटकलमान्वये राखीव निधीस वर्ग करावयाचे अंशदान कमी दराने निश्चित करता येईल, परंतु हा दर संबंधित संस्थेच्या किंवा संस्थांच्या निव्वळ नफ्याच्या एक-दशांशहून (१/१०) अर्थात १० टक्क्यांहून कमी असता कामा नये.

राखीव निधी हा फक्त नफा अगर नफ्याचा अंश वर्ग करून जमा करतात असे नाही तर त्यामध्ये प्रवेश फी, दंडाचे व्याज, देणग्या, जप्त केलेल्या भागांची रक्कम, तीन वर्षांपर्यंत सभासदाने लाभांशाची रक्कम न स्वीकारल्यास अशी रक्कम, नफ्याची सर्व वाटणी झाल्यानंतर शिल्लक रक्कम इ. राखीव निधीमध्ये वर्ग केले जाऊ शकते. या राखीव निधीमुळे संस्थेची आर्थिक स्थिती सुधारते व एकप्रकारचे आर्थिक स्थैर्य प्राप्त होते. राखीव निधी उभारणीच्या संदर्भात वैधानिक तरतूद आहे त्याचप्रमाणे या निधीचा वापर व त्याची गुंतवणूक या संदर्भातही काही तरतुदी आहेत. त्या पुढीलप्रमाणे-

राखीव निधीचा वापर व गुंतवणूक – सहकारी संस्थांना त्यांच्या राखीव निधीची गुंतवणूक सहकार कायद्याच्या **कलम ७०** अन्वये खालीलप्रमाणे करता येते.

राज्य कृषी आणि ग्रामीण विकास बँकेने काढलेल्या ऋणपत्रात किंवा सहकारी कर्जात. निबंधकांकडून पूर्वपरवानगीने कोणत्याही स्थावर मालमत्तेत गुंवणूक करता येते. निबंधकांच्या पूर्वपरवानगीने संस्थेच्या व्यवसायामध्ये निधीच्या पन्नास टक्के रक्कम गुंतवणूक करता येते. गृहनिर्माण संस्थांचेबाबतीत इमारतीच्या दुरुस्तीसाठी गुंतवणूक करता येते. (राखीव निधीच्या गुंतवणुकीच्या संदर्भात नियम ५४ पहा).

मुख्य अधिनियमाच्या कलम ७० नुसार राखीव निधी व अन्य गुंतवणुकीसाठी ट्रस्ट ॲक्ट (सार्वजनिक विश्वस्त अधिनियमातील) मधील कलम २० नुसार शासकीय रोख्यांमधील गुंतवणुकीचा पर्याय कायम ठेवण्यात आला आहे. मात्र, राज्य सहकारी बँक व जिल्हा मध्यवर्ती सहकारी बँकेत गुंतवणूक करताना अशा बँकेचा मागील सलग ३ वर्षांत लेखापरीक्षण वर्ग 'अ' असणे आवश्यक आहे. सदर दुरुस्ती करताना संस्थांना राष्ट्रीयकृत बँका व सक्षम अनुसूचीत सहकारी (स्ट्राँग शेड्यूल्ड को-ऑप.) बँकांचा पर्याय देण्यात आलेला नाही.

शिक्षण निधी (Education Fund) – सहकारी चळवळीची निकोप व योजनाबद्ध वाढ होण्यासाठी त्या चळवळीत कार्य करणाऱ्या कार्यकर्त्यांना, पदाधिकाऱ्यांना सहकारी व्यवस्थेचे शिक्षण देण्यासाठी जो खर्च येईल तो भागविण्यासाठी तथा शिक्षण, प्रशिक्षणाचा कार्यक्रम चालविण्यासाठी शिक्षण निधीची तरतूद सहकारी संस्था अधिनियम **कलम ६८** नुसार केली आहे. असा शिक्षणनिधी राज्य सरकार सांगेल त्या राज्य संघीय संस्थेकडे विहित करेल त्या दराने दरवर्षी जमा करण्यात येतो. शिक्षणनिधीच्या बाबतची राज्य सहकारी संघाची मक्तेदारी संपुष्टात आली असून त्याबाबत सहकारी संस्थांना स्वायत्तता देण्यात आलेली आहे.

महाराष्ट्रातील सहकारी संस्थांकडून शिक्षणनिधीची वसुली महाराष्ट्र राज्य सहकारी संघ करते. या शिक्षणनिधीची रक्कम कशी व किती असावी याचा खुलासा सहकार कायद्याखालील नियम ५३मध्ये केला आहे. शिक्षणनिधीची रक्कम राज्य संघीय संस्थेकडे जमा केल्याशिवाय संस्थेला लाभांश वाटप करता येत नाही व ज्याने हेतुपुरस्सर हा निधी जमा करण्याचे टाळून लाभांश वाटप केला असेल तर तो संबंधित अधिकारी शिक्षेस पात्र ठरतो. सहकारी संस्था अधिनियम (सुधारणा कायद्या) २०१३च्या प्रारंभाच्या दिनांकास देय असलेली अंशदानाची कोणतीही रक्कम जमीन महसुलाची थकबाकी असल्याप्रमाणे समजण्यात येते. राज्य संघीय संस्थेने निबंधकास अशा रकमेची वसुली करण्याची विनंती केल्यास निबंधक त्याबाबत योग्य ती चौकशी करून वसुली प्रमाणपत्र देईल असे सहकार कायदा कलम ६८ पोटकलम (४) व (५) मध्ये नव्याने स्पष्ट केले आहे.

गुंतवणूक चढ–उतार निधी (Investment Fluctuation Fund) – ज्या संस्थेने आपल्या खेळत्या भांडवलापैकी दहा टक्के रक्कम सुरक्षित ठेवीमध्ये गुंतविली असेल अशा संस्थेने महाराष्ट्र सहकारी संस्था नियम १९६१ मधील नियम ५५ (३) नुसार गुंतवणूक चढ–उतार निधी उभारणे आवश्यक असते.

संशयित व बुडीत कर्ज निधी (Bad and Doubtful Debts) – संस्थेला व्यवसाय करत असताना काही रकमांची वसुली होण्याची शक्यता नसते. अशा वेळी होणारे नुकसान भरून काढण्यासाठी संस्थेन निव्वळ नफा काढताना येणे असलेल्या एकूण रकमेच्या काही ठरावीक (टक्के) रक्कम बुडीत अथवा संशयित कर्ज निधी म्हणून उभारणे आवश्यक असते.

लाभांश समानीकरण निधी (Dividend Equalisation Fund) – संस्थेचे भागधारक त्यांनी गुंतविलेल्या भागांमधील रकमेवर लाभांश मिळावा अशी अपेक्षा करतात. भागधारकांना लाभांश हा निव्वळ नफ्यातील ठरावीक रकमेतून दिला जातो.

महाराष्ट्र सहकारी संस्था अधिनियम कलम ६७ नुसार लाभांशाचा दर अधिकतम १५ टक्के इतका आहे. परंतु, लाभांशाचा दर हा नफ्यावर अवलंबून असतो. ज्यावेळी एखाद्या संस्थेला नुकसान झाले असेल किंवा नाममात्र नफा झाला असेल त्यावेळी संस्था लाभांश जाहीर करू शकत नाही. अशावेळी संस्थेला लाभांश समानीकरण निधीमधून लाभांश जाहीर करणे शक्य होईल. त्यामुळे संस्थेला दरवर्षी झालेल्या निव्वळ नफ्यातील किमान २ टक्के रक्कम भागभांडवलाच्या नऊ टक्क्यांइतपत होईपर्यंत भरणा करून लाभांश समानीकरण निधीची उभारणी केली जाते. (पहा नियम ५२)

दुरुस्ती आणि देखभाल निधी – सहकारी गृहनिर्माण संस्थेच्या मालकीची जमीन, इमारत, गॅरेजेस्, दुकाने, गोदामे, रस्ते, पाण्याच्या टाक्या, पंपघरे, संडासाच्या टाक्या, सीमाभिंती, उद्‌वाहक (लिफ्ट्स), आग्निशमन यंत्रणा इ. मालमत्ता असते. अशा मालमत्तेची दुरुस्ती आणि देखभाल करण्यासाठी होणारा खर्च भागविण्यासाठी संस्था दरवर्षी सभासदांकडून या निधीपोटी ठरावीक अंशदान गोळा करत असते.

कर्मचारी भविष्य निर्वाह निधी (Employees Provident Fund) – सहकारी संस्था अधिनियम (सुधारणा) २०१३ कलम ७१ मधील तरतुदीनुसार भविष्य निर्वाह निधीची तरतूद ही फक्त संस्थेच्या कर्मचाऱ्यांसाठीच करण्यात आली आहे. या सुधारणा कायद्यापूर्वी भविष्य निर्वाह निधीची तरतूद ही सदस्य आणि कर्मचारी यांच्यासाठी होती. परंतु, २०१३च्या सुधारणा कायद्यान्वये सदस्यांच्या भविष्य निर्वाह निधीची तरतूद काद्यातून वगळण्यात आली आहे. तर या कायद्यापूर्वी ज्या संस्थांकडून सदस्य भविष्य निर्वाह निधीची तरतूद केली जात होती ती हा कायदा अंमलात आल्यापासून बंद करावी अशा आशयाचे परिपत्र निबंधकांचे कार्यालयाकडून प्रसिद्ध करण्यात आले आहे.

भविष्य निर्वाह निधीची रक्कम जरी संस्थेकडे असली तरी ती व्यवहारात वापरता येत नाही. ती रक्कम संस्थेची मालमत्ता नाही. सहकार कायद्यातील कलम ७० व नियम ५६मध्ये सांगितल्याप्रमाणे या निधीची योग्य ती गुंतवणूक केली पाहिजे. संस्था या रकमेची विश्वस्त असते.

२.४ सहकारी संस्थांचे लेखापरीक्षण, चौकशी, तपासणी आणि पर्यवेक्षण (Audit, Enquiry, Inspection and Supervision)

एका बाजूस सहकार चळवळीची संख्यात्मक प्रगती फार जोमाने झालेली दिसत असली तरी दुसऱ्या बाजूस सहकार चळवळीची एकसारखी गुणात्मक प्रगती मात्र सार्वत्रिक झालेली आढळून येत नाही. त्यामुळे सहकारी संस्थांच्या लेखापरीक्षणाच्या संदर्भात ९७व्या घटना दुरुस्तीच्या अनुषंगाने सहकारी संस्थांना अधिकाधिक स्वायत्तता

प्रदान करण्याच्या हेतूने, महाराष्ट्र सहकारी संस्था अधिनियम १९६०मध्ये (सुधारणा कायद्या २०१३ अन्वये) मोठ्या प्रमाणात सुधारणा करण्यात आल्या आहेत. त्याचा थोडक्यात परिचय या प्रकरणातील या खंडामध्ये दिला आहे. तत्पूर्वी सहकारी संस्थांचे लेखापरीक्षण म्हणजे काय? ते थोडक्यात पुढीलप्रमाणे पाहू.

अ) सहकारी संस्थांचे लेखापरीक्षण (Audit)

लेखापरीक्षणाची व्याख्या व अर्थ - एखाद्या सहकारी संस्थेचे वार्षिक हिशोब त्या सहकारी संस्थेच्या व्यवहारांच्या सांपत्तिक व व्यवस्थापकीय परिस्थितीचे वास्तव व योग्य स्वरूप दाखवीत आहेत का? याची खात्री करून घेण्याकरिता त्या संस्थेच्या हिशोबांच्या संदर्भातील पावत्या, कागदपत्रे, हिशोबी पुस्तके, हिशोबातील नोंदी व इतर कागदपत्रांच्या साहाय्याने एका स्वतंत्र व त्रयस्थ तज्ज्ञ व्यक्तीने अथवा आस्थापनेने केलेले काटेकोर परीक्षण म्हणजे सहकारी संस्थांचे लेखापरीक्षण होय.

डॉ. कृष्णस्वामी यांच्या मतानुसार, "हिशोबाचा खरेपणा व संस्थेचे व्यवहार सहकारी तत्त्वांच्या आधारे तिच्या सदस्यांच्या गरजांची पूर्ती करून त्यांचे सामाजिक, आर्थिक कल्याण कितपत साधतात याची खात्री करून घेण्यासाठी संस्थेच्या हिशोबांची तपासणी करणे आणि संस्थेच्या व्यवहारांची चौकशी करणे म्हणजे लेखापरीक्षण होय."

वरील व्याख्यांवरून असे लक्षात येते की, सहकारी संस्थांचे लेखापरीक्षण म्हणजे फक्त संस्थांच्या आर्थिक व हिशोबांची तपासणी नव्हे तर संस्थेचे उद्देश आणि सभासदांचे पर्यायाने समाजाचे कल्याण या संदर्भात केले जाणारे परीक्षणही आहे. त्यामुळे सहकारी लेखापरीक्षणाचे महत्त्व खूप मोठे आहे.

सहकारी संस्थांच्या लेखापरीक्षणाचे महत्त्व व आवश्यकता - सहकारी संस्थेचे काम कायदा, नियम, उपविधी व शासकीय धोरणाच्या अनुरूप चालू आहे किंवा नाही. तिची वाटचाल उद्दिष्ट पूर्ततेच्या दिशेने योग्य प्रकारे संस्था व तिच्या सदस्यांच्या हितसंवर्धनाच्या दिशेने होत आहे किंवा नाही याची खात्री करून घेण्यासाठी प्रत्येक सहकारी संस्थेने तिच्या कामकाजाचे व लेख्यांचे अर्थात हिशोबी कागदपत्रांचे परीक्षण योग्य वेळेत करून घेणे आवश्यक आहे.

सहकारी संस्थांच्या लेखापरीक्षणाची वैशिष्ट्ये - या लेखापरीक्षणात हिशोबाचे काटेकोर, सखोल व वास्तविक परीक्षण केले जाते. सहकारी संस्थांची विविध हिशोबी कागदपत्रे व व्यवस्थापकीय कामकाज उदा. जमा-खर्चाच्या पावत्या, नफा-तोटा व ताळेबंद पत्रके, हिशोबी पुस्तके - विविध खतावण्या व इतर कागदपत्रे यांच्या आधारे हे लेखापरीक्षण केले जाते.

सहकारी कायद्यातील तरतुदींनुसार विविध हिशोबातील नोंदी व पुस्तके (खतावण्या, रजिस्टर्स) तपासणी करण्यात येतात. सहकारी संस्थांचे लेखापरीक्षण सहकारी निबंधकांच्या कार्यालयाकडे उपलब्ध असणाऱ्या नामतालिकेतील (Auditors Pannel) व पात्र लेखापरीक्षकाकडून केले जाते. या लेखापरीक्षणामध्ये सहकार कायद्यातील तरतुदींबरोबरच सहकारी संस्थांचे उपविधी, तसेच संबंधित इतर कायद्यांतील तरतुदींचे पालन याचेसुद्धा परीक्षण केले जाते.

सहकारी संस्थांच्या लेखापरीक्षणानंतर लेखापरीक्षण अहवालातील दोष आणि उणिवा यांची दुरुस्ती आणि पूर्तता संस्थेने कितपत केली आहे यासंबंधिचा दोष-दुरुस्ती अहवालसुद्धा विनिर्दिष्ट वेळेत सहकारी उपनिबंधकांच्या कार्यालयास सादर करणे बंधनकारक आहे.

सहकारी संस्थांच्या लेखापरीक्षणाच्या संदर्भातील काही महत्त्वपूर्ण कायदेशीर तरतुदी – महाराष्ट्र सहकारी संस्था अधिनियम १९६०मध्ये ९७व्या घटना दुरुस्तीच्या पार्श्वभूमीवर सन २०१३चा महाराष्ट्र अध्यादेश क्रमांक २ नुसार अनेक सुधारणा करण्यात आल्या. हा सुधारित कायदा लागू होण्यापूर्वी तत्कालीन कायद्यातील तरतुदीनुसार प्रत्येक सहकारी संस्थेने वर्षातून किमान एकदा लेखापरीक्षण करून घेण्याची जबाबदारी कायद्याने सहकार निबंधकावर/उपनिबंधकांवर होती. परंतु, सुधारित सहकारी कायद्यानुसार ही जबाबदारी सहकारी संस्थांवर आहे.

महाराष्ट्र सहकारी संस्था अधिनियम १९६०चा सुधारणा अधिनियम २०१३ मधील कलम ८१ पोटकलम (१) इतर कलम, पोटकलम, कंडिका व नियमांच्या अतंर्गत लेखापरीक्षणाबाबतच्या तरतुदी स्पष्ट केल्या आहेत. त्याचे थोडक्यात विवेचन माहितीसाठी पुढीलप्रमाणे देत आहे.

महाराष्ट्र सहकारी संस्था अधिनियम १९६० (सुधारणा अधिनियम २०१३) - कलम ८१ (१) (अ) नुसार प्रत्येक सहकारी संस्थेने प्रत्येक आर्थिक वर्षात किमान एकदा लेखापरीक्षण करून घेतले पाहिजे. संस्थेच्या लेख्यांचे ते ज्या आर्थिक वर्षाशी संबंधित असतील ते वर्ष संपल्याच्या तारखेपासून (३१ मार्च पासून) चार महिन्यांच्या आत नियुक्त केलेल्या लेखापरीक्षकाकडून लेखापरीक्षण पूर्ण करून घेतले पाहिजे.

या लेखापरीक्षणासाठी सहकारी संस्था अधिनियम १९६० (सुधारित २०१३) च्या कलम ७५ (२अ) मध्ये नमूद केल्याप्रमाणे संस्थेच्या वार्षिक साधारण सभेने, चालू आर्थिक वर्षातील कामकाजाचे लेखापरीक्षण करून घेण्यासाठी, कलम ८१ खाली नमूद केल्याप्रमाणे शैक्षणिक अर्हता व अनुभव असलेल्या लेखापरीक्षकाची नियुक्ती केली पाहिजे. अशा नेमणूक दिनांकापासून ३० दिवसांचे आत नियुक्त

लेखापरीक्षकाचे नाव त त्याचे संमतिपत्र सहकारी संस्थेने निबंधकाकडे दाखल केले पाहिजे. एकाच लेखापरीक्षकाची नेमणूक लागोपाठ ३ वर्षांहून अधिक कालावधींसाठी करता येणार नाही.

लेखापरीक्षकाची अर्हता व अनुभव – सहकारी संस्थांच्या लेखापरीक्षणासाठी निबंधक सहकारी संस्था यांनी तयार केलेल्या नामतालिकेत (पॅनेल) संबंधित लेखापरीक्षकाचे वा लेखापरीक्षकांच्या व्यावसायिक संस्थेचे (फर्मचे) नाव समाविष्ट असणे आवश्यक आहे. लेखापरीक्षकांच्या नामतालिकेत नाव समाविष्ट होण्यासाठी लेखापरीक्षण करणाऱ्या व्यक्तीची अर्हता यासंबंधी कायद्यामध्ये पुढील स्पष्टीकरण दिले आहे.

सनदी लेखापरीक्षक, ज्या व्यक्तीला सहकारी संस्थेच्या कामकाजाचे उचित ज्ञान असेल व लेखापरीक्षण करण्याचा किमान तीन वर्षांचा अनुभव असेल आणि ज्याला मराठी भाषेचे पुरेसे ज्ञान असेल, जो सनदी लेखापाल अधिनियम (चार्टर्ड अकौंटंट्स ॲक्ट), १९४९ अर्थांतर्गत सनदी लेखापाल असेल त्याचा समावेश सनदी लेखापरीक्षक म्हणून होईल.

लेखापरीक्षक व्यवसाय संस्था, याचा अर्थ, जिला संस्थेच्या कामकाजाचे उचित ज्ञान असेल व सहकारी संस्थांच्या लेखापरीक्षणाचा किमान तीन वर्षांचा अनुभव असेल आणि मराठी भाषेचे पुरेसे ज्ञान असेल, अशी सनदी लेखापाल अधिनियम, १९४९च्या अर्थांतर्गत एकापेक्षा अधिक सनदी लेखापालांची व्यवसाय संस्था असा आहे.

प्रमाणित लेखापरीक्षक, याचा अर्थ ज्या व्यक्तीने मान्यताप्राप्त विद्यापीठाची पदवी धारण केली असेल आणि जिने सहकार व लेखाशास्त्र यामधील शासकीय पदविका (GDCA–Government Diploma in Co-operation & Accountancy) संपादन केली असेल, जिला सहकारी संस्थांच्या कामकाजाचे उचित ज्ञान असेल व अशा संस्थांचा लेखापरीक्षण करण्याचा किमान पाच वर्षांचा अनुभव असेल आणि मराठी भाषेचे पुरेसे ज्ञान असेल, अशी व्यक्ती असा आहे.

शासकीय लेखापरीक्षक, याचा अर्थ राज्याच्या सहकार विभागाचा कर्मचारी ज्याने सहकार व्यवस्थापनातील उच्च पदविका किंवा सहकारी लेखापरीक्षा यांमधील पदविका किंवा सहकार व लेखाशास्त्र (Diploma in Co-operation & Accountancy) पदविका उत्तीर्ण केली असेल आणि ज्याला मराठी भाषेचे पुरेसे ज्ञान असेल आणि ज्याने परिवीक्षा कालावधी यशस्वीरीत्या पूर्ण केला असेल असा आहे.

वरीलप्रमाणे सहकारी संस्थांच्या लेखापरीक्षकांच्या नामतालिकेमध्ये सनदी लेखापाल (चार्टर्ड अकौंटंट), लेखापरीक्षकांची फर्म, प्रमाणित लेखापरीक्षक आणि शासकीय लेखापरीक्षक यांचा समावेश असतो. लेखापरीक्षकांच्या नामतालिकेत नावाचा समावेश करणे आणि समावेश चालू राहणे यासंबंधिच्या अटी व शर्ती महाराष्ट्र सहकारी संस्था नियम यामध्ये विहित केल्याप्रमाणे असतील.

लेखापरीक्षकांची नामतालिका – सहकारी संस्थेने लेखापरीक्षणासाठी ज्या लेखापरीक्षक किंवा लेखापरीक्षक व्यावसायिकांच्या फर्मची नियुक्ती करावयाची आहे असा लेखापरीक्षक किंवा फर्म यांची नामतालिका सहकारी संस्था निबंधकाचे स्तरावर ठेवण्यात येईल. यासाठी सहकारी संस्थांची जिल्हानिहाय, कार्यरत संस्था, विहित मुदतीत लेखापरीक्षण झालेल्या व न झालेल्या संस्थांची सूची, त्यांचे कारणासह निबंधक ठेवतील. सर्व सहकारी संस्थांचे लेखापरीक्षण दरवर्षी वेळेवर होत असल्याचे निबंधक सुनिश्चित करतील[१]. निबंधक लेखापरीक्षक, फर्म व संस्था यांच्याशी समन्वय साधतील. ही नामतालिका राज्य शासनाने किंवा त्यांनी प्राधिकृत केलेल्या प्राधिकाऱ्याने मान्य केलेली असली पाहिजे. नामतालिका तयार करणे, घोषित करणे व ठेवणे यासंबंधी महाराष्ट्र सहकारी संस्था नियमाद्वारे कार्यवाही करणे अपेक्षित आहे.

कोणताही लेखापरीक्षक, एक लाख रुपयांपेक्षा कमी भरणा झालेले भाग भांडवल असणाऱ्या संस्था वगळून, एका वित्तीय वर्षात लेखापरीक्षणासाठी वीस पेक्षा अधिक सहकारी संस्था स्वीकारणार नाही.

लेखापरीक्षणाची कार्यवाही – सहकार कायद्यातील कलम ८१ (२) नुसार लेखापरीक्षकाने पुढीलबाबींची तपासणी करणे आवश्यक आहे.

सहकारी संस्थेने दिलेली सर्वप्रकारची कर्जे संस्थेच्या उपविधीप्रमाणे दिलेली आहेत की नाही याची खात्री करणे. त्याचप्रमाणे कर्जे वाटप करताना आवश्यक ती सर्व कागदपत्रे पूर्ण करून घेतली आहेत की नाही याची खात्री करणे. कर्जापोटी

---

१. महाराष्ट्र सहकारी संस्था अधिनियमातील तरतुदीनुसार लेखापरीक्षण दरवर्षी करून घेण्याची जबाबदारी संस्थांची आहे. तसेच सर्व संस्थांचे लेखापरीक्षण दरवर्षी वेळेवर होत असल्याचे निबंधक सुनिश्चित करतील. सुधारित कायद्याने लेखापरीक्षकांची नियुक्ती करण्याचे अधिकार सहकारी संस्थांना मिळाले असले तरी अशी नियुक्ती संस्थांकडून न झाल्यास निबंधक लेखापरीक्षकांची नियुक्ती करतात. असे असले तरीही दरवर्षी सर्वच सहकारी संस्थांचे लेखापरीक्षण वेळेवर पूर्ण केले जाते असे होत नाही. लेखापरीक्षण न झालेल्या सहकारी संस्थांची एकूण संख्या २००१ साली ५१६० होती, ही संख्या २०१०मध्ये १२२०८ इतकी होती तर २०११ साली ही संख्या १२७१३ इतकी होती (महाराष्ट्रातील सहकार चळवळ एका दृष्टिक्षेपात- २०११, पान ५२-५३)

दिलेली रक्कम व येणे दर्शविलेली रक्कम यांची योग्यप्रकारे तपासणी आवश्यक आहे. त्याचबरोबर संस्थेने ज्या कारणासाठी कर्ज दिले आहे कर्जदाराकडून त्या कर्जाचा वापर त्याच कारणासाठी केला जात आहे याची खात्री लेखापरीक्षकाने करून घ्यावी.

सहकारी संस्थेने केलेला खर्च संस्थेच्या उपविधीतील तरतुदीनुसार आहे की नाही आणि त्या खर्चासाठी व्यवस्थापक समिती तथा संचालक मंडळाने मंजुरी दिली आहे की नाही याची खात्री लेखापरीक्षकाने करावयाची आहे.

संस्थेची बँकेच्या पासबुकप्रमाणे बँक शिल्लक, प्रत्यक्षात असणारी रोख शिल्लक आणि जमा-खर्चाच्या पुस्तकाप्रमाणे बँकेतील शिल्लक व रोख शिल्लक जुळते की नाही याची खात्री लेखापरीक्षकाने करावयाची आहे. तसेच लेखापरीक्षणाच्या दिवशी किंवा जमा-खर्चाच्या कोणत्याही दिवशी संस्थेजवळ असणारी रोख शिल्लक त्या संस्थेसाठी कलम १०७ ब प्रमाणे आहे की नाही अर्थात कोणत्याही दिवशी सहकारी संस्थेकडील रोख शिल्लक कायद्यातील कलम १०७ किंवा उपविधीतील तरतुदींपेक्षा अधिक नाही याची खात्री लेखापरीक्षकाने करून घेतली पाहिजे.

संस्थांनी केलेल्या गुंतवणुकीचे उत्पन्न योग्यप्रकारे जमा-खर्चाच्या वहीत नोंदविले आहे की नाही याची खात्री करून घेणे.

सहकारी संस्थेच्या व्यवस्थापकीय समितीच्या सभा उपविधीतील तरतुदींप्रमाणे झाल्या की नाहीत व अशा सभा योग्य त्या मुदतीत झाल्या की नाही, त्यासभेतील ठराव, सभेचे इतिवृत्त किंवा टिपणे या सर्व बाबी कायदा, त्याखालील नियम आणि उपविधीप्रमाणे आहेत याची खात्री करून घेणे.

लेखापरीक्षकांचे अधिकार – कलम ८१ (३) नुसार संस्थेच्या मालकीचे किंवा अधिकार क्षेत्रातील सर्व हिशेब पुस्तके, मालमत्ता, रोख शिल्लक इ. सर्व बाबी लेखापरीक्षकाला छाननीसाठी पूर्णत: उपलब्ध करून देणे. त्याचबरोबर संबंधित व्यक्तीला बोलाविण्याचा आणि त्याचेकडून योग्य ती माहिती मिळविण्याचा अधिकार लेखापरीक्षकाला आहे. सर्वसाधारण सभेची सूचना मिळण्याचा, त्या सभेला हजर राहण्याचा आणि सभेत आपल्या कामकाजाशी संबंधित गोष्टींवर मत प्रदर्शित करण्याचा अधिकार लेखापरीक्षकास आहे. तसेच सहकारी संस्था अधिनियमातील कलम १६१ अन्वये वैधानिक लेखापरीक्षक लोकसेवक असल्यामुळे त्यास लोकसेवकाचे सर्व अधिकार प्राप्त होतात.

लेखापरीक्षकाची जबाबदारी – लेखापरीक्षकाने निर्धारित केलेल्या कालावधीत लेखापरीक्षण पूर्ण केले पाहिजे. कलम ८१(क) नुसार किंवा सभासदांच्या वार्षिक सभेची सूचना देण्यापूर्वी लेखापरीक्षण अहवाल संस्थेकडे आणि सहकारी निबंधकांकडे

दाखल केला पाहिजे. लेखापरीक्षण अहवालासोबत गुणपत्रिका व लेखापरीक्षण अहवाल (दाखला), लेखापरीक्षण वर्ग नोंदीसह जोडला पाहिजे. त्याचप्रमाणे संस्थेकडून आलेल्या दोष दुरुस्ती अहवालावर आपले शेरे नोंदवून त्या अहवालाची १ प्रत निबंधकांकडे व दुसरी संस्थेकडे पाठविणेची जबाबदारी लेखापरीक्षकांवर आहे.

लेखापरीक्षणाचा अहवाल (Audit Report) – लेखापरीक्षक त्याचा अहवाल प्रामुख्याने तीन भागात सादर करतात. त्यांपैकी अ - भागामध्ये गंभीर व्यवस्थापकीय त्रुटी दर्शविण्यात येतात की, ज्यावर तातडीने कारवाई करणे आवश्यक असते. अहवालाच्या ब - भागामध्ये ताळेबंद विवेचन केले जाते. यामध्ये संस्थेच्या देणी व मालमत्तांचे परीक्षण करून त्यासंदर्भातील त्रुटी व सूचनांचे मार्गदर्शन केले जाते. तर अहवालाच्या क - भागामध्ये सर्वसाधारण त्रुटी व सूचना केल्या जातात. तसेच सहकारी संस्थांना लेखापरीक्षण वर्ग दिला जातो. हा लेखापरीक्षण वर्ग देण्यासाठी गुणांकन केले जाते. हे गुणांकन आणि लेखापरीक्षण वर्ग कसा दिला जातो? याची माहिती पुढीलप्रमाणे–

बँकांच्या/पतसंस्थांच्या व्यवस्थापनासाठी जगभरात 'कॅमल्स रेटींग' (CAMELS Rating) ही गुणांकनाची पद्धत स्वीकारली गेली आहे. या पद्धतीतील कॅमल्सचा अर्थ पुढीलप्रमाणे–

सी = (capital adequacy) भांडवल पर्याप्तता

अे = (Assets quality) जिंदगीची/मालमत्तेची गुणवत्ता

एम = (Management) व्यवस्थापन

इ = (Earning capacity) उत्पन्न व नफा क्षमता

एल = (Liquidity) तरलता/रोखता

एस = (Supervision & Control) कार्यपद्धती व नियंत्रण

या गुणांकन पद्धतीमध्ये वरील सहा तक्त्यांचे अथवा पेपरचे प्रत्येकी १०० गुणांप्रमाणे ६०० पैकी गुणदान केले जाते. वेगवेगळ्या प्रकारच्या सहकारी संस्थांसाठी वेगवेगळ्या गुणदानातील एकूण गुणांमध्ये फरक अथवा बदल करण्यात येतो.

(उदाहरणादाखल सहकारी संस्थांच्या लेखापरीक्षणाचा गुणदर्शक तक्ता परिशिष्ट–१ मध्ये दिला आहे.)

दोष दुरुस्ती अहवाल (Audit Rectification Report) – सहकारी संस्था अधिनियम १९६०च्या कलम ८२ नुसार सहकारी संस्थेचे लेखापरीक्षण पूर्ण झाल्यानंतर संस्थेला लेखापरीक्षण अहवालाची प्रत प्राप्त झाल्याच्या तारखेपासून ३ महिन्यांच्या आत अहवालातील दोषांची पूर्तता करून त्याचा दोष दुरुस्ती अहवाल

'ओ-O' नमुन्यात सहकारी उपनिबंधकाच्या कार्यालयामध्ये सादर करणे बंधनकारक आहे. तसेच कायद्यातील या तरतुदीनुसार हा दोष दुरुस्ती अहवाल पुढील वार्षिक सर्वसाधारण सभेमध्ये वाचून दाखविणे आवश्यक आहे.

सहकारी संस्थांना दोष दुरुस्ती अहवाल ज्या 'ओ' नमुन्यामध्ये सादर करावा लागतो त्याच्या डावीकडील बाजूस लेखापरीक्षण अहवालातील त्रुटी अथवा दोष नमूद करून उजव्या बाजूस त्या त्रुटी अथवा दोषांची दुरुस्ती केल्याचे नमूद केले जाते. त्यास वार्षिक सर्वसाधारण सभेत ठराव करून मंजुरी घेतली जाते. या अहवालावर सहकारी संस्थेचे पदाधिकारी उदा. अध्यक्ष, सचिव, खजिनदार अथवा कार्यकारणी सभासद यांच्या सह्या केल्या जातात आणि या अहवालावर लेखापरीक्षकांची सही, अभिप्राय व शिक्कासुद्धा घेतला जातो आणि मग असा दोष दुरुस्ती अहवाल उपनिबंधक सहकारी संस्था यांच्या कार्यालयाकडे कायद्यामध्ये विहित केलेल्या मुदतीत सादर केला जातो.

(या दोष दुरुस्ती अहवालाच्या 'ओ'नमुन्याचा आराखडा उदाहरणादाखल परिशिष्ट-१मध्ये दिला आहे.)

(ब) सहकारी संस्थेची चौकशी व तपासणी (Enquiry and Inspection)

सहकार कायदा कलम ८३मध्ये सहकारी संस्थेची चौकशी करण्यासंबंधी तरतूद आहे. तर कलम ८४ नुसार सहकारी संस्थेची तपासणी करण्यासंबंधी तरतूद आहे. कायद्यातील तरतुदीनुसार सहकारी संस्था निबंधकाला स्वत:हून एखाद्या संस्थेची चौकशी करण्याचा अधिकार आहे. ही चौकशी त्या संस्थेची रचना, तिचे कामकाज आणि तिची आर्थिक स्थिती यासंदर्भात असू शकते. अशी चौकशी करण्यासंदर्भात संस्थेच्या १/३ सदस्यांनी निबंधकांकडे अर्ज केल्यास निबंधक स्वत: किंवा त्यांनी नियुक्त केलेल्या व्यक्तीकडून संस्थेची चौकशी करू शकतो.

लेखापरीक्षकाप्रमाणे चौकशी करणाऱ्या अधिकाऱ्याला संस्थेची सर्व पुस्तके, कागदपत्रे, दस्तऐवज वगैरे तपासण्याचा अधिकार आहे. चौकशीचे काम सुकर होण्यासाठी संबंधित अधिकाऱ्यांकडून आजी व माजी सदस्यांकडून माहिती मिळविण्याचा अधिकार आहे. संबंधित व्यक्तींना समन्स काढून तो बोलवू शकतो, कलम ८९ अन्वये तपासणी अधिकाऱ्यालादेखील हे अधिकार प्रदान करण्यात आले आहेत. चौकशी कशी करावी यासंबंधीची पद्धत सहकारी संस्था नियम १९६१ मधील नियम ७०, ७१ व ७८ मध्ये दिली आहे. चौकशीच्या तरतुदीत आपणास समतत्त्व आढळून येते. सर्वांचे हक्क अबाधित ठेवण्यासाठी चौकशीची वैधानिक तरतूद करण्यात आली आहे.

हिशोब तपासणी व चौकशी यापेक्षा तपासणीचा अर्थ वेगळा आहे. तपासणी ही धनकोच्या (creditors) सांगण्यावरून करण्यात येते. ज्या संस्थेकडे धनकोचे येणे आहे ते संस्थेकडे मागणी करूनही संस्था वाजवी मुदतीत देणे देत नाही अशा संस्थेची तपासणी करण्याविषयी धनको निबंधकाकडे लेखी कळवितो. धनकोचा अर्ज लक्षात घेऊन निबंधकाला योग्य वाटले तर तो संस्थेच्या जमा-खर्चाची पुस्तके तपासण्याविषयी आदेश देऊ शकतो. धनकोला यासाठी निबंधक सांगेल ती रक्कम अनामत ठेवावी लागते.

कलम ८९मध्ये स्पष्ट केल्याप्रमाणे निबंधकाने किंवा त्याने प्राधिकृत केलेल्या व्यक्तीला दिवाणी प्रक्रिया संहिता (Civil Procedure Code) १९०८अन्वये समन्स काढून कोणत्याही व्यक्तीस बोलावण्याचा व समितीला उपस्थित राहण्यास सांगण्याचा अधिकार आहे. संस्थेची कोणती पुस्तके तपासावीत याची यादी तपासणी हुकुमात दिलेली असल्यास ती पुस्तके तपासण्याचा अथवा इतर आवश्यक ती पुस्तके तपासण्याचा अधिकार तपासणी अधिकाऱ्यास आहे.

कलम ८३खाली करण्यात आलेली चौकशी आणि कलम ८४खाली करण्यात आलेली तपासणी यासाठी येणारा खर्च कोणावर किती बसवावा यासंबंधी या कलमाखाली निबंधकाला अधिकार देण्यात आले आहेत. संस्थेची चौकशी करण्याचा व त्याचप्रमाणे तपासणी करण्याचा अधिकार जसा निबंधकाला आहे त्याचप्रमाणे अशा चौकशीत व तपासणीमध्ये आढळून आलेले दोष दूर करून संस्थेच्या कामकाजात सुव्यवस्था निर्माण करणे हासुद्धा महत्त्वाचा अधिकार निबंधकाला देण्यात आला आहे.

(क) पर्यवेक्षण (Supervision)

सहकारी संस्थेच्या हिशोब तपासणीचे काम लेखापरीक्षकाकडे जरी सोपविण्यात आले असले तरी संस्थेच्या सर्वसाधारण व्यवहारांवर नियंत्रण ठेवण्यासाठी तथा देखरेख ठेवण्यासाठी देखरेख मंडळे तथा पर्यवेक्षण मंडळे स्थापन करून त्यांचेमार्फत देखरेखीचे काम सोपविण्याचा अधिकार निबंधकाला देण्यात आला आहे. सहकार कायद्याच्या कलम ९० नुसार सहकारी संस्थेच्या कामकाजावर देखरेख ठेवण्यासाठी संघीय प्राधिकरणाची रचना करणे किंवा त्यास मान्यता देणे याची तरतूद केली आहे. अशा प्राधिकारी संस्थांना योग्य ती फी घेण्याचा अधिकार राहतो व त्यासाठी नियम ७४ मध्ये योग्य ती तरतूद करण्यात आली आहे. देखरेखीच्या व्यवस्थेत देखरेख करणारा अधिकारी (Supervisor) हा महत्त्वाचा दुवा आहे. हा अधिकारी फक्त देखरेखीचेच काम करत नसून संस्थेच्या कारभारात मदतनीस म्हणूनही काम करीत असतो.

२.५ सहकारी संस्थांमधील वादविवाद सोडवणूक (Settlement of Disputes)

व्यक्ती असो वा संस्था जिथे एकापेक्षा अधिक व्यक्ती एकत्र येतात तेथे वादविवाद होण्याची शक्यता असते. सहकारी संस्थांसुद्धा विविधप्रकारच्या वादविवादांपासून अपवाद आहेत असे नाही. सहकारी संस्थांमधील विविध वादांची सोडवणूक कशी करायची त्याबद्दलची वैधानिक तरतूददेखील सहकारी संस्था अधिनियमात केलेली आहे. या वादविवाद सोडवणुकीसंदर्भात सहकार कायद्यात असलेल्या काही महत्त्वपूर्ण तरतुदींची सर्वसाधारण माहिती सर्वसामान्य लोकांना व्हावी या उद्देशाने या खंडामध्ये पुढीलप्रमाणे वर्णन केले आहे.[२]

विवाद – मध्यवर्ती किंवा राज्यव्यापीय सहकार चळवळीचा हेतू साधेपणा, लवचिकपणा आणि स्वावलंबन हा आहे. त्यामुळे सर्व सहकारी कायदे व नियम हे सहकार चळवळीमध्ये निर्माण होणारे विवाद साधेपणाने व कमी खर्चात मिटविता यावेत यादृष्टीने बनविले आहेत. निर्माण होणारे विवाद हे सहकारी न्यायालयाकडे सोपवून त्यांच्याकडून निर्णय घेतला जातो व कमी खर्चात विवादाचा निर्णय लावून घेता येतो.

त्या त्या वेळी अमलात असलेल्या इतर कोणत्याही कायद्यात काहीही अंतर्भूत असले तरी याचा अर्थ इतर कोणत्याही कायद्यात काहीही नमूद केलेले असले तरी मोडता घालता येत नाही. कलम ९१(३) अनुसार पोटकलम (१) मध्ये नमूद केलेल्या विवादांच्या बाबतीत कोणतेही न्यायालय ढवळाढवळ करू शकत नाही. दिवाणी किंवा महसूल न्यायालयांना कलम ९१ अन्वये उपस्थित झालेल्या विवादांच्या बाबतीत न्याय देता येणार नाही. जे विवाद उत्पन्न होतात ते संस्थेच्या व्यवहारांच्या बाबतीतच असले पाहिजेत.

विवादाचे स्वरूप – सहकार कायद्याच्या कलम ९१ नुसार विवादामध्ये कोणत्या बाबींचा समावेश केला जाऊ शकतो हे दिले आहे. ते म्हणजे, संस्थेची रचना, विनिर्दिष्ट संस्थांच्या समित्या किंवा त्यांचे अधिकारी तसेच अन्य समित्यांच्या किंवा त्यांच्या अधिकाऱ्यांच्या निवडणुका; सर्वसाधारण सभेचे कामकाज; संस्थेचे व्यवस्थापन, व्यवसाय यासंबंधातील कोणताही विवाद; त्याचप्रमाणे एखाद्याकडून येणे-देणे, थकीत रक्कम इ. म्हणजेच व्यावसायिक विवाद; कर्तव्यात कसूर करणारे अधिकारी किंवा कर्मचारी संदर्भातील विवाद; याव्यतिरिक्त इतर प्रकारच्या विवादांचा समावेश विवादाच्या स्वरूपात होतो.

---

२. असे स्पष्टपणे नमूद करण्यात येते की, या प्रकरणातील या खंडातील माहितीचे प्रयोजन फक्त लोकांच्या माहितीसाठी आहे अन्य कोणत्याही कारणास्तव नाही.

विवादातील दोन्ही पक्षकारांपैकी कोणत्याही पक्षकाराकडून किंवा संस्था ज्या संघीय संस्थेशी संलग्न असतील त्या संस्थेकडून किंवा संस्थेच्या धनकोकडून सहकारी न्यायालयाकडे विवाद विचारार्थ पाठविला जातो. पूर्वी हा विवाद निबंधकाकडे पाठविला जात असे. परंतु, १९८२मध्ये दुरुस्ती करून तो अधिकार सहकारी न्यायालयाला देण्यात आला. विवादातील दोन्ही पक्षकार हे पुढीलपैकी एक किंवा दुसरे असले पाहिजेत.

संस्था, संस्थेची समिती, संस्थेची पूर्वीची कोणतीही समिती, कोणताही माजी किंवा विद्यमान अधिकारी, कोणताही माजी किंवा विद्यमान अधिकर्ता, कोणताही माजी किंवा विद्यमान कर्मचारी, संस्थेच्या कोणत्याही मृत अधिकाऱ्याची किंवा मृत कर्मचाऱ्याची नामनिर्देशित व्यक्ती, वारस किंवा कायदेशीर प्रतिनिधी, संस्थेचा परिसमापक, एखाद्या नोंदणी काढून घेतलेल्या संस्थेचा शासकीय अभिहस्तांकिती, संस्थेचा सदस्य, माजी सदस्य किंवा मृत सदस्य यांच्यामार्फत दावा सांगणारी व्यक्ती, संस्थेची सदस्य असलेली संस्था, संस्थेचा सदस्य म्हणून दावा सांगणारी व्यक्ती, कलम ४३ अन्वये कर्जे घेण्यावर निर्बंध, कलम ४४ अन्वये कर्ज देण्याच्या धोरणाचे नियमन, कलम ४५ अन्वये सदस्य नसलेल्या व्यक्तीबरोबर इतर व्यवहार करण्यावर निर्बंध असे असताना ज्या कोणत्याही व्यवहारासंबंधी असतील ते व्यवहार संस्थेने, संस्थेची सदस्य नसेल अशा ज्या व्यक्तींशी केले असतील, ती व्यक्ती व अशा व्यक्तीमार्फत दावा सांगणारी कोणतीही व्यक्ती, सदस्याचा, माजी सदस्याचा किंवा मृत सदस्याचा जामीनदार, कलम ४५ अन्वये सदस्य नसलेल्या व्यक्तीबरोबर इतर व्यवहार करण्यावर निर्बंध विहित करण्यात आले असतील ते व्यवहार जर संस्थेने संस्थेची सदस्य नसेल अशा व्यक्तीशी केले असतील अशा इतर व्यक्तींचा जामीनदार जरी तो जामीनदार किंवा व्यक्ती सदर संस्थेची सदस्य असेल अगर नसेल अशी व्यक्ती इतर कोणतीही संस्था किंवा अशा संस्थेचा परिसमापक, एखाद्या नोंदणी काढून घेतलेल्या संस्थेचा शासकीय अभिहस्तांकिती.

कोणता विषय विवाद म्हणून समजला जात नाही – औद्योगिक विवाद अधिनियम १९४७ मधील कलम २(क) मधील व्याख्या केलेला एखादा औद्योगिक विवाद; कलम ७३(१)(क) खाली अधिसूचित केलेल्या संस्थेहून अन्य कोणत्याही संस्थेचा किंवा कलम ७३(ग) अन्वये किंवा त्याखालील विनिर्दिष्ट करण्यात आलेल्या एखाद्या संस्थेच्या समितीच्या निवडणुकीचे नामनिर्देशनपत्र फेटाळणे; सदस्यत्वासाठी अर्हता असलेल्या कोणत्याही व्यक्तीचा अर्ज संस्थेने नाकारणे; कलम १०१(१) किंवा (२) अन्वये किंवा कलम १३७(१) अन्वये निबंधकाने दिलेल्या प्रमाणपत्रावर नमूद केलेली

रक्कम जमीन महसुलाची थकबाकी म्हणून वसूल करण्यासाठी केलेली कोणतीही कार्यवाही; निबंधकाने किंवा त्याला दुय्यम असलेल्या कोणत्याही अधिकाऱ्याने किंवा राज्यशासनाने अधिसूचित केलेल्या व ज्याला कलम १५६(१) अन्वये निबंधकाने अधिकार प्रदान केले आहेत अशा संस्थेच्या कोणत्याही अधिकाऱ्याने वसुलीसाठी केलेली कोणतीही कार्यवाही.

सभा चालू असताना एखाद्या सदस्याला सभेतून बाहेर जाण्यास सांगितले असता तो प्रतिष्ठेचा प्रश्न होतो. परंतु, त्यामुळे त्या व्यक्तीचे सदस्य म्हणून नुकसान होत नाही त्यामुळे हा विषय विवाद म्हणून ग्राह्य होत नाही.

सहकार कायद्यामध्ये १९७४ साली कलम ९१-अ नवीन दाखल करण्यात आले. तत्पूर्वी कलम ९१ खालील विवाद हे निबंधकाकडे सोडविण्यासाठी पाठविले जात असत. कित्येकवेळा असे विवाद निबंधक त्याने प्राधिकृत केलेल्या व्यक्तीकडे किंवा अशा व्यक्तींच्या मंडळाकडे पाठविले जात. परंतु, निबंधकाकडे असलेल्या कामाच्या अति व्यापामुळे अशा विवादांचा निर्णय होण्यास बराच अवधी लागत होता. या सर्व गोष्टींचा विचार करून शासनाने स्वतंत्र सहकारी न्यायालये स्थापन करण्याचे ठरविले. याआधी अपील सहकारी लवादाकडे (Tribunal) केले जात असे. परंतु, नंतर त्याचे महाराष्ट्र राज्य सहकारी अपील न्यायालयात रूपांतर करण्यात आले. या न्यायालयाच्या न्यायाधीशांच्या अर्हतेसाठी नियम बनविण्यात आले. सहकारी न्यायालय व सहकारी अपील न्यायालय याच्या अवमानाच्या दृष्टीने तरतूद करण्यात आली. निबंधकाचा विवादाचा निर्णय देण्याचा अधिकार तसाच ठेवला. सहकारी न्यायालयाचे अधिकारक्षेत्र संपूर्ण राज्यभर किंवा अधिसूचनेद्वारे विनिर्दिष्ट करण्यात आलेल्या कोणत्याही भागावर कलम ९१-अ पोटकलम (३) अन्वये आहे.

विवादांची सुनावणी करण्याची आणि त्यांच्यावर निर्णय देण्याची कार्यपद्धती नियम ७७ (इ) मध्ये स्पष्ट केली आहे.

२.६ सहकारी संस्थांचे परिसमापन (Liquidation)

सहकारी संस्थांचे परिसमापन/अवसायन म्हणजे सहकारी संस्थेचा कारभार बंद करणे. सहकारी संस्था अधिनियम कलम १०२मध्ये सहकारी संस्था कोणत्या परिस्थितीत गुंडाळता येते किंवा बंद करता येते. याचे विवेचन केले आहे. त्यानुसार सहकारी संस्थेचे परिसमापन अर्थात समाप्तीकरण पुढील तीन प्रकारे केले जाते.

स्वखुशीने परिसमापन करणे – संस्थेचे सभासद विशेष सर्वसाधारण सभा भरवून त्यासभेत उपस्थित असलेल्या व मतदानास पात्र असलेल्या तीन चतुर्थांश (३/४) सदस्यांनी बहुमताने ठराव संमत करून संस्थेचे समापन करण्यासंबंधी

निबंधकाकडे अर्ज केला असता असे समापन केले जाते. स्वखुशीने समाप्तीकरण काही विशिष्ट परिस्थितीत केले जाते. उदा. संस्थेची नोंदणी केली गेली परंतु संस्थेला कारभार करण्यासाठी जागा मिळाली नाही तर अशा परिस्थितीत तिला आपला व्यवहार गुंडाळणे भाग पडते.

सक्तीने समापन करणे – कलम ८३ व ८४ खालील किंवा कलम ८९(अ) अन्वये चौकशी अधिकाऱ्याने व लेखापरीक्षकाने (कलम ८१) अहवाल सादर केल्यानंतर त्यांच्या अहवालाच्या आधारे संस्था गुंडाळता येते. त्यांच्या अहवालाचा सारासार विचार करून निबंधक संस्थेचे समापनाविषयी अंतरिम (Interim) आदेश देऊ शकतो.

निबंधकाच्या आदेशावरून समापन करणे – (१) संस्थेने विशिष्ट मुदतीत काम सुरू केले नसेल – यात काम सुरू करण्यासंबंधी मुदत दिलेली नाही. ती मुदत देण्याचे स्वातंत्र्य निबंधकाला आहे; (२) संस्थेने काम करण्याचे बंद केले असेल; (३) संस्थेजवळ भागांची रक्कम व सदस्यांची अनामत रक्कम मिळून रु. ५०० पेक्षा कमी रक्कम असेल; व (४) नोंदणी संबंधीच्या व व्यवस्थापनासंबंधीच्या अटींचे आणि शर्तींचे उल्लंघन झाले असेल, उदा. संस्थेचा सदस्य ज्यांची नोंदणी पुस्तकात नोंद आहे ते जर कार्यक्षेत्राच्या बाहेर राहावयास गेले असतील तर या चार कारणांखाली निबंधक आदेश देऊन संस्थेचे समापन करू शकतो.

संस्था गुंडाळण्यासंबंधी निबंधक एक अंतरिम आदेश देतो व तो आदेश दिल्याचे तारखेपासून एक महिन्याचे आत संस्थेने आपले म्हणणे निबंधकाकडे सादर करावयाचे असते. जेथे स्वखुशीने समापन असेल तेथे हा प्रश्नच उद्भवत नाही. संस्थेच्या म्हणण्यावर निबंधक सारासार विचार करून आवश्यकता भासल्यास अंतरिम आदेश रद्द करून अंतिम आदेश देण्याचा विचार करू शकतो.

परिसमापकाची नियुक्ती (appointment of liquidator) – संस्थेचे समापन करण्यासाठी जो आदेश देण्यात येतो त्यात दोन भाग करण्यात आलेले आहेत. (१) अंतरिम आदेश आणि (२) अंतिम आदेश. कलम १०२ अन्वये अंतरिम आदेश देण्यात आल्यानंतर कलम १०३ अन्वये परिसमापकाची नेमणूक करण्यात येते. नियम ८९ (१) नुसार निबंधकाने परिसमापकाची नेमणूक शासन राजपत्रात अधिसूचित केली पाहिजे. परिसमापक कोणाला नेमावे, त्याची शैक्षणिक पात्रता काय असावी याचा खुलासा करण्यात आलेला नाही, तरी नेमणूक करताना ज्या संस्थेसाठी परिसमापक नेमावयाचा आहे त्या संस्थेच्या कारभाराची रूपरेषा, व्यवहारांची व्याप्ती व कारभाराचे स्वरूप लक्षात घेऊनच त्याची नेमणूक करण्यात येते. कोणत्या इसमास परिसमापक म्हणून नेमावे, किती दिवसांसाठी नेमावे याबाबतीतचे अधिकार निबंधकाकडे

आहेत. एखादा परिसमापक अकार्यक्षम आहे असे आढळून आले तर निबंधक त्याची नेमणूक रद्द करू शकतो व त्याचे जागी दुसरा नेमू शकतो.

परिसमापकाची कार्ये व परिश्रमिक – (१) निबंधकाने नियम ८९ (१०) अन्वये परिसमापकाचे परिश्रमिक (कामाचे मानधन/मेहनताना) द्यावा. (२) संस्थेच्या मालमत्तेचा ताबा परिसमापकाने घेणे. (३) संस्थेचे समापन झाल्यानंतर व्यवस्थापन समिती व अधिमंडळ यांनी आपले कार्य थांबवावयाचे असते. संस्थेची नोंदणी रद्द होईपर्यंत ती संस्था अस्तित्वात राहील. (४) परिसमापकाने समापनाच्या बाबतीत निबंधकाच्या बंधनात राहिले पाहिजे. (५) परिसमापकाची नियुक्ती झाल्यावर ताबडतोब संस्थेची सर्व मालमत्ता त्याच्या ताब्यात द्यावी लागते. परंतु, परिसमापक कलम १०६ नुसार समापनाचा अंतिम आदेश आल्याशिवाय संस्थेच्या मालमत्तेचा वापर करू शकत नाही. (६) निबंधकाने आदेश दिल्यास किंवा राज्य शासनाकडे दाखल झालेल्या अपिलाच्या निकालावरून अंतरिम आदेश रद्द केल्यास परिसमापकाचे काम संपते व त्याला स्वत:च्या ताब्यात असलेली संस्थेची मालमत्ता ज्या अधिकाऱ्याकडून ताब्यात घेतलेली असेल त्याला परत करावी लागते.

परिसमापकाचे परिश्रमिक – (१) जिल्हाधिकारी किंवा न्यायलयाने अंमलबजावणी करून रोख वसूल केलेल्या रकमेच्या १ टक्का समापन करण्याच्या तारखेपासून. (२) जिल्हाधिकारी किंवा न्यायालयाने निवाड्याप्रमाणे व परिसमापकाच्या आदेशाप्रमाणे, समापन करण्याच्या आदेशानंतर वसूल केलेल्या रक्कमेच्या २ टक्के. (३) अंमलबजावणी करताना जमिनीची विक्री करावी लागली तर परिसमापकाला ३ टक्के द्यावे लागतात. (४) परिसमापकाने स्वत:हून, जिल्हाधिकारी किंवा न्यायालयाची मदत न घेता वसुली केली तर ५ टक्के. (५) परिसमापकाने केलेल्या संस्थेच्या जंगम मालमत्तेच्या विक्रीच्या ३ टक्के यांपेक्षा जास्त फी नसावी.

परिसमापनाच्या आदेशाचे परिणाम कलम १०६ – कलम १०२ पोटकलम (१) अन्वये दिलेल्या आदेशाविरुद्ध अपील करण्याची मुदत संपल्यावर किंवा अपील फेटाळण्यात आले असेल, त्याबाबतीत समापनासाठी दिलेला आदेश हा, असा आदेश जणूकाही संस्थेचे धनको आणि संस्थेस अंशदान देणाऱ्या व्यक्ती यांनी केलेल्या संयुक्त अर्जावरून देण्यात आला आहे असे समजून प्रभावी राहील आणि तो त्या सर्व धनकोच्या आणि अंशदान देणाऱ्या सर्व व्यक्तींच्या बाजूने अंमलात येईल. जेव्हा समापनाचा आदेश प्रभावी होईल तेव्हा परिसमापक विक्रीद्वारे किंवा अन्यथा संस्थेच्या मालमत्तेची रोख किंमत वसूल करून घेण्याची कार्यवाही करील आणि निबंधकाच्या परवानगीवाचून व तो ज्या अटी लादेल त्यांच्या अधीनतेने, संस्थेविरुद्ध कोणताही

विवाद सुरू करता येणार नाही किंवा समापनाच्या आदेशाच्या तारखेस तो अनिर्णीत असेल, तर त्याची कार्यवाही पुढे चालू ठेवता येणार नाही. तथापि, निबंधकास संस्थेने केलेला किंवा संस्थेविरुद्ध असलेला कोणताही विवाद स्वत:हून दाखल करून घेता येईल किंवा निकालात काढता येईल.

संस्था समापनाचा अंतिम आदेश आल्यानंतर त्यापाठोपाठ तीन गोष्टी घडतात. (१) संस्थेचे नाव व अधिकार हे संस्था बरखास्त होईपर्यंत चालू असले तरी धंदा, फायदेशीर होईपर्यंत मर्यादित प्रमाणात चालू राहतो. (२) परिसमापक संस्थेचे समापनाचे कार्य चालू करतो. (३) दिवाणी दावे आणि लवादाकडे असलेले विवाद हे या आदेशामुळे बाजूला पडतात.

संस्थेचे समापन करणे व नोंदणी रद्द करणे यातील फरक – (अ) समापनाच्या प्रक्रियेत संस्था हा सामुदायिक गट म्हणून अस्तित्वात असतो (कलम ३६). (ब) संस्थेला असलेल्या सर्व सवलती चालू असतात. उदा. स्टँप ड्यूटीपासून सूट इ. (क) समापनाचा आदेश आल्यावर संस्थेचे भांडवल म्हणजे मालमत्ता परिसमापकाच्या ताब्यात जाते. (ड) परिसमापकाने केलेल्या लेख्याची दरवर्षी लेखापरीक्षा होते.

नोंदणी रद्द करणे – (अ) कलम २१ अन्वये करण्यात येणारी संस्थेची नोंदणी रद्द केव्हा केली जाते तर संस्थेची सर्व किंवा काही प्रमाणात देणी फेडल्यावर रद्द केली जाते. (ब) नोंदणी रद्द केल्यावर संस्था ही सामुदायिक गट म्हणून अस्तित्वात राहू शकत नाही.

२.७ अपिले, पुनर्विलोकन आणि पुनर्परीक्षण (Appeal, Revision and Reviews)

(अ) अपिले (Appeal) – महाराष्ट्र सहकारी संस्था अधिनियम कलम १४९ महाराष्ट्र राज्य सहकारी अपील न्यायालय (१) या कलामाद्वारे किंवा तदन्वये न्यायालयास देण्यात आलेल्या अधिकारांचा वापर करण्यासाठी आणि त्यांची कामे पार पाडण्यासाठी, महाराष्ट्र राज्य सहकारी अपील न्यायालय नावाच्या एका न्यायालयाची याद्वारे रचना करण्यात येत आहे.

या अधिनियमान्वये अपिलाची सुनावणी करणारे (सहकारी अपील न्यायालय) दिवाणी प्रक्रिया संहिता १९०८च्या कलम ९७ अन्वये आणि तिच्या प्रथम अनुसूचीतील नियमावली ४१ अन्वये अपील न्यायालयास दिलेल्या सर्व अधिकारांचा वापर करील.

सहकार कायदा कलम १५२ अपिले – एक महत्त्वाच्या बाबीची नोंद

घ्यायची म्हणजे या कलमाला 'अपिले' असे शीर्षक जरी देण्यात आले असले तरी फक्त याच कलमाखाली अपील करता येते असे नाही तर ज्या पक्षकाराने दाव्याचा निर्णय, आदेश दिल्यामुळे किंवा कारवाईमुळे नुकसान झाले असेल तर तो पक्षकार काही ठरावीक कलमान्वये त्या निर्णयाविरुद्ध अपील करू शकतो. त्या आदेशाला किंवा कारवाईला आव्हान देऊ शकतो.

(ब) पुनर्विलोकन (Rivision) – सहकारी संस्था अधिनियम कलम १५० सहकारी अपील न्यायालयाच्या आदेशांचे पुनर्विलोकन; (१) (सहकारी अपील न्यायालयास) निबंधकाने किंवा कोणत्याही हितसंबंधीत पक्षकाराने अर्ज केला असता कोणत्याही प्रकरणात आपल्या स्वत:च्या आदेशांचे पुनर्विलोकन करता येईल व त्यास अनुलक्षून त्यास योग्य वाटेल असा आदेश देता येईल.

कोणत्या सबळ कारणाखाली पुनर्विलोकनाचा (सुधारणा) अर्ज मंजूर केला जातो ती कारणे थोडक्यात पुढीलप्रमाणे–

(१) पुराव्याची नवीन व महत्त्वाची बाब उघडकीस आल्यास वगैरे. (२) अभिलेखावरून उघड उघड दिसून येणारी चूक किंवा प्रमाद झालेला आहे अशी खात्री झाली आहे किंवा (३) इतर कोणतेही पुरेसे कारण असल्यास.

(क) पुनर्रपरीक्षण (Reviews) – सहकार कायदा कलम १५४ नुसार राज्यशासनाचे आणि निबंधकाचे पुनर्रपरीक्षणविषयक अधिकार स्पष्ट केले आहेत. या कलमातील पोटकलम (१) नुसार कोणत्याही दुय्यम अधिकाऱ्याने कोणताही निर्णय किंवा आदेश दिला असेल आणि असा निर्णय किंवा आदेश याविरुद्ध कोणतेही अपील करता येत नसेल, त्याबाबतीत राज्य शासनास किंवा निबंधकास स्वाधिकारे किंवा अर्ज केल्यावर अशा कोणत्याही निर्णयाचा किंवा आदेशाचा कायदेशीरपणा किंवा त्याचे औचित्य आणि अशा कार्यवाहीची नियमितता यासंबंधी स्वत:ची खात्री करून घेण्याच्या प्रयोजनासाठी कलम १४९ पोटकलम (९) मध्ये निर्दिष्ट केलेल्या असतील त्याव्यतिरिक्त कोणत्याही बाबीसंबंधीच्या कोणत्याही चौकशीचा किंवा कार्यवाहीचा अभिलेख मागविता येईल आणि त्याची तपासणी करता येईल. अशा रीतीने मागविण्यात आलेला कोणताही निर्णय किंवा आदेश यामध्ये फेरबदल करावा, तो विलोपित करावा किंवा तो बदलावा, असे कोणत्याही बाबतीत राज्यशासनास किंवा निबंधकास आढळून येईल तर राज्यशासनास किंवा यथास्थिती, निबंधकास त्याचा परिणाम झालेल्या व्यक्तीला आपले म्हणणे मांडण्याची संधी दिल्यानंतर, राज्यशासनास किंवा निबंधकास न्याय्य वाटेल असे आदेश देता येतील.

२.८ ९७वी घटना दुरुस्ती (97th Constitutional Amendment)

सहकारी संस्थांच्या कारभारात गुणात्मक विकास व्हावा, सहकारी संस्था स्वावलंबी व्हाव्यात. सहकारी संस्था अधिकाधिक स्वायत्त व्हाव्यात, सहकार चळवळ लोकाभिमुख होण्यासाठी सहकार चळवळीमध्ये लोकांचा सक्रिय सहभाग वाढला पाहिजे. या प्रमुख उद्दिष्टांनी सहकारी संस्थांच्या तत्कालीन कायद्यात बदल होण्याची गरज होती. ३ जून २००० रोजी पुण्यातील बालगंधर्व रंगमंदिराच्या सभागृहात मा. शरद पवार यांच्या अध्यक्षतेखाली झालेल्या सहकार परिषदेत या बदलांची वाटचाल सुरू झाली. परंतु, सहकारी संस्थांच्या स्वायत्ततेबाबत चळवळीच्या नेत्यांमध्ये काही मतभेद असल्याने हा बदल मागे पडला. त्याबाबतचे विधेयक १४व्या लोकसभेपुढे मांडण्यात आले. परंतु, त्या लोकसभेची मुदत संपल्याने ती निष्प्रभ ठरली. त्यानंतर सदर घटना दुरुस्तीचे विधेयक १५व्या लोकसभेपुढे मांडले गेले आणि डिसेंबर २०११मध्ये संसदेच्या दोन्ही सभागृहात (लोकसभा आणि राज्यसभा) ते बहुमताने मंजूर करण्यात आले. १२ जानेवारी २०१२ रोजी घटना दुरुस्ती विधेयकावर मा. राष्ट्रपतींची स्वाक्षरी झाल्याने हे ९७वे घटना दुरुस्ती विधेयक १३ जानेवारी २०१२ रोजी राजपत्रात प्रसिद्ध झाले आणि या विधेयकाचे ९७व्या घटना दुरुस्तीत रूपांतर झाले. केंद्र सरकारने या घटना दुरुस्ती विधेयकाची अंमलबजावणी १५ जानेवारी २०१२ पासून अंमलात आणली. वास्तविक पहाता सहकार हा विषय घटनेतील तरतुदींनुसार राज्यांच्या अखत्यारीतील विषय असून त्यावरील कायदे करण्याचा अधिकार हा राज्यांचा आहे असे असूनही त्यासंदर्भात घटनेमध्ये तरतूद करण्यामागे दिलेली कारणे पुढीलप्रमाणे–

१) देशाच्या आर्थिक विकासात सहकारी संस्थांचे योगदान महत्त्वाचे असल्याने देशातील सर्व संस्थांमधून सुसूत्रता असणे आवश्यक आहे.

२) ज्या उद्देशाने सहकारी संस्थांची स्थापना होते ती उद्दिष्टे पुढील काळात पूर्ण होताना दिसत नाहीत.

३) सभासदांच्या हितांचे रक्षण करण्यासाठी या संस्था कमी पडताना दिसत आहेत.

४) अनेक ठिकाणी सहकारी संस्थांच्या निवडणुका वेळेवर होत नाहीत, वर्षानुवर्षे प्रशासकच कारभार पाहतात.

५) संस्थांमध्ये व्यावसायिकतेचा अभाव असून उत्पादक क्षमता कमी आहे.

६) शासकीय हस्तक्षेपाचे प्रमाण अधिक आहे.

या पार्श्वभूमीवर तळागाळातील सभासदांच्या हितासाठी सहकाराच्या माध्यमातून लोककल्याणकारी राज्याची कल्पना मूर्त स्वरूपात आणण्यासाठी देशातील सर्व सहकारी

संस्था या स्वायत्तता, लोकशाही नियंत्रण व व्यावसायिक व्यवस्थापन या प्रमुख तत्त्वांवर चालवाव्यात या उद्देशाने या निर्देशित तत्त्वांचा समावेश घटनेमध्ये करण्यात आला आहे. केंद्र सरकारने ९७व्या घटना दुरुस्ती अन्वये केलेले काही महत्त्वाचे बदल पुढीलप्रमाणे–

१) घटनेच्या भाग तीन मधील अनुच्छेद १९(१)(C) मधील अधिसंघ वा संघ या शब्दापुढे किंवा सहकारी संस्था हा शब्द समाविष्ट केला आहे. याबरोबरच सहकारी संस्था स्थापणे हा भारतातील सर्व नागरिकांचा मूलभूत अधिकार झाला आहे.

२) घटनेच्या भाग चार मधील अनुच्छेद 43A नंतर 43B चा समावेश केलेला आहे. राज्य, यथायोग्य विधी विधानाद्वारे ऐच्छिक स्थापना, स्वायत्तता, लोकशाही नियंत्रण आणि व्यावसायिक व्यवस्थापन या प्रमुख तत्त्वांवर सहकारी संस्थांच्या स्थापनेबाबत प्रयत्न करेल.

३) घटनेचा भाग नव्याने अस्तित्वात आला असल्याने त्या अंतर्गत अनुच्छेद 243ZI मधील तरतुदींनुसार सहकारी संस्थांचे अधिकार, प्राधिकार व जबाबदाऱ्या विषद केलेल्या आहेत. घटनेच्या या अनुच्छेद मधील तरतुदींनुसार प्रत्येक राज्याला आपल्या सहकार कायद्यामध्ये सहकारी संस्थेची स्थापना, शिस्त, त्यांचे अवसायन यासंबंधी तरतूद करणे आवश्यक असून या तरतुदी ऐच्छिक स्थापना, लोकशाही पद्धतीने सभासदांचे नियंत्रण, सभासदांचा आर्थिक व व्यावसायिक सहभाग आणि स्वायत्तता या तत्त्वांवर आधारित असणे आवश्यक आहे.

तसेच या अनुच्छेदातील तरतुदीनुसार संचालक मंडळातील सदस्यांची संख्या जास्तीतजास्त २१ असावी ज्यामध्ये अनुसूचित जाती/जमातींसाठी एक, महिलांसाठी दोन अशा किमान तीन जागा आरक्षित ठेवाव्या लागतील. संचालक मंडळाचा व पदाधिकाऱ्यांचा कालावधी पाच वर्षांचा राहील तसेच बँकींग, व्यवस्थापन व आर्थिक क्षेत्र किंवा संस्थेच्या उद्दिष्टांशी निगडित असणाऱ्या क्षेत्रातील जास्तीतजास्त दोन तज्ज्ञ व्यक्तींची नेमणूक स्वीकृत सदस्य म्हणून करावी. या संचालक संख्येव्यतिरिक्त संस्थांना कार्यलक्षी संचालकाची नेमणूक करता येईल.

४) घटनेच्या अनुच्छेद 243ZK मधील तरतुदींनुसार संचालक मंडळाची मुदत संपण्या अगोदर नवीन संचालक मंडळाची निवड करण्याबाबत कायद्यात

तरतुदी आणाव्या लागतील. तसेच राज्यांनी संस्थांच्या निवडणुकीसाठी स्वतंत्र आयोग नेमण्याचे सूचित केलेले आहे.

५) अनुच्छेद 243ZL मधील तरतुदीनुसार ज्या संस्थांना शासनाचे भाग भांडवल, कर्ज वा हमी नाही अशा संस्थांचे संचालक मंडळ बरखास्त करण्याचे अधिकार शासनास राहणार नाहीत. याव्यतिरिक्त शासनाचा सहभाग असलेल्या संस्थांवर ६ महिने पेक्षा अधिक कालावधीसाठी प्रशासक नेमता येणार नाही मात्र बँकांच्या बाबतीत हा कालावधी १ वर्षाचा राहील.

६) अनुच्छेद 243ZM मधील तरतुदींनुसार संस्थांना वार्षिक सभेने लेखापरीक्षकांच्या पॅनेलवरील नेमलेल्या लेखापरीक्षकांकडूनच आर्थिक वर्ष संपल्यानंतर सहा महिन्यांच्या आत लेखापरीक्षण पूर्ण करून लेखापरीक्षण अहवाल वार्षिक सभेपुढे तसेच शिखर संस्थांचे लेखापरीक्षण अहवाल राज्यांच्या विधी मंडळासमोर ठेवण्याबाबतची तरतूद यामध्ये केलेली आहे.

घटनेच्या या दुरुस्ती विधेयकातील वरील महत्त्वपूर्ण तरतुदींबरोबरच इतर अनेक तरतुदी करण्यात आलेल्या आहेत.

समारोप – सहकार चळवळीचा विकास निकोप व्हावा, चळवळीचा गुणात्मक विकास व्हावा यासाठी सहकार कायद्यात अभूतपूर्व सुधारणा करताना सहकार कायदा राज्यांतर्गत असला तरी केंद्र सरकारने ९७ वी घटना दुरुस्ती करून या घटना दुरुस्तीच्या तरतुदी राज्यांच्या सहकार कायद्यात करण्यासाठी १ वर्षाची मुदत दिली. त्यानुसार राज्यांनीसुद्धा सहकार कायदा, नियम आणि आदर्श उपविधींमध्ये सुधारणा केल्या. या सुधारणांच्या पार्श्वभूमीवर सहकार चळवळीत मोठा बदल स्पष्टपणे दिसून येऊ लागला तो म्हणजे लेखापरीक्षकांची नियुक्ती आता सहकारी संस्थांच त्यांच्या वार्षिक सर्वसाधारण सभेमध्ये करू लागल्या आहेत. या नियुक्तीचा निबंधकांचा अधिकार मर्यादित करण्यात आला आहे. त्याचप्रमाणे सहकारी संस्थांच्या निवडणुकासुद्धा आता स्वतंत्र यंत्रणेमार्फत होऊ लागल्या आहेत. काही संस्थांना ही प्रक्रिया अधिक खर्चीक होत आहे. परंतु, व्यापक हितासाठी आणि सहकारी संस्था स्वायत्त होण्यासाठी या सुधारणा स्वागतार्ह आहेत असे म्हणणे उचित होईल.

प्रकरण - ३

सहकार विभागाची रचना

(Structure of Co-operative Department)

प्रस्तावना

प्रशासकीय दृष्टिकोनातून सहकार हा विषय राज्यांच्या अंतर्गत आहे. त्यामुळे सहकारी संस्थांचे नियंत्रण व प्रशासन करण्यासाठी सहकार विभागाची रचना करण्यात आली आहे. महाराष्ट्रात सहकार विभागाची रचना प्रामुख्याने त्रिस्तरीय आहे. तर सहकाराबाबत धोरणात्मक निर्णय घेण्यासाठी महाराष्ट्र राज्याच्या मंत्रिमंडळामध्ये सहकारी मंत्रीपदाचा समावेश आहे. त्यामुळे या रचनेमध्ये मा. मंत्री (सहकार), मा. राज्यमंत्री (सहकार), मा. सचिव (सहकार) यांचाही समावेश आहे. परंतु, धोरणात्मक निर्णयांची अंमलबजावणी आणि सहकारी संस्थांवरील प्रशासकीय नियंत्रण हे राज्याच्या सहकार विभागामार्फत चालते त्या दृष्टीने या सहकार विभागाची रचना सर्वसाधारणपणे कशी आहे ते या प्रकरणात दिले आहे.

३.१ सहकार विभागाची त्रिस्तरीय रचना (Three Tier Structure of Co-op. Department)

महाराष्ट्रात सहकार विभागाच्या त्रिस्तरीय रचनेमध्ये राज्यस्तरावर सहकार आयुक्त व निबंधक सहकारी संस्था (Commissioner & Registrar of Co-op.) यांची नियुक्ती केली जाते. तर राज्यामध्ये एकूण नऊ महसुली विभाग करण्यात आले आहेत. या महसुली विभागांसाठी एक विभागीय सह-निबंधकांची (Divisional Joint Registrar) नेमणूक केली जाते. तसेच प्रत्येक जिल्ह्यासाठी जिल्हा उप-निबंधक (District Deputy Registrar) यांची नेमणूक केली जाते. जिल्ह्यातील तालुका विभागासाठी साहाय्यक निबंधक (Assistant Registrar) नेमले जातात. महाराष्ट्रातील या सहकार विभागाच्या रचनेचा सर्वसाधारण आढावा पुढीलप्रमाणे-

अ) राज्य स्तर– सहकार आयुक्त व निबंधक

सहकार चळवळीची तत्त्वे आणि मूल्ये जोपासण्यासाठी तसेच सहकार कायद्याची अंमलबजावणी करण्यासाठी राज्यपातळीवर सहकार आयुक्त व निबंधकांची नेमणूक केली जाते. शासन आणि सहकारी संस्था यांच्यामधील महत्त्वाचा दुवा व मार्गदर्शक म्हणून त्याने काम करणे अपेक्षित असते. निबंधकांना सहकारी संस्था अधिनियमांसंबंधीत इतर अधिनियमांखालील कामेसुद्धा करावी लागतात. ते म्हणजे मुंबई सावकारी अधिनियम १९४६, मुंबई वखार अधिनियम १९४७, महाराष्ट्र कुळवहिवाट व शेतजमीन अधिनियम १९४८ (सहकारी शेती संस्थांबाबतीत आवश्यक तितकाच अधिकार), मुंबई शेतकरी कर्ज माफी अधिनियम १९४८ (पिकासाठी पतपुरवठा कर्जापुरताच अधिकार). आयुक्त व निबंधक सहकारी संस्था यांचे मुख्य कार्यालय पुणे येथे आहे. निबंधकांचे अधिकार, त्यांची कर्तव्ये आणि त्यांच्या जबाबदाऱ्या यासंबंधीची विस्तृत माहिती या प्रकरणात पुढील मुद्दा क्र. ३.२ मध्ये दिला आहे.

आकृती क्र. ३.१
सहकार विभागाच्या त्रिस्तरीय रचनेचा सर्वसाधारण आराखडा

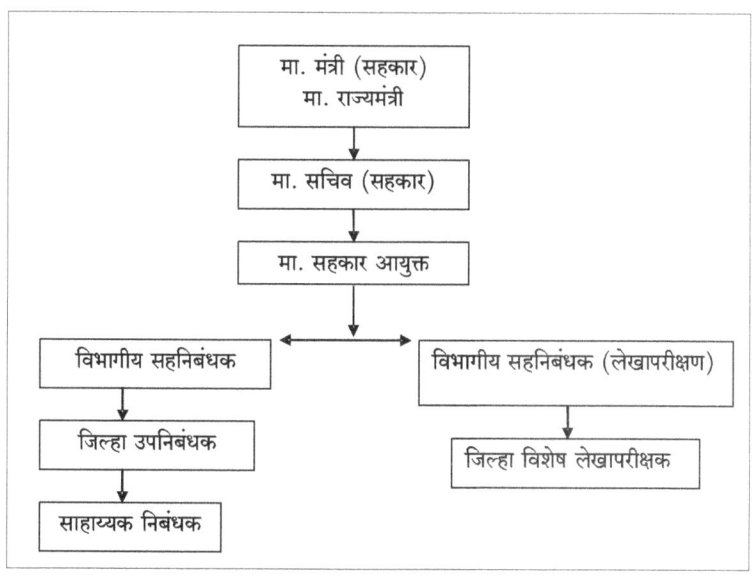

(स्रोत – महाराष्ट्रातील सहकार चळवळ एका दृष्टिक्षेपात–२०११, सहकार आयुक्त व निबंधक सहकारी संस्था, महाराष्ट्र राज्य, पुणे, ४८ वे प्रकाशन, पृष्ठ ६७).

ब) विभागीय स्तर

महाराष्ट्रात सहकार विभागाची रचना ही महसूल विभागाच्या रचनेनुसार विभागीय आहे. तसेच प्रत्येक विभागात जिल्हा मुख्यालय आहे आणि त्या अंतर्गत तालुका स्तर अशी सहकार विभागाची रचना त्रिस्तरीय आहे. सहकार विभागाच्या या रचनेतील वेगवेगळ्या पातळीवरील अधिकारी तथा निबंधक कार्यालयाची विभागणी खालीलप्रमाणे आहे-

विभागीय सहनिबंधक – प्रत्येक महसुली विभागाच्या मुख्यालयात सहनिबंधकांची नेमणूक केली जाते व त्यांना अनेक अधिकार प्रदान करण्यात आले आहेत. महाराष्ट्रात पुढील नऊ महसुली विभाग निर्माण करण्यात आले आहेत. मुंबई, पुणे, औरंगाबाद, नागपूर, अमरावती, नाशिक, कोकण, कोल्हापूर आणि लातूर. या नऊ महसुली विभागत समाविष्ट असणाऱ्या जिल्ह्यांची माहिती पुढीलप्रमाणे-

- **मुंबई विभाग** – यामध्ये मुंबई शहर आणि उपनगर यांचा समावेश आहे.
- **कोकण विभाग** – यामध्ये ठाणे, रायगड, रत्नागिरी आणि सिंधुदुर्ग या चार जिल्ह्यांचा समावेश आहे.
- **नाशिक विभाग** – यामध्ये नाशिक, धुळे, नंदूरबार, जळगाव, अहमदनगर या जिल्ह्यांचा समावेश आहे.
- **पुणे विभाग** – यामध्ये पुणे आणि सोलापूर जिल्ह्यांचा समावेश आहे.
- **कोल्हापूर विभाग** – कोल्हापूर, सांगली, सातारा इ. जिल्हे
- **औरंगाबाद विभाग** – औरंगाबाद, जालना, परभणी, हिंगोली इ. जिल्हे
- **लातूर विभाग** – लातूर, उस्मानाबाद, बीड, नांदेड इ. जिल्हे
- **अमरावती विभाग** – अमरावती, अकोला, वाशीम, बुलढाणा, यवतमाळ इ. जिल्हे
- **नागपूर विभाग** – नागपूर, वर्धा, चंद्रपूर, भंडारा, गडचिरोली, गोंदिया इ. जिल्हे

क) जिल्हा स्तर– जिल्हा उप–निबंधक

प्रत्येक महसुली जिल्ह्यात एक याप्रमाणे जिल्हा उप–निबंधकांची (Deputy Registrar of Co-op.) नेमणूक केली आहे. तर तालुका विभागासाठी साहाय्यक निबंधक (Assistant Registrar of Co-op.) नेमलेला असतो व तो विभागीय उप–निबंधक याच्या अधिकारा अंतर्गत काम करतो. तालुका आणि जिल्हा विभागात नेमलेल्या सर्व अधिकाऱ्यांना कायद्याने घालून दिलेले प्रशासकीय आणि आर्थिक

अधिकार दिलेले आहेत. हे अधिकारी सहकार खात्याच्या त्यांच्या कार्यक्षेत्रातील सर्व व्यवहारांना जबाबदार असतात.

३.२ निबंधक सहकारी संस्था यांचे अधिकार, कर्तव्ये आणि जबाबदारी (Rights, Duties and Responsibilities of Registrar of Co-op. Societies)

अ) निबंधकाचे अधिकार

निबंधक सहकारी संस्था यांना त्यांची कर्तव्ये आणि जबाबदारी पार पाडण्यासाठी जे अधिकार प्रदान करण्यात आले आहेत. त्याचे सर्वसाधारणपणे संस्थाविषयक अधिकार आणि नियंत्रणात्मक अधिकार असे वर्गीकरण करता येऊ शकते. सहकारी संस्थांच्या निबंधकांना प्रदान करण्यात आलेले अधिकार पुढीलप्रमाणे–

१) **संस्थेची नोंदणी करणे** – सहकारी संस्था अधिनियम कलम ५ नुसार नोंदणीसाठी पात्र सहकारी संस्थेची कलम ९ अन्वये सहकारी संस्था म्हणून नोंदणी करण्याचा अधिकार निबंधकाला आहे.

२) **विवक्षित प्रश्नांना निर्णय देणे** – एखादी व्यक्ती शेतकरी आहे किंवा नाही किंवा एखादी व्यक्ती संस्थेच्या कार्यक्षेत्रातील आहे किंवा नाही किंवा एखादी व्यक्ती तिचा कामधंदा, व्यवसाय याबाबतचा निर्णय निबंधकाला सहकारी संस्था अधिनियम कलम ११ नुसार घेण्याचा अधिकार आहे.

३) **संस्थांचे वर्गीकरण करणे** – कृषी पणन (Agricultural Marketing) संस्था, शिखर संस्था, संघीय संस्था, सर्वसाधारण संस्था, गृहनिर्माण संस्था, उद्धरण सिंचन संस्था (Lift Irrigation society), संस्करण संस्था, साधन संस्था, मर्यादित दायित्व संस्था, अमर्यादित दायित्व संस्था यांच्या वर्गापैकी कोणत्याही एका किंवा दुसऱ्या वर्गात किंवा उपवर्गात सहकारी संस्थांचे वर्गीकरण करण्याचा अधिकार निबंधकास सहकार कायद्याच्या कलम १२ अन्वये आहे.

४) **उपविधींची सुधारणा/दुरुस्ती** – एखाद्या संस्थेच्या उपविधीत सुधारणा अथवा दुरुस्ती करणे आवश्यक आहे असे निबंधकास आढळून आले असता विशिष्ट मुदतीत उपविधीत सुधारणा करण्यासंदर्भात कलम १४ नुसार संस्थेला निर्देश देण्याचा अधिकार निबंधकास आहे.

५) **संस्थेच्या नावात बदल** – कलम १५ नुसार संस्थेच्या नावात बदल करण्यास मंजुरी देण्याचा अधिकार निबंधकास आहे.

६) **संस्थांचे एकत्रीकरण, हस्तांतरण, विभागणी किंवा रूपांतर करणे** – सहकार कायद्याच्या कलम १७ अन्वये संस्थेने संमत केलेल्या ठरावानुसार दुसऱ्या संस्थेशी एकत्रीकरण करणे, आपली दायित्वे (Liabilities) व मत्ता

(Assets) पूर्णत: अथवा अंशत: इतर कोणत्याही संस्थेकडे हस्तांतरित करणे, दोन किंवा त्याहून अधिक संस्थांत विभागणी करणे किंवा संस्थेच्या इतर वर्गात संस्थेचे रूपांतर करणे यासाठी मान्यता देण्याचा अधिकार निबंधकास आहे किंवा असे करण्याबाबत निर्देश देण्याचा अधिकार कलम १८ अन्वये निबंधकास आहे.

७) **सहकारी बँकांचे एकत्रीकरण करणे** – जनहितासाठी अथवा योग्य व्यवस्थापनासाठी दोन किंवा अधिक सहकारी बँकांचे एकत्रीकरण करणे आवश्यक आहे अशी खात्री झाल्यास कलम १८-अ नुसार निबंधक राज्यशासनाच्या परवानगीने त्याप्रमाणे राजपत्रात सूचित करू शकतो.

८) **प्राथमिक कृषी पतसंस्थांचे एकत्रीकरण करणे** – एका किंवा अधिक प्राथमिक कृषी पतसंस्थांच्या आर्थिक सक्षमीपणाबद्दल खात्री करून घेण्यासाठी, कोणत्याही क्षेत्रातील अशा संस्थांच्या अधिकारितेची परस्परव्याप्ती किंवा त्यामधील संघर्ष टाळण्यासाठी, अशा एक किंवा अधिक संस्थांच्या योग्य व्यवस्थापनासाठी, संपूर्ण राज्यातील पतविषयक संरचनेच्या किंवा सहकार चळवळीच्या हिताच्या दृष्टीने, ठेवीदारांच्या हिताच्या दृष्टीने किंवा सार्वजनिक हितार्थ इतर कोणत्याही कारणास्तव निबंधकास कलम १८-ब अन्वये प्राथमिक कृषी पतसंस्थांचे एकत्रीकरण करण्याचा अधिकार आहे.

९) **पुनर्रचना** – संस्थांची पुनर्रचना करण्याचा आदेश कलम १९ अन्वये देण्याचा अधिकार निबंधकास आहे.

१०) **संस्थांची भागीदारी** – दोन किंवा अधिक संस्थांना विशिष्ट धंदा किंवा कोणतेही विशिष्ट धंदे चालविण्यासाठी भागीदारीचा करार करण्यास कलम २० अन्वये मान्यता देण्याचा अधिकार निबंधकास आहे.

११) **संस्थेची नोंदणी रद्द करणे** – एखाद्या संस्थेचे काम पूर्ण झालेले असेल किंवा संपलेले असेल किंवा ज्या प्रयोजनासाठी संस्थेची नोंदणी करण्यात आली असेल ती प्रयोजने साध्य होत नसतील तर कलम २१-अ अन्वये संस्थेची नोंदणी रद्द करण्याचा अधिकार निबंधकास आहे.

१२) **सदस्य दाखल करून घेण्याबाबत निर्णय देणे** – सदस्य म्हणून दाखल करून घेण्यास एखाद्या संस्थेने नकार दिला असल्यास किंवा कोणत्याही व्यक्तीने कलम २३(२) अन्वये केलेल्या अपिलावर निर्णय देण्याचा अधिकार निबंधकाला आहे.

१३) **सदस्याचे नाव काढून टाकणे** – कोणत्याही संस्थेला कलम २५-अ

अन्वये सदस्याचे नाव काढून टाकण्याबाबतचा निर्देश देण्याचा अधिकार निबंधकास आहे.

१४) **सदस्यास दाखल करून घेणे** – संस्थेने अर्ज केल्यावर व विशिष्ट परिस्थितीत कोणत्याही सदस्यास संस्थेचा सदस्य म्हणून दाखल करून घेण्यासाठी कलम ३५ अन्वये निबंधकास मंजुरी देण्याचा अधिकार आहे.

१५) **संस्थेने दुसऱ्या संस्थेस कर्ज देणे** – संस्थेने दुसऱ्या संस्थेला कर्ज देण्यासंबंधी विशेष मंजुरी देण्यासंदर्भात निबंधकास कलम ४४ अन्वये अधिकार आहेत.

१६) **निधीची गुंतवणूक करणे** – संस्थेने स्वनिधीची एका किंवा अनेक ठिकाणी गुंतवणूक करण्याबाबत निबंधक कलम ७० नुसार अटी अथवा शर्ती लादू शकतात. सहकारी संस्थेला व्यवसायापासून मिळालेला नफा सभासदांना लाभांश रूपाने वाटण्यापूर्वी त्यातील काही भाग वेगवेगळ्या निधीत वर्ग करण्याची तरतूद कायद्यामध्ये आहे.

संस्थेच्या निव्वळ नफ्याच्या २५ टक्के रक्कम ही वैधानिक राखीव निधीला (Statutory Reserve Fund) वर्ग करणे बंधनकारक आहे. परंतु, संस्थेची आर्थिक परिस्थिती लक्षात घेऊन ठरावीक क्षेत्रात काम करणाऱ्या संस्थांना त्यांच्या नफ्यातून २५ टक्के ऐवजी १० टक्के किंवा त्यापेक्षा अधिक रक्कम राखीव निधीत वर्ग करण्याची परवानगी देण्याचा अधिकार निबंधकास आहे.

१७) **संस्थेच्या अधिकाऱ्यांची अर्हता ठरविणे व नेमणुका करणे** – कलम ७४ अन्वये निबंधकाला संस्थेच्या किंवा संस्था वर्गाचा मुख्य कार्यकारी अधिकारी, वित्त अधिकारी, व्यवस्थापक, सचिव, लेखापाल किंवा इतर कोणताही अधिकारी यांच्या नेमणुकीसाठी लागणाऱ्या अर्हता ठरविणे व नेमणुका करण्याचा अधिकार आहे.

सभासदांची वार्षिक सभा बोलाविण्यास जास्तीतजास्त चार महिन्यांपर्यंत कालावधी देण्याचा अधिकार कलम ७५(१) अन्वये निबंधकास आहे. या वाढविलेल्या कालावधीत अशी सभा बोलाविली नसेल तर कसूर करणारा अधिकारी किंवा सदस्य पाच वर्षेपर्यंत निवडला जाण्यास अनर्ह आहे असे कलम ७५(५) अन्वये निबंधक जाहीर करू शकतो व तो पाच हजार रुपयांपर्यंत अशा अधिकाऱ्यास दंड करू शकतो.

१८) **विशेष सर्वसाधारण सभा बोलविणे** – संस्थेची विशेष सर्वसाधारण सभा बोलाविण्यासंदर्भात कलम ७६ अन्वये निबंधकास किंवा त्याने प्राधिकृत केलेल्या व्यक्तीला सूचना करण्याचा अधिकार आहे.

१९) **सदस्य, नवीन समिती, प्राधिकृत कार्यकारी यांची नेमणूक करणे** – कलम ७७ अन्वये, समितीची रचना करण्यासाठी सदस्यांची निवड करण्यात कसूर झाली असेल किंवा समितीने पदग्रहण केले नसेल त्याबाबतीत समितीच्या सदस्यांची किंवा नवीन समिती, प्राधिकृत अधिकारी यांची नेमणूक करण्याचा अधिकार निबंधकास आहे.

कलम ७८ अन्वये कोणत्याही संस्थेची समिती किंवा समितीचा सदस्य कसूर करीत असेल किंवा नेमून देण्यात आलेली कर्तव्ये पार पाडण्यात कसूर किंवा हयगय करीत असेल किंवा संस्थेस बाधक कृत्ये करीत असेल तर त्या समितीस निलंबित करण्याचा अधिकारही निबंधकास आहे.

२०) **अभिलेख जप्त करणे** – संस्थेची हिशोबी पुस्तके किंवा अभिलेख दडपून टाकण्यात येण्याचा किंवा अनधिकृत फिरवाफिरव किंवा नष्ट केला जाण्याचा संभव आहे किंवा संस्थेच्या निधीचा किंवा मालमत्तेचा अपहार होण्याचा संभव आहे अशी खात्री झाल्यास निबंधक कलम ८० अन्वये संस्थेची मालमत्ता, अभिलेख जप्त करू शकतो.

२१) **लेखपरीक्षण करणे** – कलम ८१ अन्वये ज्या संस्थेला राज्यशासन, शासकीय उपक्रम किंवा वित्तीय संस्था यांच्याकडून हमीसह वित्तसाहाय्य पुरविण्यात आले आहे अशा संस्थेची प्रत्येक वित्तीय वर्षातून एकदा लेखा परीक्षा करून घेण्याचा अधिकार निबंधकास आहे.

२२) **विवाद अथवा लवाद** – वादाचा निर्णय देणे किंवा तो वाद आहे किंवा नाही यावर निर्णय देणे, सामान्यत: पदाधिकाऱ्यांच्या निवडणुका, सभासद सभा, विक्री, कामकाज पद्धत, धनको व संस्था यातील वाद, संस्था व सभासद यातील वाद इ.प्रकरणी निर्णय घेण्याचा अधिकार निबंधकास आहे किंवा वाद सहकारी न्यायालयाकडे वर्ग करण्याचा अधिकारही निबंधकास आहे. त्याचप्रमाणे लवादाची रक्कम वसूल करण्यासाठी प्रमाणपत्र देणे वगैरेंबाबत निबंधकाला अधिकार आहेत.

२३) **निबंधक लोकसेवक म्हणून समजले जातात** – कलम १६१ अन्वये निबंधक त्यांच्या अधिकाराचा वापर करणारी व्यक्ती भारतीय दंड संहितेच्या कलम २१ अन्वये लोकसेवक म्हणून समजले जातात.

वरील अधिकारांबरोबरच निबंधकांना इतर अनेक अधिकार आहेत. थोडक्यात, निबंधकास न्यायिक व दंडाधिकारी यांच्याप्रमाणे प्रशासकीय अधिकार प्राप्त झालेले आहेत.

(ब) निबंधकाची कर्तव्ये व भूमिका

निबंधक महाराष्ट्र सहकारी संघाचा अधिकारान्वये सदस्य असतो. त्या नात्याने सहकार विभागाच्या सर्व अधिकाऱ्यांना सहकाराचे प्रशिक्षण देण्याचे कर्तव्य निबंधकाला पार पाडावे लागते. तसेच सहकारी संस्थांनी काढलेल्या ऋणपत्रांचा विश्वस्त म्हणून शासनाने निबंधकाची नेमणूक केलेली आहे. तसेच शिखर सहकारी संस्थांची शासनातर्फे नामनिर्देशित व्यक्ती म्हणून निबंधकाला कर्तव्य पार पाडावे लागते. राज्य सहकारी परिषद (कौन्सिल) येथे राज्य शासनाचा सचिव सदस्य म्हणून कर्तव्य पार पाडणे. सहकार चळवळीच्या सुधारणेचा आराखडा तयार करणे व शासनाला वेळोवेळी योग्य तो सल्ला देण्याचे कर्तव्य निबंधकाला पार पाडावे लागते.

निबंधकाला पुढील विभागांच्या सभांना हजर रहाण्याचे कर्तव्यही पार पाडावे लागते. राज्य सहकारी परिषद, राज्य सहकारी शेती सल्ला मंडळ, दुग्धविकास विभागातील महत्त्वाचे निर्णय घेणारी उच्चाधिकार समिती, राज्य पाणी वापर समिती, राज्य खत सल्ला समिती, राज्य हातमाग मंडळ, सहकारी सूत गिरण्या सल्ला समिती, राज्य काथ्या विकास मंडळ, महाराष्ट्र राज्य तेलबिया समिती, महाराष्ट्र राज्य मत्स्य सल्ला मंडळ, सहकारी कारखान्याबाबतीतील मंत्र्यांची समिती, जंगल कामगार सहकारी संस्थेची विकास योजना समिती, ग्राहक संस्था जुळवणी (Co-ordination) समिती, महाराष्ट्र राज्य सहकारी बँक, सहकारी कृषी आणि ग्रामीण बहुउद्देशीय विकास बँक, महाराष्ट्र राज्य सहकारी पणन मंडळ, महाराष्ट्र राज्य ग्राहक मंडळ, महाराष्ट्र राज्य सहकारी संघ इ. राज्य पातळीवरील शिखर संस्थांच्या मंडळांच्या सभांना हजर राहाण्याचे कर्तव्य निबंधकाला पार पाडावे लागते.

निबंधकाला आपली कर्तव्ये पार पाडताना सर्वसाधारणपणे पुढील भूमिका तथा कर्तव्ये पार पाडावी लागतात.

पालकत्वाची भूमिका – निबंधक हा सहकारी संस्थांचा एकप्रकारे पालक असतो. संस्थेचे संवर्धन करणे, तिच्यावर नियमन करणे, संस्थेच्या सभासदांना सहकार चळवळीचे महत्त्व पटवून देणे, त्यांचे प्रबोधन करणे या दृष्टिकोनातून निबंधकाला पालकत्वाची भूमिका तथा कर्तव्य पार पाडावे लागते.

मित्र व मार्गदर्शकाची भूमिका – संस्थेची स्थापना, संस्थेचा विकास, व्यवस्थापन, आर्थिक उलाढाल अशा सर्व बाबतीत निबंधक संस्थांना मार्गदर्शन करीत असतो. त्यामुळे तो संस्थेचा मित्र व मार्गदर्शक असतो.

निष्पक्षपाती न्यायाधीशाची भूमिका – निबंधकाला सर्वोच्च अधिकारी या नात्याने जे अधिकार प्राप्त झाले आहेत त्याचा उपयोग करताना निष्पक्षपाती न्यायदानाचे

कर्तव्य देखील पार पाडावे लागते.

सहकार चळवळीचा प्रतिनिधी – सहकार चळवळीचा नेता, प्रचारक, प्रवक्ता व प्रतिनिधी या नात्याने निबंधकास कर्तव्य पार पाडावे लागते.

(क) निबंधकाच्या जबाबदाऱ्या

निबंधक सहकारी संस्था यांना त्याची कर्तव्ये पार पाडण्यासाठी सहकारी संस्था अधिनियम व नियम अंतर्गत तसेच इतर काही कायद्यांद्वारे हक्क प्राप्त झाले आहेत. त्यामुळे कर्तव्ये व्यवस्थिपणे व काटेकोरपणे पार पाडणे व अधिकार योग्य रीतीने व निष्पक्षपातीपणे वापरणे ही निबंधकांची मुख्य जबाबदारी असते. आपले कर्तव्य योग्य व उत्तम प्रकारे पार पाडणे त्यामध्ये नोकरशाहीची नव्हे तर नैतिकतेची जोपासना करणे ही महत्त्वाची जबाबदारी निबंधकावर असते. निबंधकांनी त्यांच्या कर्तव्यांपैकी पुढील कर्तव्ये सुचारूपणे पार पाडली तर त्यांची जबाबदारी योग्यपणे पार पाडल्याचे म्हणता येते.

सहकारी संस्थेच्या नोंदणीस परवानगी देताना त्या संस्थेची उद्दिष्टे विधीमान्य आहेत की नाहीत आणि ती सफल होण्याची शक्यता आहे की नाही याची पडताळणी योग्य प्रकारे करण्याची जबाबदारी निबंधकांनी पार पाडणे अपेक्षित आहे.

सहकारी संस्थेच्या स्थापनेपासून तिचा कारभार सुरळीतपणे पार पाडण्यासाठी संस्थांना वेळोवेळी मार्गदर्शन करणे, आवश्यकता वाटल्यास सल्ला देणे, आदेश देणे इ. त्यामुळे सहकारी संस्थांची गुणात्मक प्रगती होण्यास मोठा हातभार लागेल या नात्याने निबंधकांनी संस्थांच्या मित्रत्वाची व मार्गदर्शकाची आणि प्रशासकाची उत्तम जबाबदारी पार पाडणे अपेक्षित आहे.

सहकारी संस्थांचे हिशेबी कामकाज, कामकाजाच्या पद्धती, व्यवस्थापन, दुर्बल व मागास घटकांचे हितसंबंध सहकारी कायद्याचे व तत्संबंधी इतर कायद्यांचे पालन, संस्थांच्या एकत्रीकरणास उत्तेजन व मान्यता याबाबत नियंत्रणाची कर्तव्ये प्रभावीपणे पार पाडणे निबंधकांची जबाबदारी आहे.

सहकारी संस्थांच्या व्यवस्थापकीय समितीवर, कार्यपद्धतीवर नियंत्रण ठेवणे. सभासदांच्या अधिकारांच्या दुरुपयोगावर प्रतिबंध लावणे, वादविवादात मध्यस्थी करणे किंवा त्याची विधीवत सोडवणूक करणे. गैरवर्तन अथवा गुन्हा घडल्यास अधिकाराअंतर्गत दंडात्मक कारवाई करणे इ.बाबतीत निबंधकाला न्यायदंडाधिकाऱ्याची जबाबदारीसुद्धा पार पाडावी लागते.

समारोप – या प्रकरणात सहकार हा विषय राज्यांच्या अतंर्गत असल्याने राज्याच्या सहकार विभागाची रचना (महाराष्ट्र राज्याच्या सहकार विभागाची रचना)

कशाप्रकारची आहे? त्यामध्ये राज्यस्तरीय अधिकारी व त्यांचे कर्मचारी, तसेच विभागीय अधिकारी व त्यांचे कर्मचारी आणि जिल्हास्तरीय अधिकारी व त्यांचे कर्मचारी यांची प्रशासकीय रचना आपण अभ्यासली. त्याचबरोबर या प्रशासकीय यंत्रणेतील प्रमुख अर्थात राज्यस्तरीय आयुक्त व निबंधक यांचे हक्क तथा अधिकार, त्यांची कर्तव्ये आणि त्यांच्या जबाबदाऱ्या यांचा ऊहापोह आपण केला. सहकार विभागाच्या या त्रिस्तरीय रचनेत निबंधक राज्यस्तरीय उच्चाधिकारी असले तरी त्यांचे कार्यालयीन कामकाज पार पाडताना सह-निबंधक, उप-निबंधक, तथा तालुकास्तरीय साहाय्यक निबंधक हे निबंधकांच्यावतीने अधिकारांचा यथोचित उपयोग करून निबंधकांची कर्तव्ये आणि जबाबदाऱ्या पार पाडत असतात. त्यामुळे सहकारी संस्थांना त्यांच्या कामकाजाच्या दृष्टीने संस्थेच्या कार्यकक्षेतील उप-निबंधक किंवा साहाय्यक निबंधकांच्या कार्यालयाकडे संपर्क साधावा लागतो. उदा. पुणे शहरातील सहकारी संस्थांच्या प्रशासकीय कामकाजासाठी पुणे शहरामध्ये उप-निबंधक सहकारी संस्था यांची एकूण ६ कार्यालये आहेत. उदा. जिल्हा उपनिबंधक सहकारी संस्था, पुणे शहर -१, जिल्हा उपनिबंधक सहकारी संस्था, पुणे शहर-२, जिल्हा उपनिबंधक सहकारी संस्था, पुणे शहर-३, जिल्हा उपनिबंधक सहकारी संस्था, पुणे शहर-४, जिल्हा उपनिबंधक सहकारी संस्था, पुणे शहर-५, जिल्हा उपनिबंधक सहकारी संस्था, पुणे शहर-६ या जिल्हा उपनिबंधकांच्या किंवा तालुकास्तरीय साहाय्यक निबंधकांच्या कार्यालयाकडून सहकारी संस्थांचे नियंत्रण ठेवले जाते. अशा प्रकारे सहकार विभागाच्या त्रिस्तरीय रचनेद्वारे राज्यातील सहकार चळवळीच्या विकासासाठी सर्वोतोपरी यथोचित प्रयत्न केले जात आहेत.

प्रकरण – ४

विविध समित्यांचे सहकार चळवळीतील योगदान
(Support of Various Committees in Co-operative Movement)

प्रस्तावना

स्वातंत्र्योत्तर भारतातील सहकार चळवळीचा गुणात्मक विकास व्हावा आणि सहकारी संस्था सक्षम होऊन समाजातील गरीब, असंघटित, कष्टकरी वर्गाला संस्थात्मक मार्गाने आर्थिक व व्यावसायिक विकासाची संधी सहकार चळवळीच्या माध्यमातून प्राप्त व्हावी या हेतूने अथवा उद्देशाने भारत सरकार, राज्य सरकार, रिझर्व्ह बँक आणि शासकीय संस्थांनी वेळोवेळी तज्ज्ञांच्या समित्यांची नेमणूक केली. त्या विविध समित्यांच्या शिफारशी स्वीकारून सहकार क्षेत्रात आवश्यक त्या सुधारणा केल्या गेल्या. नवनवीन योजना आखल्या गेल्या आणि सहकार चळवळीला सकारात्मक आणि रचनात्मक सहकार्य केले गेले. तरीही विकासाच्या या वाटेवर समाजातील काही वर्ग सहकार चळवळीपासून वंचित राहिला अथवा सहकारी चळवळीच्या लाभांपासून वंचित राहिला. त्याचा समावेश सहकार चळवळीच्या यशामध्ये व्हावा, सहकार चळवळीतील दोष–उणिवा दूर व्हाव्यात यासाठी वेळोवेळी गठित करण्यात आलेल्या तज्ज्ञ समित्यांनी सहकार चळवळीच्या विकासामध्ये आपले महत्त्वपूर्ण योगदान दिलेले आहे. सहकार चळवळीतील अशा या महत्त्वपूर्ण घटकांबद्दलची माहिती सर्वसामान्यांना व्हावी, विद्यार्थी वर्गाला व्हावी या हेतूने या प्रकरणात सहकार चळवळीत महत्त्वपूर्ण योगदान देणाऱ्या काही निवडक समित्यांची माहिती थोडक्यात दिलेली आहे.

४.१ अखिल भारतीय ग्रामीण पतपुरवठा पाहणी समिती (All India Rural Credit Survey Committee-AIRCS)

स्वातंत्र्यपूर्वकाळात खासगी सावकारी पाशातून ग्रामीण भागातील गरीब शेतकरी,

कष्टकरी वर्गाची सुटका करण्याच्या हेतूने त्यांना संस्थात्मक पातळीवर पतपुरवठा करण्याच्या उद्देशाने सन १९०४च्या सहकारी कायद्यान्वये सहकार चळवळीची सुरुवात झाली. स्वातंत्र्योत्तर काळात सहकार चळवळीच्या विकासामध्ये ग्रामीण भागातील अधिकाधिक लोकांना सहकारी संस्थांमध्ये समाविष्ट करण्यासाठी पहिल्या पंचवार्षिक योजनाकाळात रिझर्व्ह बँकेने १९५१ साली ग्रामीण पतपुरवठा पाहणी समिती गठित केली. सहकारी क्षेत्रासंबंधी कार्याचा आढावा घेत सहकार चळवळ अयशस्वी झाल्याचे मत या समितीने नोंदविले. तसेच ही चळवळ यशस्वी झालीच पाहिजे अशी आग्रही भूमिकासुद्धा या समितीने मांडली. या अखिल भारतीय ग्रामीण पतपुरवठा समितीचे अध्यक्ष गोरवाला होते त्यामुळे या समितीला **गोरवाला समिती** म्हणूनही ओळखले जाते. या समितीने ७५ जिल्ह्यातील ६०० खेड्यात पाहणी करून १९५४मध्ये आपला अहवाल सादर केला. या समितीने केलेल्या पाहणीत प्रामुख्याने कृषी क्षेत्राच्या एकूण गरजेपैकी फक्त ३.१% कर्ज पुरवठा सहकारी क्षेत्राकडून केला जात असल्याचे आढळून आले. या समितीने जी पाहणी केली त्यात पुढील महत्त्वाच्या बाबी निदर्शनास आल्या.

१) १९५१-५२च्या जनगणनेनुसार सहकार चळवळ ग्रामीण भागातील फक्त ११ टक्के लोकांपर्यंतच पोहोचली. या सहकार चळवळीत मोठे जमिनदार, सावकारांचे वर्चस्व होते. तर सहकारी क्षेत्राने १९५१-५२मध्ये ७५० कोटी रु. कर्जपुरवठा केला होता.

२) पतपुरवठा संस्थांचे सरासरी भांडवल ८०६ रु. एवढे तर ठेवी सरासरी ४०८ रु. इतके होते, तसेच कर्ज वाटप सरासरी अवघे ४९ रु. इतके कमी होते.

३) शेतकरी कर्जापैकी ४६% भाग अनुत्पादक कार्यासाठी, २२% भाग इतर कारणांसाठी, तर ३२% भाग शेतीसाठी उपयोगात आणला जात होता.

२) देशातील ग्रामीण भागातील दोन तृतीयांश (२/३) कुटुंबे कर्जबाजारी होती तर त्यांचे सरासरी कर्ज रु. १०० ते ३०० इतके होते.

३) वाटप करण्यात आलेल्या कर्जापैकी २/३ रक्कम अनुत्पादक तर फक्त १/३ रक्कम उत्पादक कारणांसाठी वापरण्यात आल्याचे निदर्शनास आले.

४) कर्जाच्या कारणापेक्षा कर्जाचे तारण महत्त्वाचे होते. कर्ज वाटपापैकी जवळपास ५० टक्के कर्ज जमीन तारण ठेऊन तर फक्त २५ टक्के कर्ज वैयक्तिक पत गृहीत धरून देण्यात आले होते.

५) लहान धारण क्षेत्र असणाऱ्या शेतकऱ्यांवर कर्जाचा बोजा अधिक होता. सहकारी क्षेत्रातील वित्तपुरवठ्यातील मोठा हिस्सा बड्या शेतकऱ्यांना उपलब्ध करून देण्यात आला होता.

या प्रमुख निरीक्षणांमुळे या गोरवाला समितीने सहकार चळवळ अयशस्वी झाली असे मानले आणि ती यशस्वी झाली पाहिजे असे मत नोंदविले. या अखिल भारतीय ग्रामीण पतपुरवठा समितीने तिच्या अहवालामध्ये सहकार चळवळ यशस्वी व्हावी म्हणून ज्या महत्त्वपूर्ण शिफारशी केल्या त्या खालीलप्रमाणे-

१) सरकारी भागिदारी - सहकार चळवळीस खासगी व्यापारी, सावकार इ.ची मोठी स्पर्धा आणि विरोध सहन करावा लागतो त्यासाठी सरकारने सहकार चळवळीस केवळ सवलती व सुविधा न देता भरीव भागिदारी करावी. त्याचे स्वरूप विविध पातळीवर ठरविले जावे. राज्यस्तरीय संस्थांमध्ये प्रत्यक्ष सहभाग, जिल्हा व प्राथमिक स्तरावरील संस्थांमध्ये सरकारने अप्रत्यक्ष सहभाग घ्यावा. राज्य सरकारचा राज्यस्तरीय शिखर सहकारी संस्थांच्या भागभांडवलामध्ये प्रत्यक्ष सहभाग असावा. तसेच जिल्हा व प्राथमिक अशा सर्व स्तरावरच्या सहकारी संस्थांमध्ये सरकारचा प्रत्यक्ष सहभाग असू शकेल. या शिफारशीमागे सहकारी संस्थांची आर्थिक स्थिती सक्षम करणे हा प्रमुख उद्देश होता. या समितीच्या या शिफारशीनुसार सहकारी संस्थांमध्ये सरकारचा सहभाग वाढविण्यात आला. उदा. १९७९-८० साली राज्य सहकारी बँकांच्या भागभांडवलामध्ये राज्य सरकारचा हिस्सा ३३ टक्के किंवा (१/३) इतका होता.

२) पतपुरवठा व शेतमाल खरेदी-विक्री संस्थांमध्ये सहकार्य - सहकारी संस्थांपुढे प्रामुख्याने थकबाकीची समस्या होती. तसेच सभासदांमध्ये उदासीनता होती. पतपुरवठा सहकारी संस्था आणि खरेदी-विक्री संस्था या भिन्न असल्यामुळे सहकार चळवळीच्या विकासामध्ये अडचणी निर्माण झाल्या होत्या. त्यामुळे सहकारी तत्त्वाचा अंगीकार करून कर्ज मिळाल्यानंतर मालाची विक्री सहकारी संस्थेमार्फत करून कर्ज परतफेड करण्यात आली तर थकबाकीची समस्या कमी होऊन खेळत्या भांडवलाची उपलब्धताही वाढेल. त्यासाठी समितीने प्राथमिक सहकरी पतपुरवठा संस्थांनी सभासदांना कर्ज देताना शेतमालाची विक्री सहकारी खरेदी-विक्री संस्थांमार्फतच केली पाहिजे यासाठी तालुका पातळी किंवा घाऊक बाजाराच्या ठिकाणी सहकारी खरेदी-विक्री संस्था स्थापन करण्याची महत्त्वपूर्ण शिफारस आपल्या अहवालात केली. या सूचनेनुसार पतपुरवठा आणि खरेदी-विक्री संस्थांमध्ये सांगड घालण्याचे प्रयत्न केले जात आहेत. देशातील बहुसंख्य प्राथमिक कृषी पतपुरवठा संस्थांनी सहकारी खरेदी-विक्री संस्थांचे सभासदत्व स्वीकारले आहे. या संस्थांमधील वाढत्या सहकार्यामुळे पतपुरवठा संस्थांना लहान व मध्यम शेतकऱ्यांना मालाच्या हमीवर पतपुरवठा करणे शक्य होईल.

३) वित्तीय निधींची स्थापना - या समितीने भारतीय रिझर्व्ह बँक, भारत

सरकार आणि कृषी खात्यामार्फत पुढील निधींची उभारणी करण्याची शिफारस केली. यासाठी रिझर्व्ह बँकेने १० कोटी रुपयांचा खास निधी निर्माण करावा असे समितीने सूचविले.

रिझर्व्ह बँकेने राष्ट्रीय कृषी कर्ज दीर्घकालीन परिपालन निधी आणि राष्ट्रीय कृषी वित्त पुरवठा (स्थिरीकरण निधी) उभारण्याची शिफारस समितीने अहवालात केली. पहिल्या निधीतील रकमेच्या आधारे रिझर्व्ह बँकेने राज्य सरकारांना १२ वर्षे मुदतीची दीर्घकालीन कर्जे द्यावीत, त्यातून राज्य सरकारांनी सहकारी संस्थांचे भागभांडवल व भूविकास बँकांचे रोखे विकत घ्यावेत. गोरवाला समितीच्या या शिफारशीनुसार रिझर्व्ह बँकेने १९५६ साली अशा निधीची उभारणी केली. त्यामध्ये सुरुवातीस रु. १० कोटी तर प्रतिवर्षी नफ्यातून रु. ५ कोटी या निधीत वर्ग करावेत असे ठरविले. १९६० साली केंद्र सरकारने केलेल्या भाग भांडवलात वाढ व्हावी म्हणून रिझर्व्ह बँकेने १५ कोटी रुपये दिले.

राष्ट्रीय कृषी वित्तपुरवठा (स्थिरीकरण) निधी – प्राथमिक सहकारी संस्थांना नैसर्गिक आपत्तींना तोंड द्यावे लागल्यामुळे अनेकवेळा अल्प मुदत कर्जे परतफेड करणे शक्य होत नाही. त्यामुळे त्याचे रूपांतर दीर्घ मुदतीच्या कर्जात करणे व संस्थांना दीर्घमुदतीची कर्जे देणे यासाठी ह्या निधीची उभारणी करण्याची शिफारस करण्यात आली. आपत्तीच्या काळात पतपुरवठ्यात स्थिरता आणण्याच्या कामी या निधीचा वापर करण्यात यावा.

राष्ट्रीय कृषी पत (मदत व हमी) निधी – हा निधी भारत सरकारच्या अन्न व कृषी खात्याच्या अखत्यारीत असेल. ह्या निधीस प्रतिवर्षी रु. १ कोटींची भर टाकण्यात येईल. दुष्काळ, आवर्षण अशा नैसर्गिक आपत्तीप्रसंगी सहकारी पतपुरवठा संस्थांचे देय कर्ज, थकबाकी राज्य सरकारमार्फत माफ करण्यासाठी ह्या निधीचा उपयोग करावयाचा आहे.

४) सहकारी पतयोजनेचा मूलभार – गोरवाला समितीच्या शिफारशीनुसार इंपिरीअल बँकेचे रूपांतर भारतीय स्टेट बँक ऑफ इंडियामध्ये करण्यात आले. सरकारचा सहभाग व देशभर शाखा असलेल्या स्टेट बँकेने भारतासारख्या शेतीप्रधान देशातील ग्रामीण भागात व्यापारी बँक व्यवसाय आणि सहकारी पतसंस्थांच्या विकासाचे कार्य करावे व एका ठिकाणाहून दुसऱ्या ठिकाणी पैसे पाठविणे, खरेदी व प्रक्रिया उद्योगांना कर्ज देणे, शेतीमालाच्या साठवणुकीसाठी वखारी बांधणे इ. कामांसाठी वित्तपुरवठा करणे अशा जबाबदाऱ्या स्टेट बँकेने पार पाडाव्यात ही शिफारस करण्यात आली.

५) वखार (गोदाम) मंडळाची स्थापना – अखिल भारतीय ग्रामीण

पतपुरवठा पाहणी समितीने भारतीय वखार महामंडळ आणि राज्य वखार मंडळ स्थापण्याची शिफारस केली. शेतकरी दारिद्र्यात आहे, उत्पादकता कमी आहे, वाढावा अल्प आहे. जो वाढावा आहे तो व्यवस्थित साठवणूक करण्यासाठी सोय नाही. त्यामुळे हंगामात कमी किमतीला कृषी मालाची विक्री करावी लागते. गोदामांची सोय झाल्यास सहकारी खरेदी–विक्री संस्थांना मदत होते. त्यासाठी समितीने राष्ट्रीय सहकारी गोदाम विकास मंडळ व राष्ट्रीय सहकारी विकासनिधी स्थापण्याची शिफारस केली. समितीच्या शिफारसीनुसार १९५६ साली राष्ट्रीय विकास व गोदाम महामंडळाची स्थापना करण्यात आली व १९५७ साली राष्ट्रीय गोदाम महामंडळ स्थापन करण्यात आले.

६) सक्षम सहकारी संस्था – समितीने अहवालात म्हटले की, मोठ्या आकाराच्या सक्षम सहकारी संस्थांची स्थापना केली जावी. कमकुवत सहकारी संस्था किंवा सूक्ष्म आकाराच्या किंवा असक्षम संस्थांच्याकडून सभासदांच्या गरजांची पूर्तता होऊ शकत नाही, म्हणून समितीच्या मते अशा संस्थांचे एकत्रीकरण करून सक्षम व कार्यक्षम मोठ्या सहकारी संस्थांची स्थापना करावी.

७) प्रशिक्षण – समितीच्या सूचनेनुसार समन्वित ग्रामीण पतयोजना यशस्वी करण्यासाठी सहकारी क्षेत्रातील कार्यकर्त्यांना प्रशिक्षण देणे आवश्यक आहे. त्यासाठी सहकारविषयक प्रशिक्षण देणारी मध्यवर्ती समिती स्थापन करून तिला सरकारकडून आणि रिझर्व्ह बँकेकडून पुरेसे वित्त साहाय्य मिळावे. या समितीच्या शिफारशीनुसार प्रशिक्षणाच्या सोयी उपलब्ध करून दिल्या जात आहेत. पुण्यामध्ये सहकारी प्रशिक्षण संस्थांची स्थापना करण्यात आली आहे. पुणे, रांची, चेन्नई आणि इंदोर ह्या ठिकाणी सहकारी प्रशिक्षण केंद्रे स्थापन करण्यात आली आहेत.

८) नियंत्रण आणि हिशोब तपासणी – सहकारी संस्थांवर प्रभावी नियंत्रण आणि हिशोब तपासणी ही कार्यक्षमतेसाठी आवश्यक बाब आहे. त्यामुळे मध्यवर्ती वित्तीय संस्थांनी देखरेखीचे काम करावे तर सहकार खात्याने लेखापरीक्षणाचे काम चोख पार पाडले पाहिजे. तसेच रिझर्व्ह बँक, शिखर संस्था आणि मध्यवर्ती संस्थांनी मार्गदर्शनाची जबाबदारी पार पाडावी अशी शिफारस समितीने केली.

मूल्यमापन – गोरवाला समितीच्या शिफारशींवर टीका करताना असे म्हटले गेले की, सहकारी संस्थांचे भागभांडवल सरकारने खरेदी करावे ही शिफारस दोषपूर्ण आहे कारण त्यामुळे सरकारकडून सहकारी संस्थांचा राजकीय कारणाकरिता वापर होण्याची शक्यता आहे.

समितीच्या सूचनेनुसार पीक कर्ज योजना सुरुवतीच्या काळात अयोग्य वाटली, परंतु महाराष्ट्रात ती यशस्वी ठरली.

समितीने सहकारी सोसायट्यांवरील नियंत्रणासाठी केलेल्या शिफारशी उपयुक्त ठरल्या. सहकारी खात्यात स्वतंत्र विभाग सुरू करून नियंत्रण सुलभ झाले.

कर्ज वसुली आणि शेतमाल विक्रीची सहकारी संस्थांमार्फत सांगड घालणे योग्य होते. तसेच सहकारी क्षेत्रातील कार्यकर्त्यांसाठी प्रशिक्षणाची शिफारसही योग्य होती.

अखिल भारतीय पतपुरवठा समितीच्या वरील महत्त्वपूर्ण शिफारशींमुळे पुढीलकाळात सहकार चळवळीला एक वेगळी दिशा मिळाली. या चळवळीचे समाजवादी समाजरचना हे महत्त्वाचे उद्दिष्ट ठरविण्यात आले.

४.२ ग्रामीण पतपुरवठा पुनर्पाहणी समिती १९६९ (Rural Credit Review Committee 1969)

नियोजनकाळातील तीन पंचवार्षिक योजनांची समाप्ती आणि अखिल भारतीय ग्रामीण पतपुरवठा पाहणी समितीने केलेल्या शिफारशींची अंमलबजावणी यांच्या पार्श्वभूमीवर ग्रामीण पतपुरवठ्याची व्यवस्था कशी बदलते आहे त्याचा अभ्यास करण्यासाठी रिझर्व्ह बँकेने १९६६ साली श्री. व्यंकटप्पा यांच्या अध्यक्षतेखाली एका पुनर्पाहणी समितीची नियुक्ती केली. या पुनर्पाहणी समितीने आपला अहवाल १९६९ साली सादर केला. या समितीच्या अभ्यासात आढळून आलेली महत्त्वपूर्ण बाब म्हणजे १९५१-५२ सालच्या तुलनेत ग्रामीण कर्जाची गरज मोठ्याप्रमाणात वाढलेली असून त्यामानाने कर्जाचा पुरवठा मात्र कमी आहे. त्याचप्रमाणे जे काही कर्ज वितरण झाले आहे त्यात छोटे शेतकरी दुर्लक्षित राहिले आहेत. या पुनर्पाहणी समितीच्या अहवालातील काही महत्त्वाच्या शिफारशी खालीलप्रमाणे-

१) रिझर्व्ह बँकेच्या ग्रामीण पतपुरवठ्याच्या भूमिकेचा पुनर्विचार करणे आणि कृषी पतपुरवठा मंडळ स्थापन करणे.

२) देशभरातील निवडक ३० जिल्ह्यांमध्ये लघु शेतकरी विकास यंत्रणा स्थापन करण्यात यावी आणि त्याची सहकारी संस्थांमार्फत अंमलबजावणी करण्यात यावी. समितीच्या मते, नवीन कृषी धोरणाचा लहान शेतकऱ्यांना फायदा होऊ शकला नाही. कारण त्यांच्याकडे पुरेसा पतपुरवठा झाला नाही. त्याचे दूरगामी सामाजिक आणि आर्थिक परिणाम होत असल्यामुळे लहान शेतकरी विकास यंत्रणा स्थापण्याची समितीने शिफारस केली.

३) **सक्षम प्राथमिक संस्थांची गरज** – या समितीने प्राथमिक सहकारी पतपुरवठा संस्थांनी सक्षम व्हावे यावर भर दिला आणि त्यासंदर्भात त्यांचे पुनर्संघटन केले जावे अशी शिफारस केली. त्यांनी अधिक भागभांडवल, ठेवी, बँकसेवा, पैसे पाठविण्याच्या सेवा इ. देऊन ग्रामीण बचत संकलन करण्याचे कार्य केले

पाहिजे, दुर्बल मध्यवर्ती सहकारी बँकांचे पुनर्वसन केले जावे अशी सूचना समितीने केली.

४) **कर्जविषयक धोरण व पद्धत –** कर्जविषयक धोरण व पद्धत सोपी, लवचीक व जलद होण्याच्या दृष्टीने सोपी व सरळ पद्धत असावी असे मत समितीने नोंदविले. भूविकास बँकांनी आपल्या कर्जविषयक धोरण व पद्धतीत बदल घडवून आणावा. कर्ज वितरणप्रसंगी तांत्रिकदृष्ट्या शक्य व आर्थिक सक्षमता या कसोट्या, कर्ज परतफेड क्षमता आणि कर्ज नियंत्रण यांचे पालन करावे इ. सूचना केल्या.

५) ग्रामीण भागातील शेतीचे उत्पादन वाढविणे व ग्रामविकास घडवून आणण्यासाठी विजेची मोठ्या प्रमाणात उपलब्धता आणि वापर अपेक्षित आहे. त्यासाठी समितीने वित्त पुरवठ्याबरोबरच ग्रामीण विद्युतीकरण महामंडळ (Rural Electrification Corporation) स्थापन करण्याची महत्त्वाची शिफारस केली.

या शिफारशींव्यतिरिक्त पशुसंवर्धन आणि तत्संबंधी कार्यासाठी वित्तपुरवठा करण्यात यावा. सहकार क्षेत्रात प्रामाणिक, हुशार, कुशल व योग्य व्यक्तींना आकर्षित करावे. सहकार चळवळीस प्राधान्य देऊन सहकारी पतसंस्थांमध्ये वेगळी केडर किंवा श्रेणी असावी इ. महत्त्वाच्या सूचनाही समितीने केल्या.

या समितीच्या बऱ्याच शिफारशी सरकारने मान्य केल्या. सरकारने केलेल्या अंमलबजावणीमुळे पुढील बदल घडून आले.

रिझर्व्ह बँकेच्या अंतर्गत काम करणाऱ्या सल्लागार समितीला कृषी पतपुरवठा मंडळाचा (Agricultural Credit Board) दर्जा देण्यात आला. १९७० साली अस्तित्वात आलेल्या या मंडळामुळे कृषी वित्तविषयक धोरण निश्चित करणे, आवश्यक ते बदल करणे या गोष्टींमध्ये सुलभता आली.

लहान शेतकरी विकास संस्था (Small Farmer's Development Agency) स्थापन करण्यात आल्या. चौथ्या योजनेत एक संस्था अस्तित्वात आली ती म्हणजे सीमांत शेतकरी आणि शेत-मजूर संस्था (Marginal Farmers and Agricultural Labourers Agency) चौथ्या योजनेमध्ये ग्रामीण विद्युतीकरण महामंडळ स्थापन (Rural Electrification Corporation) करण्यात आले.

४.३ वैद्यनाथन समिती (Vaidyanathan Committee)

भारत सरकारने २००४ साली अे. वैद्यनाथन यांच्या अध्यक्षतेखाली एक समिती गठित केली. ही समिती Task Force on Revival of Co-operative Credit Institution या नावाने ओळखली जाते. ही समिती ग्रामीण पत संरचनेची पुनर्रचना करण्यासाठी गठित केली गेली होती. या समितीने आपला (अल्प मुदतीचा सहकारी

कर्ज संरचनेचा –Short Term Co-operative Credit Structure/STCCS) अहवाल फेब्रुवारी २००५मध्ये सादर केला. तर (दीर्घ मुदतीच्या सहकारी कर्ज संरचनेचा – Long Term Co-operative Credit Structure) अहवाल ऑगस्ट २००६मध्ये सादर केला. या समितीच्या निदर्शनास आलेल्या प्रमुख बाबी खालीलप्रमाणे–

या समितीला आपल्या अभ्यासात असे आढळून आले की, अल्प मुदतीचा सहकारी पतपुरवठा एकत्रितपणे केवळ १७ टक्क्यांपर्यंत खाली आहे. काही लहान जागी ह्या पतपुरवठ्याचा वाटा ५० टक्क्यांपेक्षा अधिक आहे. समितीचे असे मत आहे की, अल्पकालीन सहकारी पतपुरवठा प्रामुख्याने कृषी क्षेत्रासाठी तयार करण्यात आला होता, त्यास त्याच्या कार्यक्षेत्रात कमीतकमी १५ टक्के पतपुरवठा करणे आवश्यक आहे. हळूहळू हा हिस्सा ३० टक्क्यांपर्यंत वाढवणे गरजेचे आहे.

समितीने असे म्हटले आहे की, प्राथमिक कृषी सहकारी संस्थांनी दिलेली जवळपास ४० टक्के कर्जे आणि मध्यवर्ती सहकारी बँकांनी दिलेली जवळपास निम्मी कर्जे ही शेती पतपुरवठ्यासाठी नसली तरी यांपैकी या दोन्ही पतपुरवठा करणाऱ्या संस्थांचा कृषी पतपुरवठ्यातील हिस्सा ३० टक्क्यांपेक्षा कमी होता. समितीने असेही नमूद केले की, छोटी राज्ये आणि दिल्ली, गोवा, चंदीगढ इ.सारख्या छोट्या राज्यांमध्ये आणि केंद्रशासित प्रदेशांमधील शेतीला अत्यल्प पतपुरवठा होतो आणि केवळ शहरी लोकसंख्येच्या गरजा भागविण्यासाठी पतपुरवठा केला जातो.

या समितीला सहकारी संस्था तोट्यामध्ये असण्याची जी कारणे आढळून आली त्यातील प्रमुख कारणे खालीलप्रमाणे–

- सहकारी संस्थांची हिशोब पद्धती योग्य नाही.
- सहकारी संस्थांमध्ये आधुनिक तंत्रज्ञानाचा अभाव आहे.
- सहकारी संस्थांच्या कर्मचाऱ्यांसाठी प्रशिक्षणाची व्यवस्था नाही.
- सहकारी संस्थांसाठीचे कायदे तीन स्तरांवर जोडले गेल्याने त्यांचे परावलंबन आढळून येते.
- सहकारी संस्थांच्या दैनंदिन कारभारामध्ये राज्य सरकारांचा हस्तक्षेप आहे.
- सरकारांचे कृषी धोरण परिणामकारक आहे. कर्ज माफीमुळे शेतकरी पुन्हा कर्ज घेतात आणि त्यांना वाटते की थकबाकीदार होण्यात फायदा आहे, तर दुसरीकडे सहकारी संस्थांचा तोटा आहे.
- सहकारी पतपुरवठा संस्थांच्या वरील समस्यांवर उपाययोजनेसाठी वैद्यनाथन समितीने पुढील प्रमुख सूचना तथा शिफारशी केल्या.
- सहकारी पतपुरवठ्याच्या पूर्ण संरचनेमध्ये एकच हिशोब पद्धती असावी.
- प्रत्येक सहकारी संस्था/बँक संगणकीकृत करावी.

- सहकारी संस्थांची हिशोब पद्धती तथा व्यवस्थापन माहिती प्रणाली (Management Information System-MIS) यांचे प्रशिक्षण दिले पाहिजे.
- आर्थिकदृष्ट्या प्रत्येक सहकारी पतपुरवठा स्तर स्वतंत्र असणे गरजेचे आहे.
- प्रशासकीयदृष्ट्यासुद्धा प्रत्येक स्तर स्वतंत्र असावा. सहकारी संस्थांवर राज्यसरकारचे नियंत्रण असावे जर संस्थेस सलग ३ वर्षे तोटा असेल अथवा संस्थेत भ्रष्टाचार असेल तर सहकारी संस्था प्रलंबित ठेवण्यात यावी. जिल्हा बँक स्वायत्त व्हाव्यात. परंतु, त्यांच्या कार्यकारी मंडळात सरकारचा एक प्रतिनिधी असावा.
- सहकारी संस्थांना तंत्रज्ञान व प्रशिक्षणासाठी १५ हजार कोटी रुपयांचे पॅकेज या त्रिस्तरीय रचनेला द्यावे.
- समितीने अशी शिफारस केली की, मध्यवर्ती सहकारी बँकांनी त्यांच्या कर्जाच्या किमान ७० टक्के कर्जे कृषी क्षेत्रासाठी देण्याचा प्रयत्न केला पाहिजे.
- समितीने अशीही शिफारस केली की, जर मध्यवर्ती सहकारी बँक किंवा एसटीसीबी सातत्याने कमी काम करत असेल आणि कार्यरत क्षेत्रांमध्ये १५ टक्क्यांपेक्षा कमी पतपुरवठा शेतीसाठी उपलब्ध करून देत असेल तर त्या बँकेला 'नागरी बँक' म्हणून घोषित करावे.

वैद्यनाथन समितीने अल्पमुदत सहकारी पतपुरवठा आणि सहकारी पतपुरवठा बँकांमधील प्रशासन आणि व्यवस्थापन सुधारण्यासाठी विविध चरणांची शिफारसदेखील केली आहे.

वैद्यनाथन समितीचा हा अहवाल केंद्र सरकारने स्वीकारला आणि त्याची अंमलबजावणी नाबार्डकडे सोपविण्यात आली. सहकारी संस्था हा भारतीय राज्यघटनेच्या सातव्या अनुसूचीच्या यादीतील ३२ क्रमांकाच्या अंतर्गत एक राज्यविषय आहे. राष्ट्रीय कृषी आणि ग्रामीण विकास बँक (नाबार्ड) यांनी माहिती दिली आहे की, सहकारी बँकांच्या कामकाजास संबंधित राज्यांच्या सहकारी कायद्याद्वारे मार्गदर्शन केले जाते. राज्य स्तरावर संबंधित राज्यांचे सहकारी संस्थांचे निबंधक (Registrar) सहकारी बँकांवर नियंत्रण ठेवतात. तथापि, सहकारी बँकांचे बँकींग कार्य (सहकारी संस्थांना लागू असलेल्या) बँकींग नियमन अधिनियम १९४९ (Banking Regulation Act 1949) अंतर्गत रिझर्व्ह बँकेद्वारे नियंत्रित केले जाते. लघु मुदतीची सहकारी पतपुरवठा संरचना (STCCS) पुनरुज्जीवित करण्यासाठी सरकारने खालील उपाययोजना केल्या आहेत–

अ) वैद्यनाथन समितीच्या शिफारशींच्या आधारे, सरकारने लघु मुदतीचा सहकारी पतपुरवठा यासंदर्भात कायदेशीर आणि संस्थात्मक सुधारणा, लोकशाही

व्यवस्थापन, स्वावलंबन आणि कार्यक्षम कारभारासाठी आवश्यक असणारी व्यवस्थापनाची गुणवत्ता आणि आर्थिक मदतीची गुणवत्ता सुधारण्यासाठी एक पुनरुज्जीवन पॅकेज लागू केले. या पॅकेज अंतर्गत भारत सरकारने ९,२४५ कोटी रुपये जाहीर केले.

ब) सहकारी बँकांना नव्याने सुधारण्याची गरज असून ते शेतकऱ्यांच्या दारात त्यांच्या गरजा भागवू शकतील, यासाठी केंद्र सरकारने २०१४मध्ये चार राज्यांत म्हणजे उत्तरप्रदेश, महाराष्ट्र, प.बंगाल आणि जम्मू व काश्मिर याठिकाणी २३ विना परवानाधारक जिल्हा मध्यवर्ती सहकारी बँकांच्या पुनरुज्जीवन योजनेची अंमलबजावणी करण्याची घोषणा केली. या योजनेंतर्गत केंद्र सरकारने ६७३.२९ कोटी रुपयांचा संपूर्ण हिस्सा नाबार्डला योजनेतील तरतुदीनुसार सहकारी बँकांकडे पाठविण्यासाठी सुपूर्द केला.

या योजनेच्या मार्गदर्शक तत्त्वांमध्ये जिल्हा मध्यवर्ती सहकारी बँकांद्वारे काही विशिष्ट वितरणाची उपलब्धता ठरविण्यात आली आहे. ज्यामध्ये भांडवली पर्याप्तता (CRAR) किमान पातळी प्राप्त करणे, अनुत्पादक मालमत्तेत (NPA) घट, ठेवींमध्ये वाढ, मजबूत व्यवस्थापन माहिती प्रणाली (MIS) तयार करणे आणि कोअर बँकिंगची अंमलबजावणी इत्यादींचा समावेश आहे.

सहकारी बँकांना शेतकऱ्यांच्या पीक कर्ज आणि मुदतीच्या कर्जाची गरज भागविण्यासाठी, सक्षम करण्यासाठी, नाबार्डमध्ये सरकारने दोन निधींची स्थापना केली आहे.

१) **अल्प मुदत सहकारी ग्रामीण पत (पुनर्वित्त) निधी :** या निधीच्या माध्यमातून नाबार्ड सहकारी बँकांना त्यांच्या पीक कर्जासाठी सवलतीत अल्प मुदतीचे पुनर्वित्त प्रदान करते. असे पुनर्वित्त बँकांना वार्षिक ४.५% व्याज दराने दिले जाते.

२) **दीर्घ मुदत सहकारी ग्रामीण पत निधी :** सहकारी बँका आणि प्रादेशिक ग्रामीण बँकांना शेतीतील गुंतवणुकीवरील कर्जासाठी सवलतीच्या व्याज दरासाठी दीर्घ मुदतीचे पुनर्वित्त साहाय्य करण्याच्या उद्देशाने हा निधी स्थापित करण्यात आला आहे. २०१८-१९मध्ये सरकारने या निधीसाठी १५ हजार कोटी रुपये अतिरिक्त वर्ग केले आहेत.

४.४ नरसिंहम समिती १ व २ (Narsimham Committee I & II)

अ) नरसिंहम समिती १

१९६९ साली बँकांचे राष्ट्रीयीकरण झाल्यानंतर बँकींग क्षेत्रात जरी मोठ्या

प्रमाणात प्रगती झाली होती तरी सरकारी मालकी, स्पर्धात्मकतेचा अभाव, कर्मचारी संघटनांचा दबाव, कामकाजातील सरकारी हस्तक्षेप आणि राजकीय (विशेषत: सहकारी वित्तीय क्षेत्रात) हस्तक्षेप यामुळे बँकांची उत्पादकता, कार्यकुशलता आणि नफाक्षमता यामध्ये मोठ्या प्रमाणात घट झाली. संगणकीय प्रणाली सारख्या तंत्रज्ञानविषयक सुविधा स्वीकारण्यास कर्मचाऱ्यांचा विरोध होता. या सर्वांचा परिणाम होऊन भारतीय बँकींग/वित्तीय क्षेत्राची प्रतिमा डागाळू लागली होती. भारताला कर्जपुरवठा करणाऱ्या जागतिक बँकेनेही, भारतीय बँकांनी आंतरराष्ट्रीय बँकींग व्यवहारांच्या मानदंडाचे (बॅसल तरतुदींचे) पालन केले पाहिजे असा आग्रह धरला होता. या परिस्थितीतून मार्ग काढण्यासाठी अर्थमंत्रालय भारत सरकार यांनी दिनांक १४ ऑगस्ट १९९१ रोजी रिझर्व्ह बँकेचे माजी गव्हर्नर श्री. एम. नरसिंहम यांचे अध्यक्षतेखाली ९ सदस्यांची एक उच्चस्तरीय समिती नेमली. बँकींग क्षेत्रातील सुधारणांची शिफारस करण्याची जबाबदारी या समितीवर सोपविण्यात आली. या समितीने आपला अहवाल १६ नोव्हेंबर १९९१ रोजी सादर केला. नरसिंहम समिती-१ नी आपल्या अहवालात शिफारशी मांडताना समिती समोर भारतातील वित्तीय क्षेत्रातील पुढील दोष तथा उणिवा दूर करण्याचा उद्देश होता.

नफ्याचे घटते प्रमाण, उत्पादनक्षमता आणि कार्यक्षमतेत घट, कर्ज (गुंतवणूक) गुणवत्तेत घट, ग्रामीण कर्जाची रचना, भांडवली बाजाराचे नियमन, परदेशी बँकांविषयीचे अस्पष्ट धोरण, वित्तीय बाजारात येणाऱ्या संस्थांविषयीचे धोरण इ.

नरसिंहम समितीने आपल्या अहवालात एकूण ४८ शिफारशी केल्या. त्यातील काही महत्त्वाच्या शिफारशी तथा उपाययोजना/सूचना पुढीलप्रमाणे-

नरसिंहम समिती-१ ने आर्थिक क्षेत्रातील सुधारणांचा आग्रह धरला. राष्ट्रीयीकृत बँकांनी जमा केलेल्या ठेवींपैकी जवळजवळ आर्धी रक्कम रोख राखीव रक्कम (Cash Reserve) आणि तरलता (Liquid Assests) प्रमाण यासाठी नियम करून त्यांचे हातून काढून सरकारी अर्थव्यवस्थेतील तूट भरून काढण्यासाठी वापरली जात होती. (कॅश रेशो १५% तर लिक्विडीटी रेशो ४०% ठेवावा लागत होता) बँकांनी दिलेल्या कर्जाची वसुली करताना अडचणी येत होत्या. अग्रक्रम क्षेत्राचे उन्नतीसाठी जरी बँकांना एकूण कर्जाच्या ४०% कर्जे द्यावी लागत होती तरी त्यांची वसुली होणे कठीण झाले होते. बँकांच्या स्वनिधींचे प्रमाण एकूण खेळत्या भांडवलाशी फक्त २.५% ते ३% इतके कमी झाले होते. त्यामुळे या समितीने सूचित केले की, बँकांच्या व्यवहारात सरकारी हस्तक्षेप आणि रिझर्व्ह बँकेचे मार्गदर्शनात्मक आदेश कमी झाले पाहिजेत आणि खुल्या अर्थव्यवस्थेत आणि स्पर्धात्मक वातावरणात त्यांनी काम केले पाहिजे. ठेवींचे व्याजदर, कर्जाचे व्याजदर याबद्दलचे निर्णय बँकांनी

स्वत:चे अधिकारात घेतले पाहिजेत. बँकांची आर्थिक परिस्थिती सुधारावी आणि त्यांच्या व्यवहारांचे स्पष्ट व पारदर्शक चित्र त्यांच्या ताळेबंदातून स्पष्ट व्हावे या दृष्टिकोनातून समितीने काही ठोस उपाय सांगितले ते खालीलप्रमाणे–

१) बँकांचे स्वनिधीचे प्रमाण एकूण खेळत्या भांडवलाशी ८% किंवा अधिक असले पाहिजे. त्यासाठी सरकारने (राष्ट्रीयीकृत बँकात) भांडवलवृद्धी करावी किंवा भांडवलांचा काही भाग पैसे जमा करण्यासाठी शेअर बाजारात जनतेला विकावा.

२) बँकांनी उत्पन्न संकल्पना पाळावी म्हणजे प्रत्यक्ष उत्पन्न हातात आल्याशिवाय ते नफ्यात किंवा उत्पन्न खात्यात जमा धरू नये. थोडक्यात, समितीने केलेल्या सूचनेनुसार मान्य उत्पन्न संकल्पना पुढीलप्रमाणे– ''मान्य उत्पन्न म्हणजे जे उत्पन्न प्रत्यक्षात प्राप्त होते त्यास 'मान्य उत्पन्न' म्हणतात. जे भविष्यात मिळणार आहे किंवा उत्पन्न मिळविले आहे परंतु भविष्यात प्राप्त होणार आहे. Interest occurred but not received असे उत्पन्न नफ्यात मिळवू नये हा मान्य उत्पन्नाचा अर्थ आहे.'' म्हणजेच प्रत्यक्षात न मिळालेले व्याज नफ्यात अधिक केल्यामुळे नफा अधिक प्रमाणात झाल्याचे चित्र दिसून येते या पद्धतीला आळा घालण्यासाठीच अनुत्पादक मालमत्तेचे (Non Performing Assests-NPA) चे निकष बँकांना आणि वित्तीय संस्थांना लागू करण्यात आले.

३) बँकांनी त्यांच्या कर्जाचे (अर्थात मालमत्तेचे) वर्गीकरण करून ज्या कर्जाचे व्याज किंवा मुद्दल वेळेवर जमा होत नसेल, त्या कर्जासाठी हळूहळू (१०% ते ५०%) बुडीत कर्ज निधी त्यांच्या वार्षिक नफ्यातून निर्माण करावा.

४) रिझर्व्ह बँकेने रोख राखीव प्रमाण (Cash Reserve Ratio) व वैधानिक तरलता प्रमाण (Statutory Liquidity Ratio) यांचे प्रमाण ३% आणि २५% या किमान मर्यादेपर्यंत कमी करावे.

५) खासगी क्षेत्रात नवीन येणाऱ्या बँकांनी रु. १०० कोटी भांडवल उभे केल्यास, त्यांना बँकींग व्यवसाय करण्यास आणि शाखा विस्तार करण्यास परवानगी द्यावी.

६) बँकांच्या ज्या शाखा नफ्यात नसतील त्या बंद करण्यास बँकांना परवानगी द्यावी.

७) प्राधान्य क्षेत्राची (Priority Sector Lending) पुनर्मांडणी करून त्यामध्ये फक्त दुर्बल ग्रामीण घटकांचा समावेश करावा उदा. सीमांत शेतकरी व शेतमजूर, ग्रामीण कलाकार, वाहतूक व्यावसायिक, ग्रामीण व कुटीर उद्योग, लघु उद्योग इ.

८) संशयित व बुडीत मालमत्ता (कर्जे) वसुलीसाठी मालमत्ता पुनर्रचना निधी (Asset Reconstruction Fund-ARF) स्थापन करण्यात यावा. या निधीकडे बँकांकडील संशयित व बुडीत कर्जांचा काही भाग वर्ग करून कर्ज वसुलीसाठी विशेष अधिकार प्रदान करावेत.

नरसिंहम समिती–१ च्या शिफारशींची अंमलबजावणी – वित्तीय क्षेत्रातून समितीच्या शिफारशींना तीव्र विरोध असतानासुद्धा सरकारने समितीच्या खालील शिफारशींची अंमलबजावणी केली.

बँक नियमन अधिनियम (Banking Regulation Act) १९४९ कलम २४ नुसार वैधानिक तरलता प्रमाण २५% पर्यंत कमी करण्यात आले.

रिझर्व्ह बँकेकडे निष्क्रिय स्वरूपात अडकून पडलेली तरलता भांडवली बाजारात वापरात येण्यासाठी रोख राखीव निधी प्रमाण कमी केले गेले. वाढीव रोख राखीव निधी प्रमाण १०% रद्द करण्यात आले. १९९५ पासून रोख राखीव निधी प्रमाणात घट करण्यात आली.

देशांतर्गत मुदत ठेवींवरील व्याजदर नियंत्रणमुक्त करण्यात आले. स्टेट बँक आणि इतर बँकांच्या २ लाखांच्या कर्जावरील मुख्य व्याजदर कमी करण्यात आले. अनुत्पादक मालमत्तेसाठी बँकांना १९९२–९३ वर्षात तरतूद ३०% आणि १९९३–९४ वर्षात ७०% एवढी निश्चित करण्यात आली. १९९२मध्ये रिझर्व्ह बँकेने भांडवल पर्याप्तता प्रमाण (Capital Adequacy Ratio) ८% एवढे निश्चित करून पुढील तीन वर्षांत बँकांना ते साध्य करण्यास सांगितले.

या धोरणामुळे प्रथम २/३ वर्षे बँकांना तोटा सहन करूनही संशयित व बुडीत कर्जासाठी मोठ्या तरतुदी कराव्या लागल्या. पण हळूहळू बँकांनाही त्याचे महत्त्व उमगले आणि बँकांनी चांगली ग्राहक सेवा देण्यावर भर देण्यास सुरुवात केली. बँकींग क्षेत्रात संगणकाचा वापर वाढला. हळूहळू भारतीय बँकींग व वित्तीय क्षेत्राची प्रतिमा सुदृढ झाली.

ब) नरसिंहम समिती २

नरसिंहम समिती–१च्या अंमलबजावणीच्या पार्श्वभूमीवर बँकींग क्षेत्रातील सुधारणांची समीक्षा करण्यासाठी भारत सरकारच्या वित्त मंत्रालयाने १९९८मध्ये एम. नरसिंहम यांचे अध्यक्षतेखाली दुसरी समिती नेमली. या समितीने मुक्त अर्थव्यवस्थेच्या धोरणाचा पुन: पाठपुरावा करून जागतिक स्तरावरील बँक व्यवहारातील संकेत आपल्या बँकांनीही अंमलात आणावेत, अशी सूचना केली. या नरसिंहम समिती–२ ने आपला अहवाल एप्रिल १९९८मध्ये सरकारला सादर केला त्यात केलेल्या महत्त्वाच्या सूचना खालीलप्रमाणे–

१) भांडवल पर्याप्ततेचे प्रमाण ८% वरून वर्ष २००२ पर्यंत १०% पर्यंत वाढवावे.

२) वर्ष २००२ पर्यंत अनुत्पादक मालमत्तेचे प्रमाण शून्यावर आणण्याचा प्रयत्न करावा.

३) कर्ज अनुत्पादक ठरविण्यासाठी १८० दिवसांची मुदत ९० दिवसांवर आणावी.

४) सरकारी हमी मिळालेली कर्जेसुद्धा वसूल न झाल्यास अनुत्पादक ठरवली जावीत.

५) उत्तम मालमत्तेसाठी (Standard Asset चांगली कर्जे) १ टक्क्यांची तरतूद केली जावी.

६) बँकांनी तज्ज्ञ कर्मचाऱ्यांना नेमून घेण्यासाठी योग्य पद्धतीचा अवलंब करावा.

७) प्रमाणापेक्षा जास्त कर्मचारी असतील तर त्यांना पुरेसे काम मिळण्यासाठी योग्य ती कार्यवाही करावी. (उदा. नवीन शाखा उघडणे, व्यवहार वाढवणे) किंवा स्वेच्छा सेवा निवृत्ती योजनेचा अवलंब करावा.

८) संगणकीय प्रणालीचा मोठ्याप्रमाणात वापर केला जावा.

९) बँकांना गुणवत्ता दर्जा प्रदान करताना कॅमल रेटींग (CAMEL) मूल्यांकन पद्धतीचा वापर करावा. C = Capital Adequacy भांडवली पर्याप्तता, A = Asset Management जिंदगी व्यवस्थापन, M = Management Quality प्रशासकीय व्यवस्थापन कार्यक्षमता, E = Earning Quality अर्जन कार्यक्षमता, L = Liquidity तरलता.

नरसिंहम समिती–२च्या शिफारशींची अंमलबजावणी करणेसुद्धा सयुक्तिक ठरत नव्हते. तरीसुद्धा या समितीच्या शिफारशींनुसार पुढील काही बदल वित्तीय व्यवस्थेत करण्यात आले.

जानेवारी २००७मध्ये भारत सरकारने रिझर्व्ह बँकेला वैधानिक रोखता प्रमाणावरील कमाल मर्यादा (कमाल ४०% व किमान २५%) काढून टाकण्याचे अधिकार दिले.

२००१ साली रोख राखीव निधी ५% पर्यंत कमी करण्यात आले.

अनुत्पादक कर्ज वसुलीसाठी सरफेसी कायदा २००२ (Securitisation and Reconstruction of Financial Assets and Enforcement of Security Interest Act - SARFAESI) अंमलात आणला गेला.

४.५–अ) शिवरामन समिती (CRAFICARD)

पंचवार्षिक योजना तथा नियोजन काळाच्या सुरुवातीपासून भारत सरकारला हे माहीत होते की, ग्रामीण अर्थव्यवस्थेला गती देण्यासाठी संस्थात्मक पतपुरवठा अत्यंत महत्त्वपूर्ण आहे. अल्पमुदतीच्या शेतीकर्जासाठी रिझर्व्ह बँक आणि मध्यम व दीर्घ

मुदतीच्या कर्जासाठी कृषी पुनर्वित्त विकास महामंडळ (Agricultural Refinance and Development Corporation) अशा निरनिराळ्या संस्थांकडे पुनर्वित्तसाठी बँकांना जावे लागू नये. तसेच शेती आणि ग्रामीण भागातील सर्व व्यवहारांशी निगडित असलेल्या विषयांचा एकत्रितपणे विचार व पाठपुरावा केला जावा, याउद्देशाने भारत सरकारच्या सांगण्यावरून रिझर्व्ह बँकेने संस्थात्मक पतपुरवठ्याच्या व्यवस्थेची समीक्षा करण्यासाठी एक समिती गठित केली. ही समिती (CRAFICARD) योजना आयोगाचे पूर्व सदस्य श्री. बी. शिवरामन यांच्या अध्यक्षतेखाली ३० मार्च १९७६ रोजी गठित झाली.

या समितीने आपला अहवाल २८ नोव्हेंबर १९७९ रोजी सादर केला. त्या समितीने ग्रामीण विकाससंबंधीत पतपुरवठ्यासंदर्भातील मुद्द्यांवर सलग लक्ष देणे, त्यांना सक्षमपणे योग्य दिशा देणे आणि त्यावर संपूर्णपणे भर देण्यासाठी एक नवीन संस्थात्मक संरचना निर्माण करण्याची गरज आहे असे प्रतिपादन केले. तद्नंतर १९८१ साली अधिनियम ६१ अंतर्गत संसदेने राष्ट्रीय कृषी आणि ग्रामीण विकास बँक (नाबार्ड) च्या स्थापनेस अनुमोदन दिले. या नाबार्ड विषयीची सविस्तर माहिती पुढील मुद्द्यामध्ये दिली आहे.

४.५-ब) राष्ट्रीय कृषी आणि ग्रामीण विकास बँक (National Bank for Agriculture and Rural Development-NABARD)

रिझर्व्ह बँकेचा कृषी पतपुरवठा विभाग आणि कृषी पुनर्वित्त व विकास महामंडळ (Agricultural Refinance and Development Corporation) यांचे एकत्रिकरण करून १२ जुलै १९८२ रोजी राष्ट्रीय कृषी आणि ग्रामीण विकास बँक अर्थात नाबार्ड अस्तित्वात आली. ही संस्था माजी पंतप्रधान श्रीमती इंदिरा गांधी यांच्याद्वारे ५ नोव्हेंबर १९८२ रोजी राष्ट्राच्या सेवेत समर्पित झाली. या बँकेचे प्रारंभी भागभांडवल १०० कोटी रुपये होते. ग्रामीण विकासासाठी स्थापन झालेल्या प्रादेशिक ग्रामीण विकास बँकांची जबाबदारीही नाबार्डकडे सोपविण्यात आली. ग्रामीण भागाचा समन्वित विकास करून तेथे समृद्धी आणण्याच्या हेतूने शेती, लघुउद्योग, ग्रामोद्योग, हस्तोद्योग व इतर आर्थिक उपक्रम यांना मदत करण्याचे कार्य नाबार्ड सातत्याने करीत आहे.

नाबार्डची वित्तीय साधने – नाबार्डच्या प्रारंभीच्या भांडवलामध्ये रिझर्व्ह बँकेने ५० टक्के अर्थात ५० कोटी रुपये गुंतविले तर केंद्र सरकारने ५० टक्के रक्कम गुंतविली आहे. या बँकेचे अधिकृत भागभांडवल (Authorised Share Captial) ५०० कोटी रुपये आहे. परंतु, त्यांपैकी वसूल भागभांडवल (Paid up Share Capital) फक्त १०० कोटी रुपये आहे. भाग भांडवलातील या सरकारी हिस्स्यामुळे ही बँक पूर्णत: भारत सरकारच्या स्वामित्वाखाली आहे. पूर्वीच्या राष्ट्रीय कृषी पतपुरवठा

निधीचे या बँकेकडे हस्तांतरण करण्यात आले, या निधीमध्ये एकूण १६४५ कोटी रुपये होते. याशिवाय रिझर्व्ह बँकेनेही ३०० कोटी रुपये हस्तांतरित केले होते. शिवाय, इंग्लंड, अमेरिका आदी विकसित देशांनी नाबार्डला १३३ कोटी रुपयांचे कर्जही दिले होते. असे असले तरी नाबार्ड भांडवली बाजारातून भांडवली निधी जमा करते. तसेच वेळोवेळी केंद्र सरकार या बँकेला निधी उपलब्ध करून देते. त्याचबरोबर जागतिक बँक, आंतरराष्ट्रीय विकास मंडळ, आंतरराष्ट्रीय विकास संस्था इ.कडून नाबार्डला भांडवली मदत प्राप्त होते. याव्यतिरिक्त जर्मनी, इंग्लंड, नेदरलँड, स्वित्झलंड, अमेरिका यांसारख्या विकसित देशांकडूनही नाबार्डला वित्त पुरवठा केला गेला आहे. आता नाबार्डने ग्रामीण पायाभूत सोई विकास निधी (Rural Infrastructure Development Fund-RIDF) मार्फत मोठ्या प्रमाणात भांडवल गोळा केले आहे. नाबार्डकडे ३१ मार्च २०१९ रोजी एकूण १२,५८० कोटी रुपये भांडवली निधी जमा होता. त्यामुळे कृषी व ग्रामीण विकास कार्यक्रमाला वित्तपुरवठा करण्यात नाबार्डला मोठी भूमिका बजावता येईल.

व्यवस्थापन – या बँकेचे संचालक मंडळ १५ सदस्यांचे आहे. त्यामध्ये रिझर्व्ह बँक, सहकारी बँका व व्यापारी बँका आणि भारत सरकार यांचे प्रत्येकी ३ प्रतिनिधी, राज्य सरकारचे २ प्रतिनिधी आणि ग्रामीण अर्थशास्त्राचे दोन तज्ज्ञ समाविष्ट असतात.

नाबार्डची उद्दिष्टे – शेतीच्या विकासासाठी पतपुरवठा उपलब्ध करून देणे. इतर ग्रामीण व्यवसायांना पतपुरवठा उपलब्ध करून देणे. ग्रामीण समृद्धी व समन्वित विकास यासाठी मदत करणे.

नाबार्डची कार्ये – या बँकेच्या कार्यांचे वर्गीकरण प्रामुख्याने ३ गटात केले जाते. ती प्रमुख कार्ये पुढीलप्रमाणे–

अ) **पतपुरवठ्याची कार्ये** – नाबार्ड मार्फत योग्य अशा वित्त संस्थांना विविध मुदतीचे कर्ज उपलब्ध करून देण्याचे कार्य केले जाते. अशा संस्थांमध्ये राज्य सहकारी बँका, राज्य भूविकास बँका, प्रादेशिक ग्रामीण बँका, व्यापारी बँका तसेच रिझर्व्ह बँकेने मान्यता दिलेल्या अन्य वित्तसंस्था समाविष्ट आहेत. शेतीतील हंगामी कामे, धान्य विक्री, कृषी आदानांची खरेदी–विक्री, ग्रामीण व्यवसायांमधील उत्पादन व वितरण इ. हेतूंनी १५ महिन्यांच्या मुदतीपर्यंतचे अल्पकालीन कर्ज ही बँक देते. कृषी व ग्रामीण विकासाच्या ज्या कामांसाठी साधारणत: १८ महिने ते ७ वर्ष मुदतीचे कर्ज आवश्यक असते ते मध्यम मुदतीचे कर्ज म्हणून उपलब्ध करून दिले जाते. ग्रामीण कर्जामध्ये काही कारणांसाठी ७ वर्षांपेक्षा अधिक मुदतीचे कर्ज आवश्यक असते. उदा. जमिनीचा

विकास, लघुसिंचन, शेळी व मेंढीपालन, तुषार सिंचन, फलोत्पादन, रेशीम उत्पादन, शेतीचे यांत्रिकीकरण वगैरे. या कारणांकरिता वेगवेगळ्या संस्थांना जास्तीतजास्त २५ वर्षांच्या अवधीचे कर्जही ही बँक देते.

ब) **नियंत्रणात्मक कार्ये** – प्रादेशिक ग्रामीण बँका व सहकारी बँकांची तपासणी करणे हे नाबार्डचे एक महत्त्वाचे कार्य आहे. नवीन शाखा सुरू करण्यास इच्छुक असणाऱ्या या बँकांना या राष्ट्रीय बँकेची शिफारस असावी लागते. विविध संस्था वेगवेगळ्या स्तरांवर ग्रामीण विकासाचे कार्य करतात, पण त्यांचा उद्देश समान असल्याने त्यांच्या कार्यांमध्ये एकसूत्रीपणा असायला हवा. यादृष्टीने समन्वय साधण्याचे काम नाबार्डकडे आहे. ज्या ज्या ठिकाणी तिने पतपुरवठा केला असेल किंवा मदत केली असेल तेथील प्रगतीवर लक्ष ठेऊन सतत मूल्यमापन करणे ही नाबार्डची जबाबदारी आहे.

क) **विकासात्मक कार्ये** – ग्रामीण विकासाच्या संदर्भात या राष्ट्रीय बँकेकडे अनेक महत्त्वपूर्ण कामे सोपविण्यात आली आहेत. प्रादेशिक विकासातील असमतोल दूर करणे, समाजातील दुर्बल घटकांना मदत करणे, ग्रामीण विकासाच्या नवीन संधी उपलब्ध करून देणे इत्यादींसाठी नाबार्डकडून विविध विकासात्मक कार्ये पार पाडली जातात. ती कार्ये पुढीलप्रमाणे-

ग्रामीण भागासाठी विकास व संशोधन-निधीची उभारणी, कुटीरोद्योग, ग्रामोद्योग व लघुउद्योगांच्या अंतर्गत पुनर्वित्त साहाय्य घेणाऱ्या उद्योजकांना आवश्यक रक्कम (Margin Money) भरण्यासाठी सुलभ कर्ज साहाय्य निधी, विविध बँकांच्या अधिकाऱ्यांसाठी प्रशिक्षण, सहकारी व ग्रामीण बँकांची तपासणी करण्याबरोबरच त्यांची (आवश्यकतेनुसार) पुनर्बांधणी, पुनर्निर्माण, पुनर्वसन यासाठी साहाय्य, कर्जाच्या परतफेडीबाबत शिस्त व जागरूकता वाढविण्यासाठी विकास व्हॉलेंटियर वाहिनीची स्थापना, शेतकरी मंडळाची स्थापना, विकास क्षमतेच्या तत्त्वावर आधारित जिल्हा पतपुरवठा योजना, योजनांच्या अंमलबजावणीच्या संदर्भात अनुप्रवर्तन व मूल्यांकनाचे (Monitoring and Evaluation) कार्य.

नाबार्डची भूमिका – नाबार्डच्या स्थापनेवेळी नाबार्डकडे प्रामुख्याने दोन भूमिका सोपविण्यात आल्या होत्या. एक म्हणजे शेती-पतपुरवठ्याच्या क्षेत्रातील शिखर बँकेचे कार्य नाबार्डकडे सोपविले गेले. तर दुसरी भूमिका म्हणजे कृषी पुनर्वित्त विकास महामंडळामार्फत सहकारी सोसायट्यांना पुनर्वित्त पुरविण्याचे कार्य होय. या प्रमुख भूमिकांच्या प्रती नाबार्डने पतपुरवठा आणि ग्रामीण विकासाच्या कार्यात जी महत्त्वपूर्ण भूमिका पार पाडली आहे तिचे अवलोकन पुढीलप्रमाणे :

अल्पकालीन पतपुरवठा – या बँकेने ग्रामीण भागातील विविध घटकांना

अल्प मुदतीचा पतपुरवठा करताना १९९३-९४ साली एकूण ३९६० कोटी रुपयांचे वितरण केले होते. तर २०१६-१७ साली ही रक्कम ७४,३९२ कोटी रुपये इतकी होती. हा पतपुरवठा बँक दरापेक्षा ३ टक्के कमी दराने करण्यात आला. नाबार्डने नव्या २० कलमी योजनेखाली सीमान्त व छोट्या शेतकऱ्यांना व ग्रामीण भागातील तळागाळातील लोकांकरिता एका ठरावीक दराने अल्प मुदतीची कर्जे देण्याचे बंधन बँकांवर घातले.

दीर्घ मुदतीचा पतपुरवठा – या बँकेने १९९३-९४ साली एकूण ९१ कोटी रुपयांचा दीर्घ मुदतीचा पतपुरवठा केला होता, तर २०१६-१७मध्ये ही रक्कम ५३,५०५ कोटी रुपये इतकी होती.

पुनर्वित्त पतपुरवठा – या बँकेने योजनाबद्ध पुनर्वित्त साहाय्यामध्ये १९८२-८३ ते १९९१-९२ या दहा वर्षांत ७०३ कोटी ते २०५४ कोटी रुपये इतकी वाढ नोंदविली. एकात्मिक ग्रामीण विकास योजनेखाली (IRDS) दिल्या गेलेल्या पुनर्वित्त वाटपात कृषी क्षेत्रात १७० कोटी वरून ३८८ कोटी रुपये इतकी वाढ झाली. या दहा वर्षांच्या काळात नाबार्डकडून एकूण १३,५९२ कोटी रुपयांचे कर्जवाटप करण्यात आले होते. नाबार्डने मध्य मुदतीच्या पुनर्वित्त पुरवठ्यात १७५ कोटींवरून ८७ कोटी रुपये इतकी घटही नोंदविली आहे याचे कारण मध्यम मुदतीच्या कर्जाऐवजी योजनाबद्ध पुनर्वित्त पुरवठ्याचे धोरण स्वीकारले गेले.

सहकार क्षेत्रासाठी मदत – सहकारी वित्त संस्थांची कार्यक्षमता आणि सुदृढता वाढावी यासाठी नाबार्डने विशेष प्रयत्न केले आहेत. देशातील प्राथमिक पतपुरवठा सोसायट्यांच्या पुनर्गठनाचा कार्यक्रम जवळपास पूर्ण झाला आहे. दुर्बल असलेल्या मध्यवर्ती सहकारी बँकांची स्थिती सुधारण्याचाही नाबार्डने प्रयत्न केला आहे. त्याचबरोबर भूविकास बँकांच्या व्यवस्थापनातील कार्यक्षमता वाढविण्यासाठी ह्या बँकेचे प्रयत्न महत्त्वाचे आहेत. सहकारी पतपुरवठा संस्थांच्या भागभांडवलात सहभागी होण्यासाठी नाबार्डने राज्य सरकारांना ३१ मार्च १९९२ साली बिगर-योजना दीर्घमुदतीचे एकूण २३६ कोटी रुपयांचे कर्ज दिले होते तर ३१ मार्च १९९३मध्ये त्यासाठी एकूण २३५ कोटी रुपये इतके दिले गेले. मार्च २०१७ साली राज्य सहकारी बँकांना एकूण ६,४३३ कोटी रुपयांचा वित्त पुरवठा केला आहे. अशाप्रकारे सहकारी पतपुरवठा क्षेत्रातील प्रत्येक घटकाला सक्षम करून सहकार व ग्रामीण विकासामध्ये नाबार्डने महत्त्वपूर्ण भूमिका पार पाडली आहे.

ग्रामीण विकासातील भूमिका – नाबार्डने ग्रामीण विकासाच्या विविध योजना मंजूर करून महत्त्वपूर्ण भूमिका पार पाडली आहे. यामध्ये लघुसिंचनाच्या मंजूर योजनांची संख्या १९८५-८६मध्ये २५८९ होती ती १९९३-९४मध्ये २९३०

झाली १९८७ अखेर एकूण मंजूर प्रकल्पात लघु सिंचन प्रकल्पांची संख्या ३०% इतकी होती व वित्तीय मदतीत ४६३३ कोटी रुपये मदतीचा वाटा या प्रकल्पांचा होता. भूविकास योजनांची संख्या जून १९८७ अखेर १८६४ होते त्यापोटी ४११ कोटी रुपयांची मंजुरी होती. कृषी यांत्रिकीकरणाच्या एकूण ८८६७ प्रकल्प जून १९८७ अखेर मंजूर झाले तर त्यासाठी रु. १५२० कोटी मंजूर केले गेले. फळबागा योजना १९८५-८६मध्ये ६३१ होत्या ती संख्या १९९३-९४मध्ये १००० इतकी झाली. याशिवाय कुक्कुटपालन, मेंढीपालन, वराहपालन, मत्सोद्योग, दुग्ध व्यवसाय इ.सारख्या कृषी संबंधित ग्रामीण व्यवसायाच्या विकासासाठी नाबार्डने मोठ्याप्रमाणात योजनांना मंजुरी दिली. नाबार्डने मार्च २०१७ साली प्रादेशिक ग्रामीण बँकांना एकूण ११,३६९ कोटी रुपयांचा वित्त पुरवठा केला आहे.

थकबाकीचा प्रश्न सोडविणे – ग्रामीण क्षेत्रातील कर्जाच्या थकबाकीचा प्रश्न गंभीर स्वरूपाचा आहे. हे कर्ज परतफेड कसे होईल याचा प्रयत्न केला जात होता. परंतु, रक्कम परतफेड होणे जसे महत्त्वाचे तसेच परतफेड करण्याची मानसिकता तयार होणे हेही महत्त्वाचे आहे. या दृष्टिकोनातून विशेष प्रयत्न करण्यासाठी विकास व्हॉलेंटियर वाहिनी स्थापन करून नाबार्डने महत्त्वपूर्ण भूमिका पार पाडली आहे. याला जोडूनच ५३३ गावांमध्ये कार्यक्षेत्र असलेली ३४२ शेतकरी मंडळे स्थापन करण्यात आली होती.

देशातील ज्या घटक राज्यात कृषीक्षेत्र अद्याप अविकसित आहे आणि जेथे बँक व्यवसायाने अद्याप विशेष प्रगती केलेली नाही अशा बिहार, मध्यप्रदेश, ओरिसा, राजस्थान आणि उत्तरप्रदेश सारख्या राज्यात नाबार्डने कृषीक्षेत्रात गुंतवणूक वाढविण्याच्या दृष्टीने पावले उचलली. देशातील सहकारी सोसायट्यांची आवश्यक असेल तेथे पुनर्रचना करून त्यांना वित्तीय बळकटी देण्याचा प्रयत्न नाबार्डने केला आहे व आजही करत आहे. त्याचबरोबर अनेक राज्यात प्राथमिक सहकारी पतपुरवठा सोसायट्यांच्या पुनर्रचनेचे काम नाबार्डने केले आहे.

अशाप्रकारे नाबार्डने कृषी व ग्रामीण विकासाच्या क्षेत्रात महत्त्वपूर्ण भूमिका पार पाडण्याचे सातत्याने प्रयत्न केले आहेत.

४.५-क) राष्ट्रीय सहकारी विकास महामंडळ (National Co-operative Development Corporation-NCDC)

राष्ट्रीय सहकारी विकास महामंडळ ही एक राष्ट्रीय पातळीवरील संस्था आहे. १९५१च्या गोरवाला समितीने (अखिल भारतीय ग्रामीण पतपुरवठा पाहणी समिती) केलेल्या शिफारशीनुसार १९५६ साली राष्ट्रीय सहकारी विकास आणि गोदाम महामंडळ स्थापन करण्यात आले. परंतु, १९६३ साली गोदाम (वखार) महामंडळ स्वतंत्र

करण्यात आले. १९७४ साली कायद्यामध्ये सुधारणा करून या महामंडळाच्या कार्याची व्याप्ती वाढविण्यात आली. सहकार हा राज्य सरकारच्या अखत्यारीतील विषय असल्याने हे महामंडळ राज्य सरकारच्या सहकार्याने आणि राज्य सरकारामार्फत कार्य करते. राज्य सरकारच्या हमीवर अथवा राज्य सरकार मार्फत सहकारी संस्थांना या महामंडळाकडून वित्तीय पुरवठा केला जातो. तसेच ज्या सहकारी संस्था प्रादेशिक किंवा राष्ट्रीय स्तरावरील सहकारी संस्थांच्या मल्टी युनिट को-ऑप. सोसायटीज ॲक्ट खाली येतात त्यांना महामंडळाकडून प्रत्यक्षपणे कर्ज पुरवठा केला जातो.

व्यवस्थापन – या महामंडळाच्या व्यवस्थापनामध्ये एकूण ५१ सभासद असतात. त्यामध्ये केंद्रीय कृषी मंत्री हे या महामंडळाचे अध्यक्ष असतात तर राज्य कृषीमंत्री उपाध्यक्ष असतात. तसेच महामंडळाचे दैनंदिन कामकाज पाहण्यासाठी कार्यकारी समिती नेमलेली असते. त्यामध्ये मंडळातील १२ सभासद नियुक्त केले जातात. वेगवेगळ्या प्रकारच्या सहकारी संस्थांसाठी एकूण ९६ कार्यकारी समित्या नेमलेल्या आहेत. या महामंडळाचे मुख्य कार्यालय नवी दिल्ली येथे असून एकूण ८ विभागीय कार्यालये आहेत, ती पुढीलप्रमाणे : बंगळूरू, भोपाळ, कोलकाता, चंदिगड, गुवाहटी, पाटणा, पुणे, जयपूर.

वित्तीय व्यवस्थापन – महामंडळ भांडवली बाजारातून भांडवलाची उभारणी करते. त्याचबरोबर केंद्र सरकार अर्थसंकल्पीय तरतुदीच्या माध्यमातून महामंडळास भांडवल उपलब्ध करून देते. तसेच महामंडळ केंद्र सरकारमार्फत विशिष्ट प्रकारच्या किंवा खास योजनांसाठी आंतरराष्ट्रीय वित्तीय साहाय्यसुद्धा प्राप्त करते.

महामंडळाची उद्दिष्टे –

१) कृषी उत्पादन, अन्न पदार्थ, किरकोळ वन उत्पादने आणि विशिष्ट निर्देशित वस्तूंच्या उत्पादन प्रक्रिया, साठवणूक, विक्री, आयात, निर्यात इ. कार्ये सहकारी संस्थांकडून करणे.

२) राज्य शासनाद्वारे अप्रत्यक्षरीत्या सहकारी संस्थांना वित्तीय साहाय्य उपलब्ध करणे.

३) बी-बियाणे, रासायनिक खते, शेती अवजारे आणि इतर शेती उत्पादन यांच्या वृद्धीसाठी आवश्यक साधनांचा पुरवठा सहकारी संस्थांकडून केला जातो त्यासंबंधी सल्ला देणे.

४) राष्ट्रीय पातळीवरील व राज्य सरकारच्या अखत्यारीत नसलेल्या काही विशिष्ट सहकारी संस्थांना प्रत्यक्ष कर्ज पुरवठा व इतर साहाय्यता करणे.

५) आदिवासी क्षेत्रात सहकारी संस्थांची स्थापना करणे व सहकार क्षेत्रातील कार्य करणाऱ्या आर्थिकदृष्ट्या दुर्बल व्यक्तींना मदत करणे.

६) ग्रामीण विकासाला चालना देण्यासाठी कृषी उद्योगांना साहाय्यता करणे.

महामंडळाची कामगिरी – सहकार क्षेत्रातील कृषी प्रक्रिया उद्योगांना साहाय्य करण्याच्या उद्देशाने महामंडळाने मार्च १९९३ अखेर एकूण १२८९.७६ कोटी रुपयांचे वित्तीय साहाय्य दिले होते. तर २०००-०१ साली सहकारी साखर कारखाने, सूतगिरण्या इ. प्रक्रिया उद्योगांना महामंडळाकडून ४३ कोटी रुपयांची आर्थिक मदत करण्यात आली. शेतमाल प्रक्रिया करणाऱ्या सहकारी संस्थांना रु. ६१ कोटींची मदत केली गेली. मार्च २०१४ अखेर प्रक्रिया करणाऱ्या सहकारी संस्थांना एकूण १७,९१३.७३ कोटी रुपयांचा पतपुरवठा या महामंडळाने केला आहे. दुर्बल घटकांना साहाय्य करण्याच्या उद्देशाने महामंडळाने १९९२-९३मध्ये २५.३२ कोटी रुपयांची मदत केली होती. तर सहकारी दूध संस्था, मच्छीमार संस्था, पशुपालन संस्था इ.सारख्या संस्थांना मार्च २०१४ अखेर महामंडळाने एकूण ३२७८.०९ कोटी रुपयांची मदत केली.

कृषी माल व नाशवंत माल साठवणूक याकरिता महामंडळाने शीतगृहे उभारणीसाठी १९९२-९३ साली ४२.३० कोटी रुपयांचे वित्तीय साहाय्य केले होते. तर मार्च २०१४ अखेर महामंडळाने साठवणूक व्यवस्थेला १३२२.०६ कोटी रुपयांचे वित्तीय साहाय्य केले. सहकारी क्षेत्रातील खरेदी-विक्री संस्थांना आर्थिक साहाय्य प्रदान करण्याच्या कामी महामंडळाने १९९२-९३ साली २५.७५ कोटी रुपयांचे वाटप केले तर विपणन सहकारी संस्थांना मार्च २०१७ अखेर एकूण ३१५७० कोटी रुपयांची आर्थिक मदत केली.

सहकार क्षेत्रातील विविध पातळीवरील संस्थांना प्रत्यक्ष व अप्रत्यक्षरीत्या आर्थिक मदत करणाऱ्या या महामंडळाच्या कामगिरीमध्ये सुधारणा घडवून आणण्यासाठी जे.एल. श्रीवास्तव यांच्या अध्यक्षतेखाली नेमलेल्या समितीने महामंडळाच्या आर्थिक पुनर्रचनेची महत्त्वपूर्ण शिफारस केली. त्याबरोबर या समितीने महामंडळाला असणारी प्राप्तीकरातील सूट चालूच ठेवण्याची सूचनाही केली. महामंडळाला केंद्र सरकारकडून मिळणाऱ्या कर्जावरील व्याजदर १२ टक्क्यांवरून ८.५ टक्क्यांपर्यंत कमी करण्याची शिफारसही समितीने केली. तसेच महामंडळाला प्रतीवर्षी १०० कोटी रुपयांपर्यंतची कर्जे बँकांकडून उभारण्याची परवानगी दिली जावी असेही समितीने म्हटले आहे.

४.६ सहकारी शिक्षण व प्रशिक्षण (Co-operative Courses)

सहकारी चळवळीचा संख्यात्मक विकास होत असताना सहकार चळवळीचा गुणात्मक विकासही होणे आवश्यक आहे. सहकार चळवळीत असणारे दोष अथवा उणिवा उदा. राजकीय प्रभाव, सभासदांची उदासीनता, भ्रष्टाचार इ. सारखे दोष दूर होऊन सहकार चळवळ जनमानसात रुजावी. या चळवळीत जास्तीतजास्त लोकांनी सक्रिय सहभागी व्हावे यासाठी सहकारी क्षेत्रात काम करणाऱ्या कार्यकर्त्यांना सहकारच्या

तत्त्वांचे, सहकारी व्यवस्थापनाचे उत्तम ज्ञान असणे आवश्यक आहे. त्यासाठी सहकारी शिक्षणाची तथा प्रशिक्षणाची आवश्यकता आहे हे या चळवळीच्या अगदी सुरुवातीच्या काळापासूनच केंद्रस्थानी होते. स्वातंत्र्यपूर्वकाळात १९०४च्या कायद्याने सहकार चळवळ सुरू झाली. त्यानंतर तत्कालीन ब्रिटिश राजवटीतील मद्रास प्रांतसरकारने १९१४ साली सहकार प्रशिक्षणाची व्यवस्था केली होती. तर स्वातंत्र्योत्तरकाळात सहकार शिक्षण आणि प्रशिक्षणाचा आढावा घेऊन त्याबाबत सूचना तथा शिफारशी करण्याकरिता १९६० साली एका अभ्यासगटाची नियुक्ती केली गेली. या अभ्यासगटाने सहकारी शिक्षण व प्रशिक्षणासाठी राष्ट्रीय पातळीवर मंडळाची तथा संस्थेची शिफारस केली. या शिफारशीची अंमलबजावणी करण्याच्याकामी देशातील विविध राज्यांच्या सहकार मंत्र्यांच्या परिषदेमध्ये चर्चा करण्यात आली आणि 'भारतीय राष्ट्रीय सहकारी संघाची (National Co-operative Union of India)' स्थापना करण्यात आली.

१९३७ सालच्या आंतरराष्ट्रीय सहकारी तज्ज्ञ समितीने सहकारी तत्त्वांची मांडणी करताना सहकारी शिक्षणाची मांडणी दुय्यम तत्त्वांमध्ये केली. तर १९६६च्या समितीने सहकारी शिक्षणाची मांडणी मुख्य तत्त्वामध्ये केली. या तत्त्वानुसार सहकारी संस्थांचे सभासद, पदाधिकारी, सेवकवर्ग आणि सर्वसाधारण लोकांनाही सहकारी तत्त्वांचे व व्यवस्थापनाचे शिक्षण देणे आवश्यक आहे. हे सहकारी शिक्षण आणि प्रशिक्षण ही निरंतर चालणारी प्रक्रिया आहे व तिचे स्वरूप व्यापक आहे. तिचे हे व्यापक स्वरूप स्थानिक पातळीपासून राष्ट्रीय व आंतरराष्ट्रीय पातळीवर महत्त्वपूर्ण आहे.

सहकारी शिक्षणाची गरज लक्षात घेता ९७व्या घटना दुरुस्तीच्या पार्श्वभूमीवर २०१३ साली सहकार कायद्यात सुधारणा करून त्यात शिक्षण व प्रशिक्षणाचा समावेश करण्यात आला. महाराष्ट्र सहकारी संस्था अधिनियम १९६० (सुधारणा अधिनियम २०१३)च्या कलम २४-अ अन्वये सभासद व इतरांसाठी सहकारी शिक्षण व प्रशिक्षणाची पुढील तरतूद करण्यात आली आहे. कलम २४-अ पोटकलम (१) नुसार प्रत्येक सहकारी संस्थाने तिचे सभासद, अधिकारी आणि कर्मचारी यांच्यासाठी राज्य सरकारने राजपत्रात निर्देशित केलेल्या राज्य स्तरीय संघ (State Federal Societies) तथा राज्य स्तरीय शिखर संस्थेमार्फत (State Apex Training Institutes) सहकारी शिक्षण आणि प्रशिक्षणाचे आयोजन करणे बंधनकारक आहे. या कलमातील पोटकलम (२) अन्वये सहकारी संस्थेच्या व्यवस्थापकीय समितीच्या प्रत्येक सभासदाने मग तो निवडलेला असेल तथा स्वीकृत असेल अशा सभासदाने निर्देशित केल्याप्रमाणे सहकारी शिक्षण आणि प्रशिक्षण घेणे बंधनकारक आहे.

भारतीय राष्ट्रीय सहकारी संघाची स्थापना झाल्यानंतर सहकारी शिक्षणाची प्रशिक्षणाची संपूर्ण जबाबदारी या संघाकडे सोपविण्यात आली. ही जबाबदारी हा संघ

राज्य सहकारी संघटना व जिल्हा सहकारी संघटनांमार्फत पार पाडण्याचे कार्य करतो आहे. याद्वारा पुणे, चेन्नई, आणंद व गोपाळपूर येथे प्रशिक्षण महाविद्यालयांची स्थापना केली आहे. मध्यम दर्जाच्या कर्मचाऱ्यांना प्रशिक्षण देण्यासाठी पुणे, चेन्नई आणि पाटणा येथे १३ प्रशिक्षण महाविद्यालयांची व्यवस्था केली आहे तर कनिष्ठ कर्मचाऱ्यांच्या प्रशिक्षणासाठी निरनिराळ्या राज्यात ६७ सहकार प्रशिक्षण शाळा काढण्यात आल्या आहेत.

केंद्र सरकारच्या कृषी मंत्रालयाच्या Institute of Co-operative Management & National Council for Co-operating Training मार्फत देशात एकूण १४ ठिकाणी सहकार व्यवस्थापनाचे प्रशिक्षण दिले जाते. ही व्यवस्था भुवनेश्वर, भोपाळ, चेन्नई, डेहराडून, गुवाहाटी, हैदराबाद, लामफेल(मणिपूर), जयपूर, कन्नूर, लखनौ, मदुराई, नागपूर, तिरुवनंतपुरम आणि पुणे येथे आहे. पुण्यातील व्यवस्था डॉ. विठ्ठलराव विखे पाटील इन्स्टिट्यूट ऑफ को-ऑप. मॅनेजमेंट, नळस्टॉप चौक, कर्वे रोड, पुणे येथे आहे.

सहकारी संस्थांमधील कर्मचाऱ्यांना सहकार चळवळीचा इतिहास, कायदे, व्यवस्थापन, लेखांकन (Accounting) आणि लेखापरीक्षण (Auditing) याबाबत प्रशिक्षित करण्यासाठी महाराष्ट्र सरकारच्या सहकार विभागामार्फत दरवर्षी जी.डी.सी. अॅन्ड ए. (Government Diploma in Co-operative Accounting & Auditing-GDC&A) ह्या पदवीका अभ्यासक्रमाची परीक्षा घेतली जाते. ही परीक्षा उत्तीर्ण होणाऱ्या सहकारी संस्थांच्या कर्मचाऱ्यांना त्यांच्या संस्थेमधील सेवेत पदन्नोती दिली जाते, त्याचबरोबर वेतनवृद्धीसाठी या पदवीका धारकांना प्राधान्य दिले जाते. तसेच या पदवीका धरकांना सहकारी संस्थांच्या लेखापरीक्षणाचा उचित अनुभव असेल तर त्यांचा लेखापरीक्षकांच्या तालिकेमध्ये समावेश करून लेखापरीक्षक म्हणून काम करण्याची संधीसुद्धा उपलब्ध करून दिली जाते.

वैकुंठ मेहता राष्ट्रीय सहकार प्रबंधन संस्थान (Vaikunth Mehta National Institute of Co-operative Management-VANICOM) – १९४५ साली सरैया समितीने राज्य व केंद्र पातळीवर सहकारी प्रशिक्षणासाठी एका महाविद्यालयाची स्थापना करण्याची शिफारस केली त्यानुसार १९४७ साली सहकारी प्रशिक्षण महाविद्यालयाची स्थापना केली गेली. त्यानंतर १९६४ साली महाराष्ट्र राज्याच्या सहकार मंत्रालयाने केंद्रीय प्रशिक्षण संस्थेची (IMCOB) स्थापना केली. तद्नंतर राष्ट्रीय सहकारी महाविद्यालय व संशोधन संस्थेबरोबर एकत्रीकरण करण्यात आले. त्या संस्थेस सहकार क्षेत्रातील ज्येष्ठ कार्यकर्ते कै. वैकुंठभाई मेहता यांचे नाव देण्यात आले. १९६७ साली पुण्यामध्ये वैकुंठ मेहता राष्ट्रीय सहकार प्रबंधन संस्था ही राष्ट्रीय

पातळीवर सहकाराविषयक शिक्षण व प्रशिक्षण देणारी संस्था अस्तित्वात आली. या संस्थेद्वारे सहकारी क्षेत्रातील विविध अधिकाऱ्यांना प्रशिक्षण दिले जाते. या संस्थेला आंतरराष्ट्रीय सहकारी संस्था (ICO) आणि आंतरराष्ट्रीय श्रम संघटना (ILO) तसेच खाद कृषी संघटन यांजकडून समर्थन मिळते. या संस्थेकडून प्रामुख्याने पुढील अभ्यासक्रम (Cources) चालविले जातात.

सहकार व्यवस्थापन पदविका Diploma in Co-Operative Management (DCM) हा अभ्यासक्रम ३६ महिन्यांच्या कालावधीचा आहे.

Post Graduate Diploma in Management (PGDM) हा अभ्यासक्रम MBA समकक्ष असून तो २४ महिने कालावधीचा आहे.

Post Graduate Diploma in Management (Executive) हा अभ्यासक्रम १५ महिने कालावधीचा आहे.

Diploma in Management of Computer Operation हा अभ्यासक्रम ३ महिने कालावधीचा आहे.

कै. वैकुंठ मेहता राष्ट्रीय सहकार प्रबंधन संस्था आंतरराष्ट्रीय पातळीवरच्या संस्थांशी संलग्न राहून आपली जबाबदारी समर्थपणे पार पाडते आहे. तसेच सहकार व्यवस्थापन, शिक्षण व प्रशिक्षण, संशोधन आणि प्रकाशनाचे कार्यही संस्थेमार्फत केले जाते. त्याचबरोबर सहकारी संस्थांना सल्ला व मार्गदर्शनाचे कार्यही संस्थेकडून केले जाते.

समारोप – सहकार चळवळीच्या सुरुवातीपासूनच ही चळवळ अधिकाधिक लोकांपर्यंत पोहोचावी. सहकारी तत्त्वांचा प्रसार आणि विकास व्हावा की जेणेकरून ग्रमीण भागातील गरीब कष्टकरी समाजातील लोकांचा आर्थिक व सामाजिक विकास व्हावा या उद्देशाने सहकार चळवळीच्या गुणात्मक विकासासाठी वेळोवेळी तज्ज्ञ समित्यांचे गठन करण्यात आले. या विविध समित्यांनी सहकार चळवळीचा आढावा घेऊन सरकारला यथायोग्य शिफारशी केल्या आणि त्यांपैकी अनेक शिफारशी सरकारने मान्य करून त्यातील उपाययोजनांची अंमलबजावणी केली. परंतु, सहकार चळवळीतील काही उणिवा अथवा दोषांमुळे सहकार चळवळीला अपेक्षित असा जनाधार लाभला नाही. भ्रष्टाचार आणि राजकीय हस्तक्षेप यामुळे सामान्य माणूस या चळवळीपासून दूरावला गेला. हे दोष दूर करण्याचा प्रयत्न ९७वी घटना दुरुस्ती व त्याअनुषंगाने कायदा दुरुस्ती करून करण्यात आला आहे. तरीही सहकार चळवळीला सर्वसामान्य लोकांच्यामध्ये आत्मविश्वास निर्माण करण्याचे मोठे आव्हान आहे.

प्रकरण – ५

सहकार चळवळीचा उगम आणि जागतिक पातळीवरील विस्तार

(Origin and Worldwide Growth of Co-operative Movement)

प्रस्तावना

सहकार हे एक वैश्विक निर्मितीचे साधन आहे. आक्रमक स्पर्धेऐवजी एकमेकांशी सहकार्य करून शांततापूर्ण सहजीवन, जागतिक सुख व समृद्धीच्यादृष्टीने सहकार अत्यंत उपयुक्त साधन आहे याची जाणीव जवळपास सर्वच राष्ट्रांमध्ये आढळून येते. त्यामुळेच १९ व २०व्या शतकात सहकार चळवळ विविध देशात विकसित झाली. तिचे स्वरूप स्थानपरत्वे भिन्न असले तरी तत्त्व एकच आहे ते म्हणजे दुर्बल व कमकुवत घटकांचा आर्थिक व सामाजिक विकास. त्यामुळे विविध आर्थिक हितसंबंध असणाऱ्या व विविध कार्य करणाऱ्या लोकांकडून विविध देशात सहकारी तत्त्वाचा हिरीरिने पुरस्कार करण्यात आला. या प्रकरणात जगातील सहकार चळवळीची पार्श्वभूमी तथा उगम आणि ओळख थोडक्यात मांडली आहे.

५.१ सहकाराची पार्श्वभूमी तथा ओळख (Introduction)

औद्योगिक क्रांतीपूर्व बहुसंख्य समाज हा ग्रामीण भागात वास्तव्य करीत होता. ह्या ग्रामीण क्षेत्रातील गाव स्वयंपूर्ण होते तर स्थानिक कारागीर घरामध्ये विविध वस्तूंचे उत्पादन करीत होते. त्यामुळे गावाच्या गरजा स्थानिक पातळीवरच भागविल्या जात होत्या. औद्योगिक क्रांती पश्चात विविध वस्तूंचे उत्पादन यंत्राच्या साहाय्याने कारखान्यातून होऊ लागले. त्यामुळे मोठमोठे कारखाने उभारणारे भांडवलदार उदयास आले. तर कारखानदारीमुळे कुटीरोद्योग बंद पडल्याने बेकार झालेला कारागीर वर्ग या कारखानदारीमध्ये मजूर वर्ग म्हणून उदयास आला. त्यातून गरीब व श्रीमंत अशी आर्थिक दरी निर्माण झाली परिणामी सामाजिक दरीसुद्धा निर्माण झाली. ही सर्व परिस्थिती पाहून अनेक सहृदय विचारवंतांनी व दूरदर्शी लोकांनी यावर उपाय म्हणून सहकार हा शांततामय सहजीवनाचा संदेश दिला. भांडवलशाही या बाजाराधिष्ठित

अर्थव्यवस्थेच्या दोषातून निर्माण झालेल्या अयोग्य आर्थिक विषमता कमी करण्यासाठी सहकारी तत्त्वावर आधारित अर्थव्यवस्थेचा पुरस्कार केला गेला.

सहकार चळवळीच्या उगमाबद्दल सांगताना एडवीन नर्स म्हणतात, "औद्योगिक क्रांती निर्मित परिस्थितीतून आणि भांडवलशाही औद्योगिक व्यवस्थेतील सुरुवातीच्या काळातील दुरुपयोगाविरुद्ध प्रतिक्रिया म्हणून सहकार चळवळ वृद्धिंगत झाली."

सहकाराची ओळख जाणून घेण्यासाठी सहकारी चळवळ तथा संस्था यासंबंधी वेगवेगळ्या विचारवंतांनी जी मते मांडली आहेत ती पुढीलप्रमाणे पाहू.

आंतरराष्ट्रीय सहकार संघाचे भूतपूर्व संचालक श्री. बैरकीन्स यांनी सहकारी संस्था म्हणजे एक सामाजिक संघटना आहे जी एकता, काटकसर, लोकशाही, समता आणि स्वातंत्र्य यांवर आधारित आहे.

डॉ. फिलिप्स यांनी Economic Nature of Co-operative Association मध्ये सहकारी संस्था ही व्यावसायिक कारणासाठी 'स्वावलंबी व्यवस्था' किंवा 'कुटुंबाची स्थापलेली संस्था' होय असे म्हटले आहे. यामध्ये सहकाराची मूलभूत वैशिष्ट्ये दिलेली नाहीत. सहकारी संस्थेतील व्यक्तीला त्यांनी आर्थिकदृष्ट्या विचार करणारा 'इकनॉमिक मॅन' म्हणून संबोधिले आहे. यावर विचारवंतांनी टीकाही केली आहे.

सर होरेस प्लॅंकेट यांनी सहकार म्हणजे संघटनेतून परिणामकारक ठरणारे स्वावलंबन होय असे मत व्यक्त केले. त्यांच्या मते, उत्तम शेती, उत्तम व्यवसाय आणि उत्तम राहणीमान ही सहकारी तत्त्वे व व्यवहाराची मूलभूत वैशिष्ट्ये आहेत.

सहकार महर्षी प्रा. लम्बर्ट यांच्या मते स्वत:वापर करणाऱ्या व्यक्ती समूहांनी स्थापित केलेली, नियंत्रित व्यवहार, संस्था जिच्या कारभारात लोकशाही पद्धतीचा वापर करते आणि सभासदांच्या व एकूण समाजाच्या सेवेच्या प्रत्यक्ष हेतूने स्थापन केलेली असते. यात समाजसेवेचा उल्लेख करण्यात आल्याने सहकाराची ही व्याख्या अनेक विचारवंतांना व्यापक व सयुक्तिक वाटते.

श्री.एच.कलव्हर्ट यांनी The Law and Principles of Co-operation मध्ये सहकाराची व्यापक व मूलभूत वैशिष्ट्ये विशद करणारी व्याख्या मांडली. त्यांच्या मते, सहकार म्हणजे आपल्या आर्थिक हितसंबंधाचे संवर्धन करण्यासाठी समतेच्या पायावर व्यक्तींनी स्वेच्छेने एकत्रित येऊन स्थापन केलेली संघटना होय. काही टीकाकारांनी या व्याख्येत आर्थिक हितसंबंधावर जास्त भर दिला आहे अशी टीका केली जाते, तरी बहुसंख्य विचारवंतांनी ही व्याख्या मान्य केली आहे.

प्रख्यात सहकार तज्ज्ञ श्री. वैकुंठलाल मेहता यांच्या मते, समान गरजा असलेल्या व्यक्तींनी एकत्र येऊन, समान आर्थिक उद्दिष्ट साध्य करण्यासाठी केलेले स्वेच्छा संघटन वृद्धिंगत करणारी व्यापक चळवळ म्हणजे 'सहकार चळवळ' होय.

विविध विचारवंतांनी मांडलेल्या सहकाराच्या व्याख्या तथा संकल्पनेचा आधार

पाहता सहकार ही लोकांची स्वेच्छेने स्थापन झालेली आणि लोकांसाठी उपयुक्त सेवा-सुविधा पुरविणारी लोकांची संस्था तथा संघटना आहे अशी ओळख होते.

५.२ सहकार चळवळीचा उगम (Origin of Co-operative Movement)

सहकार चळवळीच्या उगमास औद्योगिक क्रांतीच्या परिणामांची पार्श्वभूमी आहे. औद्योगिक क्रांतीची सुरुवात सर्वप्रथम इंग्लंडमध्ये १७६० साली झाली. तत्पूर्वी इंग्लंडमधील अर्थव्यवस्थेत शेती आणि कुटीरोद्योगांचे प्राबल्य होते. औद्योगिक क्रांतीमुळे इंग्लंडमध्ये उत्पादनाचे तंत्र बदललेले आणि अर्थव्यवस्थेतही मोठ्या प्रमाणात बदल घडून आले. कारखानदारीमुळे उत्पादन, व्यापार, वाहतूक यामध्ये मोठ्याप्रमाणात वाढ होऊन संपत्तीचे केंद्रीकरण होऊ लागले. शेती आणि कुटीरद्योगांवर परिणाम होऊन कारखान्यात काम करणाऱ्या कामगारांचा वर्ग उदयाला आला. तर उद्योगधंद्यांमध्ये गुंतवणूक करणारा भांडवलदार वर्ग अधिक श्रीमंत झाला. या दोन वर्गांमध्ये आर्थिक विषमता वाढली, कामगारांचे शोषण होत होते. औद्योगिक क्रांतीच्या या दुष्परिणांमुळे अनेक विचारवंत पुढे आले. त्यामध्ये प्रामुख्याने रॉबर्ट ओवेन हा उदारमतवादी उद्योगपती होता. त्याने कामगारांच्या परिस्थितीत सुधारणा घडून यावी यासाठी वेतन वाढ केली. स्वस्त वस्तू भांडाराची सुविधा निर्माण केली, तसेच त्यांच्यासाठी आदर्श वसाहत उभारली. रॉबर्ट ओवेन यांनी सहकार व्यवस्था निर्माण करण्यासाठी प्रयत्न केले म्हणूनच त्यांना 'सहकार चळवळीचे जनक' मानले जाते.

रॉबर्ट ओवेन यांच्या विचार आणि कृतीतून इतरांना मार्ग दाखविला. त्यातून डॉ. विल्यम किंग हे इंग्लंडमधील ओवेन यांचे अनुयायी सहकार चळवळ समाजात रुजविण्याच्या कामी पुढे आले. परिणामी विणकर कामगारांपैकी २८ कामगार सभासदांनी वर्षाला एक पौंड बचत करून २८ पौंड जमा केले आणि ऑगस्ट १८४४मध्ये रॉश्डेल येथे इक्विटेबल पायोनियर्स सोसायटीची स्थापना केली आणि आधुनिक सहकार चळवळीचे एक नवे युग सुरू झाले. या संस्थेचे स्वरूप ग्राहक भांडाराचे होते. या सहकारी ग्राहक भांडारामार्फत दैनंदिन गरजेच्या वस्तू उदा. रवा, लोणी, साबण, मेणबत्त्या, चहा, साखर इ. रोखीने पुरविल्या जात. स्थापनेपासून एक वर्षातच संस्थेची सभासद संख्या २८ वरून ७४ इतकी झाली आणि पुढे त्यामध्ये वाढ होत गेली. रॉशेल्डच्या या प्रयोगातून अनेक देशांमध्ये सहकारी संस्था स्थापन केल्या जाऊ लागल्या.

५.३ जागतिक पातळीवरील सहकार चळवळीचा विस्तार (Worldwide Growth of Co-operative Movement)

अ) सहकार चळवळीचा युरोपीय देशांतील विस्तार (Growth of Co-operative Movement in Europe)

इंग्लंडमध्ये १९व्या शतकात सुरू झालेल्या आधुनिक सहकार चळवळीचा

प्रसार युरोपातील अनेक देशांमध्ये झाला. त्याचबरोबर १९व्या शतकाच्या उत्तरार्धात इंग्लंडमधील सहकारी ग्राहक भांडारांची चळवळ संपूर्ण इंग्लंडमध्ये विस्तारली. इंग्लंडमधील या सहकार चळवळीची वाढ २०व्या शतकाच्या प्रथम दोन दशके सुरू होता. परंतु, १९२० नंतर ही वाढ मंदावली गेली. परंतु, इंग्लंडमध्ये उदयास आलेल्या सहकार चळवळीचा विस्तार सर्व जगभर पसरला त्याची थोडक्यात माहिती पुढीलप्रमाणे –

फ्रान्समधील सहकार चळवळ – युरोपातील फ्रान्समध्ये सेंट सायमनने सहकार चळवळीचा पाया घातला. त्यानंतर फेरीयर यांच्या काळात सहकार चळवळीमध्ये वाढ झाली. फ्रान्समध्ये सहकारी उद्योगांना महत्त्व प्राप्त झाले. १८४८ साली क्रांतीकाळात सहकारी उद्योग आणि कामगार सहकारी संस्थांना महत्त्व प्राप्त झाले. फ्रान्सच्या सरकारने या सहकारी उद्योगांना मदत केली म्हणून तेथे सहकार चळवळीची प्रगती झालेली दिसून येते. फ्रान्समधे कृषी अवजारे व किटकनाशके व्यवहारांपैकी सुमारे निम्मा व्यवहार सहकारी क्षेत्रातून केला जातो. फ्रान्समधील लोकरीचा व्यवहार ३० टक्के, फळे-भाजीपाला व्यवहार १५ टक्के ते २० टक्के सहकारी क्षेत्रामार्फत केला जातो. सर्वांत अधिक व्यवहार गहू व भरड धान्याच्या क्षेत्रात सुमारे ८०% व ६५% सहकारी संस्थांमार्फत केले जातात.

जर्मनीतील सहकार चळवळ – इंग्लंड, फ्रान्स या युरोपिअन देशांबरोबरच जर्मनीतही सहकार चळवळ तेथील परिस्थितीतून उदयाला आली. जर्मनीत शेतकरी वर्ग सावकाराच्या कर्जात अडकलेला होता. ही परिस्थिती लक्षात घेऊन रफायझन आणि हरमन शुल्झ यांनी शेतकरी व कामगारांची परिस्थिती सुधारण्यासाठी प्रयत्न सुरू केले. हरमन शुल्झ हे डेलीस शहरातील न्यायपालिकेत न्यायाधीश होते त्यांनी १८४९मध्ये पादत्राणे बनविणाऱ्या कारागिरांची सहकारी संस्था स्थापन केली, तर १८५० साली पहिली पतपुरवठा संस्था स्थापन केली. जर्मनीत १८६५मध्ये सहकारी कायदा करण्यात आला. रफायझन हे वैयरबूच नगरपालिकेचे महापौर होते. त्यांनी १८४९मध्ये दुष्काळपीडित शेतकऱ्यांच्या सहकारी संस्था व संघ स्थापन केले. १८७७ साली पतपुरवठा सहकारी संस्थांची रफायझन युनियन स्थापन करण्यात आली. जर्मनीतील सहकार चळवळीमुळे भारतातील सहकार चळवळीस प्रेरणा मिळाली. जर्मनीत शेती कर्जामध्ये अल्प मुदतीच्या कर्ज पुरवठ्यापैकी ६१ टक्के पतपुरवठा सहकारी संस्थांमार्फत होत होता. जर्मनीत सहकाराच्या माध्यमातून खरेदी संघही स्थापन करण्यात आले. त्यांच्यामार्फत सभासदांच्या उद्योगासाठी लागणाऱ्या कच्च्या मालाची घाऊक खरेदी होऊ लागली. त्यातूनच माल विक्रीच्या क्षेत्रात सहकार चळवळीने प्रगती केली. सहकारी पशुधन, सहकारी दुग्धोत्पादन, सहकारी लोणी व चीझ उत्पादन, सुके मांस निर्मिती इ. क्षेत्रातही सहकारी संस्था स्थापन होऊन जर्मनीमध्ये सहकार चळवळीचा सर्वांगीण विकास झाला असल्याचे पहावयास मिळते. जर्मनीत दूध पुरवठ्यापैकी

सुमारे ८३ टक्के पुरवठा सहकारी संस्थांमार्फत होत असे. तर खत पुरवठा ६२ टक्के, किटकनाशके ७० टक्के, भाजीपाला विक्री सुमारे ४४.६ टक्के सहकारी क्षेत्राकडून केली जाते.

डेन्मार्कमधील सहकार चळवळ – डेन्मार्कमध्ये विविधांगी स्थानिक सहकारी संस्था स्थापन करून एका संस्थेद्वारा अनेक प्रकारचे व्यवसाय चालविण्यापेक्षा प्रत्येक व्यवसायासाठी स्वतंत्र सहकारी संस्था स्थापन करण्याची परंपरा सुरू करण्यात आली. डेन्मार्कमध्ये सहकारी संस्था फक्त आपल्या सभासदांशीच व्यवहार करतात आणि सभासदही आपले स्वत:चे व्यवहार संस्थांमार्फतच करण्याचे बंधन पाळतात. त्यामुळे डेन्मार्कमधील सहकारी चळवळ विशेष सुस्थितीत आहे.

स्कॅन्डीनेव्हियन – या देशांपैकी प्रथम डेन्मार्कमध्ये सहकारी संस्था स्थापन झाल्या. नंतर नॉर्वे आणि स्वीडन या देशात विसाव्या शतकात सहकार चळवळ वाढली. आता मात्र सर्वच स्कॅन्डीनेव्हियन देशात विशेषत: फिनलंडमध्ये सहकार चळवळीची प्रगती साधारण अवस्थेत झाली आहे. या देशातील सहकारी चळवळ ही ग्राम समजाभिमुख झालेली आहे. त्यामुळे दूध, मांस, अंडी, मासळी यांची विक्री आणि त्यावर प्रक्रिया करणाऱ्या व्यवसायात सहकारी संस्था महत्त्वाच्या ठरत आहेत. १९३० नंतर स्कॅन्डीनेव्हियन देशात विजेचे बल्ब तयार करणाऱ्या सहकारी संस्था स्थापन झाल्या. तर चाळीसपेक्षा अधिक उद्योगात सहकार चळवळ प्रस्थापित झाली आहे. या देशांमध्ये कत्तलखान्यात पाठवल्या जाणाऱ्या गुरांच्या ८०% ते ९०% जनावरांचा व्यवहार सहकारी क्षेत्रात केला जातो तर जवळजवळ संपूर्ण देशातील दूध व्यवहार सहकारी क्षेत्रात केला जातो. फिनलंडमध्ये राष्ट्रीय उत्पन्नाच्या सुमारे एकतृतीयांश व्यवहार सहकारी क्षेत्रात केला जातो.

बेल्जियममध्ये – सहकारी क्षेत्रात फळांचा व्यापार ६० टक्के, भाजीपाल्याचा व्यापार ४0टक्के, दूधाचा व्यवहार ६२ टक्के तर शेतकऱ्याचा एकूण ४५ टक्के पतपुरवठा सहकारी क्षेत्राकडून केला जातो. युरोपातील इटलीमध्ये दूध प्रक्रिया व्यवहाराच्या निम्मे व्यवहार आणि फळे व भाजीपाला व्यवहाराच्या पाव भाग व्यवहार सहकारी क्षेत्राकडून केले जातात. इटलीत बी–बियाणांच्या गरजेच्या सुमारे पाऊण गरज सहकारी क्षेत्राकडून भागविली जाते. तर सुमारे ४0 टक्के शेती यंत्रसामग्री व्यवहार सहकारी क्षेत्रामध्ये केले जातात.

युगोस्लाव्हिया – या साम्यवादी देशामध्ये सहकार चळवळ आर्थिक क्रांती घडवून आणणारे एक साधन म्हणून पाहिले गेले. साम्यवादी देशात साम्यवाद निर्माण करणे एवढे एकच धेय असल्याने सहकाराकडे फारसे गांभीर्याने लक्ष दिले जात नाही. परंतु युगोस्लाव्हियासारखा देश त्यास अपवाद ठरला आहे. तेथे सहकाराच्या माध्यमातून शेती आणि औद्योगिक क्षेत्रामध्ये मोठ्याप्रमाणात वाढ झालेली आहे. तेथे सामूहिक

शेतीची कास सोडून दिल्यानंतर विविधोपयोगी प्रादेशिक सहकारी संस्था हा सहकारातील सार्वत्रिक प्रकार आढळून येतो.

(ब) अशियामधील सहकार चळवळीचा विस्तार (Growth of Co-operative Movement in Asia)

युरोपात उगम पावलेली सहकार चळवळ अशियायी देशांमध्येही विस्तारली. रशियामध्ये १९व्या शतकाच्या उत्तरार्धात सहकार चळवळीस सुरुवात झाली. परंतु, १९०५ नंतर तिला गती प्राप्त झाली. तेथे श्रमिकांची आर्टेलस ही सर्वांत सुरुवातीची सहकारी संस्था होय. १८६५ साली रशियामध्ये पहिले सहकारी ग्राहक भांडार सुरू झाले.

इस्त्रायल हे एक छोटे कृषीप्रधान राष्ट्र १९४४ साली उदयाला आले. या देशात सहकार चळवळ राष्ट्रीय गरजेतून निर्माण झाली. तिथे पाण्याची विशेषत: स्वच्छ पाण्याची कमतरता होती. त्यातून तेथील लोकांना सहकाराचे आणि ऐक्याचे धडे अनुभवाने शिकविले. इस्त्रायलमध्ये ग्राहक सहकारी संस्था, औद्योगिक सहकारी संस्था, वाहतूक सहकारी संस्था, पतपुरवठा संस्था, गृहरचना संस्था, शेती सहकारी संस्था स्थापन झाल्या. तेथे शेतीचे सुमारे ३/४ उत्पन्न हे सहकारी क्षेत्रात होते. वाहतूक क्षेत्रात १००% व्यापार सहकारी क्षेत्रात होतो. तेथील अंतर्गत व्यापारापैकी १/३ व्यापार सहकारी क्षेत्रात होतो. इस्त्रायलमध्ये सहकार चळवळ ही विशेष संकटाच्या आणि अडचणीच्या परिस्थितीत सुरू झालेली आहे. या चळवळीत ध्येयवादी समाजवाद्यांनी केलेल्या सामाजिक प्रयोगाचे प्रतिबिंब आढळून येते. तेथील सहकार चळवळीने औद्योगिक उत्पादनाच्या क्षेत्रात प्रभावीपणे शिरकाव केला आहे. त्यामुळे बांधकामासाठी विटा, प्लायवुड, अस्फाल्ट, फळे व त्यांचा रस हवाबंद करून टिकविणे, मुरंबे तयार करणे यांसारख्या उत्पादन व्यवसायात सहकाराचे विशेष योगदान आढळून येते. कारागिरांच्या सहकारी उत्पादक संस्था तेथे बऱ्याच प्रमाणात कार्यरत आहेत. अन्नपदार्थ, पावभट्ट्या, लाकूड व धातूकाम, कापड व पादत्राणे, छपाई, कागद, बांधकाम साहित्य इ. व्यवसायात सहकार चळवळ विकसित झाल्याचे आढळून येते. इस्त्रायलमधील या सहकार चळवळीची सविस्तर माहिती पुढील प्रकरणात दिलेली आहे.

जपानमध्येही सहकाराची प्रेरणा युरोपीय राष्ट्रांकडूनच मिळाली. जपानमध्ये ग्राहक सहकारी चळवळ प्रथम १८७९ साली सुरू झाली. १९०० साली औद्योगिक सहकारी कायदा संमत करण्यात आला. जपानमध्ये शेती सहकारी संस्था, पतसंस्था स्थापन करण्यात आल्या. जपानमध्ये बचतीच्या ३० टक्के ठेवी सहकारी संस्थात आहेत. तेथे सहकारी क्षेत्राच्या मार्फत शेतीमाल उत्पादनाचा निम्मा भाग विकला जातो.

थायलंडमधील सहकार चळवळ ही मुख्यत्वे अल्पभूधारक शेतकऱ्यांचे जीवनमान उंचावण्यासाठी सुरू करण्यात आली. तर १९१६ साली पहिला सहकार कायदा अस्तित्वात आला. तेथील सहकार चळवळ मुख्यत: दोन क्षेत्रात विभागली आहे. (१) कृषी क्षेत्र आणि (२) बिगर कृषी क्षेत्र. यांपैकी कृषी क्षेत्रात शेती, मासेमारी व जमीन संधारण/पुनर्वसन अशी वर्गवारी आहे. तर बिगर कृषी क्षेत्रामध्ये ग्राहक, सेवा, पत, बचत इ. प्रकारच्या संस्था आहेत.

थायलंडमध्ये २६ फेब्रुवारी २०१६ रोजी वॉटचन ही संस्था स्थापन झाली. तेथे हा दिवस 'राष्ट्रीय सहकार दिन' म्हणून साजरा केला जातो. थायलंड हा कृषीप्रधान देश आहे त्यामुळे तेथे एकूण ६५९३ पतपुरवठा संस्थांपैकी कृषी वर्गवारीतील पतसंस्थांची संख्या ३६३९ इतकी आहे. त्यानंतर बचत व कर्ज पुरवठा करणाऱ्या संस्थांची संख्या आहे. थायलंडमध्ये पतसंस्थांच्या सभासदांची संख्या सुमारे १०.८६ लाख इतकी आहे. थायलंडमधील एकूण लोकसंख्येच्या एकूण २०% लोकसंख्या ही सहकारी संस्थांची सभासद आहे. थायलंडमध्ये सध्या विलीनीकरणाची प्रक्रिया होत असल्याने दिवसागणिक सहकारी पतसंस्थांची संख्या कमी होत आहे. तर ग्रामीण स्तरावर सहकाराचा विस्तार अधिक प्रमाणात असल्याचे दिसून येते.

अशियामध्ये सहकार चळवळ सर्वदृष्टीने विकसित झालेला एकमेव देश म्हणजे कोरिया आहे. तसेच सहकार चळवळीचे दृढीकरण झालेल्या देशांमध्ये हाँगकाँग, थायलंड, फिलीपाईन्स, मलेशिया, व्हीएतनाम, इंडोनेशिया, तैवान आणि सिंगापूर यांचा समावेश होतो. ज्या देशांमध्ये अद्यापही सहकार चळवळ पोहोचली नाही त्यामध्ये भूतान, मालदीव आणि अफगाणिस्तानचा समावेश आहे. सहकार चळवळीच्या वृद्धीसाठी आणि विस्तारासाठी अनेक क्षेत्रात वाहवा असणारे देश म्हणजे मंगोलिया, चीन, इराण, पाकिस्तान आणि म्यानमार होय.

सहकारी संस्थांवरील नियंत्रणाबद्दलची अर्थात वैधानिक तरतुदींविषयीची देशपरत्वे थोडक्यात माहिती खालीलप्रमाणे-

कोरिया – येथे दोन कायद्यांतर्गत अर्थ खाते आणि फेडरेशनकडून सहकारी संस्थांवर नियंत्रण केले जाते. तेथे भागभांडवलाच्या रकमेवर आयकर माफी आहे.

तैवान – येथे दोन कायद्यांतर्गत क्रेडीट युनियन खात्याकडून नियंत्रण केले जाते. आयकर माफी आहे. नियंत्रक फक्त लेखापरीक्षण करतात. सर्वांत महत्त्वाचे म्हणजे तेथील सहकारी संस्थांना कोणत्याही ठेवी गोळा करण्याचा अधिकार नाही.

जपान – येथे फायनान्सियल कंपनी असोसिएशन मार्फत सहकारी पतपुरवठा संस्थांवर नियंत्रण केले जाते. या संस्थांना आयकरामध्ये माफी आहे. तेथे मुख्यत्वे मजूर बँका कार्यरत आहेत.

हाँगकाँग – येथे सहकार खात्यामार्फत नियंत्रण व्यवस्था आहे. कृषी मंत्रालया

अंतर्गत नोंदणीची प्रक्रिया केली जाते. येथेसुद्धा आयकर माफी आहे. अर्थखात्याकडून वर्षातून एकदा लेखापरीक्षण केले जाते.

थायलंड – येथे सहकार खात्यामार्फत नियंत्रण केले जाते. येथे दोन फेडरेशन्स आहेत. तर सहकार खात्यामार्फत प्रशिक्षणही दिले जाते. आयकर माफी आहे.

मलेशिया – सहकार खात्यामार्फत नियंत्रण केले जाते. आयकरात कोणतीही सूट तथा माफी नाही. सहकार खात्यामार्फत वार्षिक लेखापरीक्षण केले जाते.

श्रीलंका – येथे सहकारी संस्थांवर एकूण ७ कायद्यांखाली नियमन केले जाते. तसेच सहकारी संस्थांवर केंद्र सरकारचे नियंत्रण आहे. आयकर माफी नाही.

नेपाळ – येथे फेडरेशन व केंद्र सरकार यांचे संयुक्त नियंत्रण आहे. स्थानिक पातळीवर स्वतंत्र कायद्यांतर्गत नियंत्रण केले जाते. फक्त ग्रामीण भागातील संस्थांसाठी आयकर माफ आहे.

व्हीएतनाम – सहकार कायद्यांतर्गत नोंदणी केली जाते मात्र नियंत्रण स्टेट बँक ऑफ व्हीएतनाम मार्फत केले जाते. येथे आयकर माफी नाही. तसेच प्रशिक्षण बंधनकारक आहे.

इंडोनेशिया – येथे सहकार खात्यामार्फत नियंत्रण केले जाते आणि आयकर माफी नाही.

लाओस – येथे फेडरेशन मार्फत नियमन केले जाते आणि बँक ऑफ लाओस मार्फत दैनंदिन नियंत्रण केले जाते.

म्यानमार – येथे सहकार कायद्यांतर्गत नोंदणी केली जाते. मात्र, सहकारी संस्थांसाठी कोणतेही निकष केलेले नाहीत.

वरील देशांपैकी कोरिया आणि व्हीएतनाम या देशांमध्ये लेखापरीक्षणापेक्षा जोखीम निर्देशित परीक्षण करण्याची पद्धत अंगीकारण्यात आली आहे. तसेच सहकार विपणन ह्या संकल्पनेला कोरियाने सुरुवात केली व त्यामध्ये वैयक्तिकपेक्षा सामूहिक विपणन प्रक्रिया सुरू केली.

तक्ता क्र. ५.१ निवडक देशातील सहकारी पतसंस्थांच्या विकासाचा आढावा

देश	पतसंस्था संख्या (२०१०)	पतसंस्था संख्या (२०१६)	सभासद संख्या (२०१०)
कॅनडा	८७७	२८४	१०७,६३,९३४
अमेरिका	८८७९	५९९६	६६१,७५,२०४
ऑस्ट्रेलिया	१०५	८२	३४,००,०००
कोरिया	१०५१	९०४	४६,०९,२७२

(संदर्भ – महाराष्ट्र को-ऑप. क्रेडीट न्यूज, महाराष्ट्र राज्य सहकारी पतसंस्था फेडरेशन लि., पुणे, जुलै २०१८, पान-३०)

५.४ जगातील मोठ्या सहकारी संस्था (Largest Co-operative societies in World)

सहकार चळवळीचा उगम १९व्या शतकात झाला असला तरी ही चळवळ जागतिक पातळीवर २०व्या शतकामध्ये प्रसारित आणि विकसित झाली. परंतु, या चळवळीमध्ये काही दोष/उणिवा होत्या, हे दोष दूर करून सहकार चळवळीच्या गुणात्मक विकासाला २१व्या शतकामध्ये सुरुवात झाली. आंतरराष्ट्रीय पातळीवर सहकारी संस्थांचा एकत्रित विदा (Compiled Data) मिळणे आजही जिकिरीचे काम आहे. जागतिक पातळीवर जी माहिती उपलब्ध झाली त्यामध्ये अमेरिकन डॉलरमधील उलाढालींच्या आधारे जगातील ३०० मोठ्या सहकारी संस्था पुढील क्षेत्रातील आहेत.

जगातील मोठ्या सहकारी संस्थामध्ये ३३% संस्था या वीमा क्षेत्रातील आहेत, ३३% संस्था या कृषी व अन्न उद्योगातील, २०% संस्था घाऊक व किरकोळ व्यापार, ७% संस्था बँकींग व वित्तीय, ४% संस्था उद्योग, १% संस्था आरोग्य-शिक्षण व सामाजिक काळजी आणि २% संस्था इतर सेवा क्षेत्रातील आहेत. जगातील या ३०० मोठ्या सहकारी संस्थांमध्ये ज्या दहा सहकारी संस्था अग्रणी आहेत त्या खालीलप्रमाणे-

सहकारी संस्था	देश
Groupe Credit Agricole	France
Groupe BPCE	France
BVR	Germany
Zenkyoren	Japan
REWE Group	Germany
Nippon Life	Japan
ACDLE Electric	France
Groupe Credit Mutual	France
Zen-Noh	Japan
State Farm	USA

जागतिक पातळीवरील ३०० मोठ्या सहकारी संस्थांमध्ये भारतातील Indian Farmers Fertiliser Co-operative Ltd. (IFFCO), Gujarat Co-Operative Milk Marketing Federation Ltd. (अमूल), Krishak Bharati Co-operative Ltd. (KRIBHCO) या संस्था २०१६ साली अनुक्रमे १०८, १२८ आणि २७३व्या स्थानी होत्या.

IFFCO ही संस्था १९६७ साली नोंदणीकृत झाली. ही बहुराज्य संस्था प्रामुख्याने उत्पादन आणि वितरणामध्ये कार्यरत आहे. २०१६ साली या संस्थेचे एकूण ३९,८६२ सभासद असून, संस्थेचे वसूल भागभांडवल ४२५८ दशलक्ष रुपये इतके आहे. या संस्थेची एकूण उलाढाल २,५५,९८९.७ दशलक्ष रुपये होती. संस्थेच्या ५ कारखान्यातील एकूण उत्पादन ८.४४२ दशलक्ष टन इतके होते.

KRIBHCO ही संस्था १९८०मध्ये नोंदणीकृत झाली. हीसुद्धा बहुराज्य सहकारी संस्था असून खतांचे उत्पादन आणि वितरण या क्षेत्रात कार्यरत आहे. २०१६ साली संस्थेच्या सभासदांची एकूण संख्या ७३४९ इतकी होती. तर एकूण वसूल भागभांडवल ३९०१.८ दशलक्ष रुपये इतके होते.

५.५ आंतरराष्ट्रीय सहकारी संघ (International Co-operative Alliance-ICA)

इंग्लंडमध्ये पहिल्या सहकारी कॉंग्रेसच्या दरम्यान जगातील ६० देशातील सहकारी संघाचा एक महासंघ म्हणून आंतरराष्ट्रीय सहकारी संघाची स्थापना १८ ऑगस्ट १८९५मध्ये लंडन येथे झाली. या सहकारी कॉंग्रेससाठी अर्जेंटिना, ऑस्ट्रेलिया, बेल्जियम, इंग्लंड, डेन्मार्क, फ्रान्स, जर्मनी, हॉलंड, भारत, इटली, स्वित्झर्लंड, सर्बिया आणि अमेरिकेतील सहकारी प्रतिनिधी उपस्थित होते. या प्रतिनिधींनी आंतरराष्ट्रीय संघासाठी उद्दिष्टे, माहिती प्रदान करणे, सहकारी तत्त्वांची व्याख्या करणे आणि त्यांचे संरक्षण करणे, आंतरराष्ट्रीय व्यापार विकसित करणे ही उद्दिष्टे स्थापित केली. या संस्थेचा कार्यविस्तार सतत वाढत आहे. १९९०-२०००च्या दशकात जगातील ७७ देशातील २०० राष्ट्रीय संघटना आणि १० आंतरराष्ट्रीय संघटना या महासंघाच्या सभासद होत्या आणि या संस्थांचे सुमारे ६५ कोटी सभासद होते. या संघाचे मुख्य कार्यालय जिनिव्हा येथे आहे तर नवी दिल्लीसह चार उप-कार्यालयेही आहेत. राष्ट्रीय व आंतरराष्ट्रीय सहकार, भागिदारीवर आधारित लोकशाही, मानवी शक्तीसाधनांचा विकास, सामाजिक जबाबदारी आणि वातावरणाची जबाबदारी ही कर्तव्ये सर्व सभासद संस्थांनी पार पाडावी अशी या महासंघाची अपेक्षा आहे.

आंतरराष्ट्रीय सहकारी संघ ही जगभरातील सहकारी संघाचे प्रतिनिधित्व आणि सेवा करीत आहे. ही सर्वांत जुनी गैर-शासकीय संस्था आहे आणि ती प्रतिनिधित्व करणाऱ्या लोकांच्या संख्येने मोजली जाणारी सर्वांत मोठी संस्था आहे. जगभरातील सुमारे १.२ अब्ज सहकारी सदस्य आहेत. या संस्थेचे जाळे १०९ देशांमधील एकूण ३१२ संघटनांपर्यंत विस्तारले आहे. या संस्थेचे सदस्य हे अर्थव्यवस्थेच्या शेती, बँकींग, ग्राहक, मत्स्यव्यवसाय, आरोग्य, गृहनिर्माण, विमा, उद्योग आणि सेवा या

सर्व क्षेत्रातील आंतरराष्ट्रीय आणि राष्ट्रीय सहकारी संस्था आहेत. हा महासंघ सहकारी विधानाचा पालक आहे, ज्यात एक परिभाषा, १० मूल्ये आणि ७ कार्यकारी तत्त्वे समाविष्ट आहेत.

आंतरराष्ट्रीय सहकारी संघाची रचना – संघटनेच्या कार्यक्रमांची तथा उपक्रमांची अंमलबजावणी करण्यासाठी या संघाचे आयोजन ब्रसेल्स स्थित कार्यालय, चार विभागीय कार्यालये (आफ्रिका, अमेरिका, आशिया–पॅसिफिक आणि युरोप), आठ वैश्विक क्षेत्रीय संस्था (शेती, बँकींग, किरकोळ, मत्स्यव्यवसाय, आरोग्य, गृहनिर्माण, विमा, उद्योग आणि सेवा) आणि पाच समित्या व नेटवर्क (लिंग, संशोधन, कायदा, युवा आणि विकास) अशा रचनेत झाले आहे.

हा संघ स्थापनेपासून २०२० साली १२५वर्षांच्या कामगिरीमध्ये बदलत्या गरजा पूर्ण करण्यासाठी निरंतर कटिबद्ध आहे. हा संघ सदासर्वकाळ सहकाराच्या नवनवीन प्रकारांचा शोध घेत आहे. सामाजिक सहकार हा एक प्रभावशाली व लक्षणीय प्रयोग या संस्थेकडून करण्यात आला. हा प्रयोग १९७०च्या उत्तरार्धात इटलीमध्ये करण्यात आला आणि नंतर तो जगभर विस्तारला गेला. या संघाने २१व्या शतकाच्या सुरुवातीच्या काळात नवीन सहकारी उद्योजकांच्या मॉडेलच्या जवळपास स्वतंत्ररीत्या काम करणाऱ्या सहकारी संस्था, समुदाय सहकारी आणि विविध प्रकारचे बहु–भागधारक सहकारी यांचे उदय पाहिले आहेत. हे स्पष्ट आहे की, मानवाच्या सामाजिक–आर्थिक गरजा विकसित झाल्यामुळे सहकाराची नवीन रूपे पुढे येत राहतील आणि एक सामान्य जग निर्माण करण्यासाठी सामूहिक इच्छेनुसार सामान्य आकांक्षा प्रकट होतील. आज रोजी या महासंघांचे ११० देशांमधील एकूण ३२३ सदस्य आहेत.

५.६ आंतरराष्ट्रीय पातळीवरील सहकार चळवळीच्या समस्या/आव्हाने (Worldwide Problems/Challenges of Co-operative Movement)

१) **सहकारी संस्थांपुढे संवादाचे आव्हान आहे** – सहकारी संस्था आदाने (Inputs) खूप कमी प्रमाणात खरेदी करतात त्यामुळे पुरवठा कंपन्यांना त्यांची विक्री करणे फायदेशीर होत नाही. तसेच या संस्था कमी प्रमाणात उत्पादन करतात त्यामुळे त्यांच्या खरेदीदारांना त्यांच्याकडून खरेदी करणे फायदेशीर होत नाही. सहकारी संस्थांवर अनौपचारिक (Informal) नियमांचा प्रभाव आहे जे त्यांची इतर व्यवसायांशी संवाद साधण्याची क्षमता मर्यादित आहे.

२) विविध देशातील वास्तविकता आणि सहकार चळवळ यांच्या धारणा विकासाच्या प्रकल्पाद्वारे समजून घेण्याची कमतरता आहे. विकास प्रकल्पांनी

त्यांच्या देशातील सहकारी संस्थांची वास्तविकता समजून घेणे आवश्यक आहे.

३) **व्यवस्थापकीय आव्हाने –** सहकारी रचना आणि सहकारी व्यवस्थापनाविषयी शेतकऱ्यांकडून माहिती प्राप्त करण्याची कमतरता आहे. सहकारी संस्थांचे सर्वसाधारण सभासद आणि व्यवस्थापकीय समिती तथा कार्यकारी मंडळामध्ये समन्वयाचा अभाव आहे. तसेच व्यवस्थापनात पारदर्शकतेचा अभाव आहे त्यामुळे अविश्वास निर्माण होण्याची शक्यता अधिक आहे. तसेच व्यावसायिक व्यवस्थापनाचा अभाव आहे.

४) **सभासदांचा मर्यादित सहभाग –** बहुतेकवेळा शेतकऱ्यांना असणारी इतर कामे आणि वैयक्तिक व्यवसाय यामुळे सहकार चळवळीमध्ये त्यांचा सक्रिय सहभाग कमी असतो. तसेच शैक्षणिक पातळीत फरक असल्यामुळे काही सदस्य सक्रियपणे भाग घेत नाही.

५) सहकारी संस्थांच्या सर्व सभासदांना प्रशिक्षण देणे हे एक मोठे आव्हान आहे. सहकारी संस्थांचे सदस्य भौगोलिकदृष्ट्या विखुरलेले आहेत त्यामुळे त्यांच्याशी संवाद साधणे आव्हानात्मक आहे. सहकारी संस्थांचे काही सदस्य वृद्ध असल्याने काळानुरूप होणारे बदल आत्मसात करण्यासाठी ते सहसा तयार होत नाहीत.

६) सहकारी संस्थांमध्ये कराराची पूर्तता करण्याची आणि खरेदीदारांशी चिरस्थायी व विश्वासार्ह नातेसंबंध निर्माण करण्याची क्षमता एक महत्त्वपूर्ण आव्हान आहे. तसेच सहकारी संस्थांचे सदस्य त्यांच्या वस्तूंची सहकार चळवळीच्या बाहेरील वाहिन्यांकडे विक्री करतात. त्यांच्यामध्ये सहकार चळवळीविषयी विश्वासार्हता निर्माण करणे अत्यंत आवश्यक आहे.

समारोप – १९व्या शतकाच्या उत्तरार्धात इंग्लंडमध्ये उगम पावलेली सहकार चळवळ २१व्या शतकाच्या पूर्वार्धात जगभर विस्तारली आहे, वृद्धिंगत झाली आहे. सहकार चळवळीमध्ये काळानुरूप बदलही घडून येत आहे. सहकार चळवळीतील उणिवा तथा दोषांमुळे आजही बहुसंख्य समाज या चळवळींपासून दूर आहे. जगभरातील आर्थिकदृष्ट्या दुर्बल आणि दुर्लक्षित घटकाला स्वत:चा आर्थिक व सामाजिक विकास हवा आहे. त्यासाठी सहकारी संस्था हा एक महत्त्वाचा आणि विश्वासार्ह्य पर्याय नक्कीच आहे. जसे आज वित्तीय समावेश (Financial Inclusion) हा शब्द परवलीचा झाला आहे त्याचप्रमाणे सहकार समावेश (Co-operative Inclusion) हा शब्दही परवलीचा होऊन जगातील अधिकाधिक लोक या चळवळीत समाविष्ट होतील यासाठी विशेष प्रयत्नांची आवश्यकता आहे.

प्रकरण – ६

निवडक देशांमधील सहकार चळवळ
(Co-operative Movement in Selected Countries)

प्रस्तावना

सहकार चळवळीचा उगम इंग्लंडमध्ये झाल्यानंतर १९व्या शतकात ही चळवळ युरोपातील अनेक देशांमध्ये पसरली. त्याचबरोबर ही चळवळ युरोप बाहेर अमेरिका, जपान, चीन, इस्राइल, भारत यांसारख्या राष्ट्रांमध्येही विकसित झाली. वेगवेगळ्या देशांमध्ये विविध प्रकारच्या तथा समाजातील विविध गटांच्या सहकारी संस्था स्थापन झाल्या. परंतु, सहकार चळवळीची उद्दिष्टे आणि तत्त्व मात्र सर्वत्र समान आहेत. जगातील बहुतेक राष्ट्रांमधील सहकार चळवळीला इंग्लंडमधील रॉशेल्डल स्वरूपाच्या सहकारी संस्थांपासून प्रेरणा मिळाली; तर सहकारी पतपुरवठा चळवळीस मात्र जर्मनीतील रफायझन आणि शुल्झप्रणित सहकार चळवळीतून प्रेरणा मिळाली. काही देशांमध्ये विशिष्ट प्रकारच्या सहकारी संस्थांनी सहकार चळवळ ओळखली जाते. तर काही देशांमध्ये अनेक प्रकारच्या तथा समाजातील विविध गटातील लोकांच्या सहकारी संस्थांचा सहकार चळवळीच्या विकासामध्ये लक्षणीय सहभाग आहे. भारतातही सहकार चळवळीची सुरुवात प्रामुख्याने ग्रामीण व कृषी पतपुरवठ्याच्या उद्देशाने झाली होती. परंतु, स्वातंत्र्योत्तरकाळात तिचा विस्तार आणि विकास नागरी आणि वेगवेगळ्या प्रकारच्या सहकारी संस्था स्थापन होऊन झाला. मागील प्रकरणात आपण सहकार चळवळीचा उगम आणि जागतिक पातळीवरील तिचा विस्तार यांचा संक्षिप्त आढावा घेतला. या प्रकरणात जगातील निवडक देशांमधील सहकार चळवळीच्या विकासामधील विविधता खालीलप्रमाणे मांडली आहे.

६.१ जपानमधील सहकार चळवळ (Co-operative Movement in Japan)

जपानमधील सहकार चळवळीचे मूळ सन १८००च्या सुमारास जेव्हा समाजातील असुरक्षित तथा असंघटित गटातील लोकांकडून अन्योन्य (Mutual) संस्था स्थापन झाल्या तिच्यामध्ये आहे. या काळात कृषी, ग्राहक, पतपुरवठा, मत्स्य व्यवसाय आणि वनीकरण या प्रकारच्या संस्था स्थापन झाल्या. परंतु, दुसऱ्या महायुद्ध काळात (१९३९-१९४५) ह्या सहकार चळवळीचा विकास थांबला. दुसरे महायुद्ध संपल्यानंतर पुन्हा लगेचच सहकार चळवळीचा विकास सुरू झाला. १९५१ साली अत्यावश्यक वस्तू आणि अन्न पदार्थ वितरणातील महत्त्वपूर्ण साखळी म्हणून जपान सहकारी ग्राहक संघ (JCCU) स्थापन झाला. अन्नपदार्थातील काळाबाजार रोखण्यासाठी सरकारने कृषी सहकारी संस्था निर्माण केल्या. १९५४ साली जा-झेन्शू (Ja-Zenchu) ही कृषी सहकारी संस्थांचे प्रशासन करणारी स्वतंत्र व्यवस्था निर्माण करण्यात आली. १९७० साली कामगार संघटनेतील बेरोजगार सभासद आणि मध्यमवयीन सभासद यांना काम पुरवण्यासाठी कामगारांची सहकारी संस्था अस्तित्वात आली.

१९७२ साली कृषी सहकारी संघटनांचा राष्ट्रीय संघ झेन-नोह (Zen-Noh, The National Federation of Agricultural Co-operatives) स्थापन झाला. झेन-नोह मध्ये ३ दशलक्ष कृषीगृह सदस्य आणि १२५०० कामगार होते. एकूण उलाढालीचे स्वरूप आणि रक्कम यांवर आधारित ही जगातील मोठी सहकारी संस्था आहे. २०१६ साली या संस्थेची उलाढाल ४४.०६ अब्ज अमेरिकन डॉलर्स इतकी होती.

जपानमधील ग्राहक सहकारी चळवळीमध्ये २८ दशलक्ष सभासद सहभागी असून एकूण उलाढाल २७ अब्ज अमेरिकन डॉलर इतकी असणारी जगातील सर्वांत मोठी ग्राहक सहकारी चळवळ आहे. जपानमध्ये ग्राहक सहकारी संस्थांचे प्रामुख्याने चार प्रकार आहेत. त्यामध्ये किरकोळ विक्री, आरोग्य आणि कल्याण, विमा आणि गृह सहकारी संस्था आहेत. १९९२ साली किराणा माल घरपोच पोहोचविणारी डेली सहकारी संस्था स्थापन करण्यात आली. या संस्थेचे ४.६४ दशलक्ष सभासद असून ३ अब्ज डॉलरचा माल घरपोच वितरीत केला जातो तर १.१८ अब्ज डॉलरचा माल दुकानांमध्ये विक्री केला जातो.

१९९५ साली कोरिक्यो नावाची पहिली ज्येष्ठ नागरिकांनी त्यांच्यासाठी चालविलेली गृहदेखभाल सहकारी संस्था स्थापन केली. ही एक संमिश्र स्वरूपाची सहकारी संस्था असून यामध्ये ग्राहक आणि कामगार सहकारी संस्थांचा दृष्टिकोन एकत्रित दिसून येतो. या संस्थेचे १,००,००० पेक्षा अधिक सभासद आहेत आणि वृद्ध

लोकांना (साधारणत: ७५ वर्षे व त्यापेक्षा अधिक वय असणारे) गृहदेखभाल सेवा पुरविली जाते. ही गृहदेखभाल सेवा ५५ वर्षे ते ७५ वर्षे वयोगटातील लोकांकडून पुरविली जाते. ही सेवा जपानमधील नर्सिंग विमा देखभाल योजनेशी संलग्न आहे.

१९९१ साली जपानमधील कामगार सहकारी संस्थांवरील संशोधन करणारी जपान सहकारी संशोधन संस्था (Japan Institute of Co-operative Research) स्थापन झाली. जपानमध्ये विद्यार्थी आणि शिक्षक यांनी एक राष्ट्रीय विद्यापीठ सहकारी ग्राहक संघाची (National Federation of University Co-operatives-NFUCA) स्थापना १९४७ साली केली. १९६० पासून ५ वर्षांचे अभ्यासक्रम चालविणाऱ्या पस्तीसपेक्षा अधिक विद्यापीठांची संस्था म्हणून ही संस्था ओळखली जाते. हा संघ २०० पेक्षा अधिक सहकारी संस्थांचे आणि २.५ दशलक्ष सभासदांचे प्रतिनिधित्व करतो. या संघामार्फत पुस्तक भांडार, भोजनालय आणि इतर विद्यार्थी गरजेच्या सेवा-सुविधा पुरविल्या जातात.

जपानमध्ये सहकारी संस्थांकरिता एक सामायिक कायदेशीर तरतूद नाही. तर प्रत्येक प्रकारच्या सहकारी संस्था ह्या विशिष्ट औद्योगिक कायद्याने नियंत्रित केल्या जातात. जपानमधील वेगवेगळ्या प्रकारच्या सहकारी संस्थांची देखरेख वेगवेगळ्या मंत्रालयांकडून संबंधित कायद्याने केली जाते. या संदर्भातील माहिती पुढीलप्रमाणे.

तक्ता क्र. ६.१
जपानमधील सहकार चळवळीवरील वैधानिक व प्रशासकीय नियंत्रण

अधिनियम (कायदा)	सहकारी संस्था प्रकार	देखरेख मंत्रालय
कृषी सहकारी अधिनियम, १९४७	कृषी संस्था	कृषी, वनीकरण आणि मासेमारी आणि वित्तीय सेवा मंत्रालय
ग्राहक सहकारी अधिनियम, १९४८	ग्राहक संस्था	आरोग्य, कामगार आणि कल्याण मंत्रालय
मासेमारी सहकारी अधिनियम, १९४८	मासेमारी संस्था	कृषी, वनीकरण आणि मासेमारी आणि वित्तीय सेवा मंत्रालय
लघु-मध्यम उद्योग सहकारी अधिनियम, १९४९	लघु-मध्यम उद्योग	अर्थ, व्यापार आणि उद्योग मंत्रालय

अधिनियम (कायदा)	सहकारी संस्था प्रकार	देखरेख मंत्रालय
सहकारी बँकींग अधिनियम, १९४९	पतपुरवठा	वित्तीय सेवा एजन्सी
शिंकींग बँक अधिनियम, १९५१	शिंकींग बँक्स	वित्तीय सेवा एजन्सी
कामगार बँक अधिनियम, १९५३	कामगार बँक्स	आरोग्य, कामगार आणि कल्याण आणि वित्तीय सेवा मंत्रालय

(संदर्भ - ICA-AP/info@icaap.coop, July 2019).

१९९२मध्ये टोकियो येथे ३०वी आंतरराष्ट्रीय सहकार संघाची परिषद (Congress of ICA) भरली होती. ही आशियामधील या संघाची पहिलीच परिषद होती. जपानच्या सहकार चळवळीने ग्राहक आणि विद्यापीठ सहकारी संस्था प्रोत्साहीत करण्यासाठी या संघास (ICA-AP) पाठिंबा दिला. जपानच्या सहकारी नेतृत्वाने आंतरराष्ट्रीय सहकारी संघाच्या जागतिक आणि प्रादेशिक मंडळामध्ये क्रियाशील प्रतिनिधित्व केले आहे.

जपानच्या अर्थव्यवस्थेतील सहकारी संस्थांचे योगदान - आज रोजी जपानमध्ये अनेक क्षेत्रांमध्ये सहकार चळवळ विकसित झाल्याचे दिसून येते. यामध्ये कृषी सहकारी, ग्राहक सहकारी, पतपुरवठा सहकारी, कामगार सहकारी आणि इतर प्रकारच्या सहकारी संस्था निर्माण झाल्या आहेत. त्याचबरोबर जपानमधील ३५ हजार ठिकाणी सहकारी संस्थांची उपस्थिती आढळून येते. २०१८ सालच्या आकडेवारीनुसार जवळपास ६५ दशलक्ष जपानी लोक सहकारी संस्थांचे सभासद आहेत. तर या सहकारी संस्थांची एकूण उलाढाल १४५ अब्ज अमेरिकन डॉलर इतकी आहे. जपानमधील ३७ टक्के घरांमध्ये ग्राहक सहकारी संस्थांची उत्पादने आणि सेवा वापरल्या जातात. विमा क्षेत्रामध्ये १/४ विमा हा सहकारी क्षेत्राने पुरविला आहे. जपानमधील जवळपास १/४ ठेवी सहकारी बँकांमध्ये आहेत. शेती, वनीकरण आणि मत्स्य व्यवसायातील निम्मी विक्री सहकारी संस्थांकडून केली जाते. त्यामुळे जपानच्या अर्थव्यवस्थेमध्ये सहकारी संस्था महत्त्वाची भूमिका पार पाडत असून त्यांची उपस्थिती संपूर्ण देशभर आहे.

जपानमध्ये पारंपरिक, कृषी आणि ग्राहक सहकारी संस्था प्रसिद्ध होत्या.

आता लघु आणि मध्यम आकाराच्या उद्योगांच्या सहकारी संस्था, वित्तीय सहकारी संस्था, कामगारांच्या सहकारी संस्था आणि ज्येष्ठ नागरिकांच्या सहकारी संस्था देशांमध्ये नावाजल्या जात आहेत. जपानमध्ये सहकार विविध क्षेत्रांमध्ये आढळून येतो त्यामध्ये आरोग्य देखभाल, विमा, शिक्षण, अन्न, पर्यावरण, वाहतूक, इलेक्ट्रॉनिक, गृह, संशोधन आणि विकास यांचा समावेश होतो.

६.२ अमेरिकेतील सहकारी चळवळ (Co-operative Movement in United States of America-USA)

बेंजामिन फ्रॅन्कलिन यांनी १७५२ साली स्थापन केलेली अन्योन्य आग विमा कंपनी (mutual fire insurance company) ही अमेरिकेतील पहिली मान्यताप्राप्त सहकारी उद्योग संस्था होती. तर पहिली दूध आणि लोणी (dairy and cheese) सहकारी १८१०मध्ये संघटित करण्यात आली आणि त्यानंतर इतर कृषी वस्तूंच्या सहकारी संस्था निर्माण झाल्या. कृषी उत्पादकांचे हे प्राथमिक सहकारी प्रयत्न स्थानिक स्वरूपाचे होते आणि अल्पआयू होते. या काळात उत्पादनांची घाऊक खरेदी आणि विक्री करण्यासाठी छोट्या स्थानिक सहकारी संस्था निर्माण झाल्या. यांपैकी अनेक ग्राहक सहकारी संस्था १९व्या शतकात स्वतंत्रपणे विकसित झाल्या. १८६६मध्ये त्या देशातील महत्त्वाच्या औद्योगिक नगरांमध्ये आढळून येऊ लागल्या. १८४५ साली ग्राहक सहकारी संस्थांच्या विकासाचा एक संघटित प्रयत्न केला गेला. रॉशेल्ड पायोनिअरर्स्च्या धर्तीवर बोस्टोन मशिन्स आणि कामगार यांची अन्योन्य (Mutual) लाभ संघटना स्थापन झाली. अमेरिकेतील या सहकारी संस्थांची वाढ झाली. त्या रॉशेल्ड तत्त्वानुसार कार्य करू लागल्या.

अमेरिकेतील मॅसूच्यूसेट्स या राज्यात १९०९मध्ये पहिला पत संघ कायदा पास करण्यात आला. परिणामी १९२० दरम्यान एडवर्ड फिलेन आणि रॉय एफ बर्गग्रेन (Edward Filene & Roy F. Bergengren) यांच्या सक्षम नेतृत्वाखाली अनेक पत संघांचा विस्तार झाला. त्यांनी राज्य आणि संघीय पातळीवर पत संघ कायदा स्वीकारण्यासाठी प्रोत्साहन दिले. कॅलिफोर्नियातील सॅपीरो या वकिलाने मोठ्या प्रमाणावरील मक्तेदारीयुक्त कार्य करेल अशी केंद्रीय सहकारी संघटना निर्माण केली आणि शेतकऱ्यांना चांगली किंमत मिळावी यासाठी उत्पादकांना बाजार हिस्सा अधिग्रहित करण्याची परवानगी दिली. त्यांनी १९१९ साली एकसमान सहकारी विपणन (Co-operative Marketing) कायदा तयार केला. जो कमीतकमी २६ राज्यांनी स्वीकारला. संघीय सरकारने कृषी क्षेत्रात वेगवेगळ्या मार्गाने सहकाराच्या विकासाला पाठिंबा दिला.

स्मिथ-लेव्हर कायदा, १९१४ ने सहकार विस्तार व्यवस्था निर्माण केली. सहकारी विपणन कायदा १९२६ ने अमेरिकन कृषी विभागाचा शेतकरी सहकारी संस्थाचा पाठिंबा वाढवला. १९३०पर्यंत बहुतेक शेतीची कामे वीजेच्या वापराविना केली जात होती. बहुतेक गुंतवणूकदारांना ग्रामीण भागात यासाठीची सुविधा निर्माण करण्यासाठी रस नव्हता. परंतु, या प्रयत्नास वित्त पुरवठा करण्यासाठी ग्रामीण विद्युतीकरण कायदा १९३७ ने एक कर्जपुरवठा एजन्सी स्थापन झाली. ह्या कार्यक्रमाचा फायदा घेण्यासाठी सहकाराच्या प्रारूपाशी (Co-operative Model) परिचित असणाऱ्या शेतकऱ्यांनी त्वरित ग्रामीण विद्युत सहकारी संस्था स्थापन केली. देशभर सहकाराच्या कार्यात विचारविनिमय वाढला. कृषी खरेदी सहकारी संस्थांची वाढ मध्यपश्चिमेत होत राहिली. या संस्था फक्त खते आणि खाद्यच पुरवित होते असे नाही तर त्यांनी पेट्रोलियम वस्तूंचे उत्पादन आणि वितरण सेवेचा विस्तारही केला तसेच विमा आणि पतपुरवठाही केला.

दुसऱ्या महायुद्धानंतरच्या वर्षात कृषी क्षेत्रातील सहकारी संस्थांच्या वापरात आणि विक्रीमध्ये वाढ झाली त्यामुळे मोठ्या आकाराच्या संख्येने कमी सहकारी संस्था निर्माण झाल्या. काही कृषी सहकारी संस्थांचे मोठ्या महामंडळांमध्ये विलीनीकरण झाले. कृषी सहकारी संस्थांनी राष्ट्रीय कृषी धोरण प्रभावित करण्यात भूमिका पार पाडली आहे. आज अमेरिकेच्या अर्थव्यवस्थेत सहकारी संस्था सर्वच क्षेत्रांमध्ये आढळून येतात. राष्ट्रीय सहकारी व्यवसाय संघटनेला (National Co-operative Business Association) २९ हजारांपेक्षा अधिक सहकारी संस्था व्यवसायात २ दशलक्ष लोक रोजगारात असल्याचे आढळून आले आणि त्यांचा वार्षिक महसूल ६५० अब्ज डॉलरपेक्षा अधिक असल्याचे आढळून आले. अमेरिकेमध्ये २०१० साली एकूण सहकारी पतसंस्थांची संख्या ८८७९ होती, ती २०१६ साली ५९९६ इतकी झाली. तर या सहकारी पतसंस्थांमधील सभासद संख्या २०१० साली ६,६१,७५,२०४ इतकी होती.

६.३ चीनमधील सहकारी चळवळ (Co-operative Movement in China)

चीनमध्ये सहकारी चळवळीची सुरुवात १९२०च्या सुमारास झाली आणि ती विकासाच्या तीन ऐतिहासिक टप्प्यातून पुढे गेली. पहिला काळ तथा टप्पा १९२० पासून १९४९ पर्यंतचा होता. या काळात सहकार चळवळ तीन शाखांमध्ये विभागली गेली. त्यांपैकी एक म्हणजे लोकांनी सुरू केलेली सहकारी चळवळ. दुसरे म्हणजे क्युमिंगटांग (Kuomingtang) सरकारने सुरू केलेली सहकार चळवळ आणि तिसरे म्हणजे साम्यवादी पक्षाने (Communist Party) सुरू केलेली सहकार चळवळ. या

टप्प्यातील सहकारी संस्था मुख्यत: कृषी विपणन सहकारी आणि पतपुरवठा संस्था म्हणून स्थापित केल्या गेल्या आणि त्यांपैकी बहुतेक संस्था विखुरलेल्या आणि प्राथमिक अवस्थेत होत्या.

चीनमधील सहकार चळवळीच्या विकासाचा दुसरा कालावधी तथा टप्पा १९४९ ते १९५२ असा चार वर्षांचा होता. या काळात सहकारी संस्था प्रामुख्याने कृषी उत्पादनाच्या आधारे स्थापन केल्या गेल्या. दरम्यान पुरवठा व विपणन सहकारी आणि ग्रामीण पतपुरवठा सहकारी संस्थादेखील स्थापन करण्यात आल्या.

चीनमधील सहकार चळवळीच्या विकासाचा तिसरा कालावधी तथा टप्पा १९८२ पासून सुरू झाला. या काळात चीनने सामूहिक मालकीच्या आधारे ग्रामीण भागातील घरकुलांद्वारे अधिग्रहित केलेली आणि जमीन घेतलेली जमीन प्रणाली विस्तृतपणे चालविली. कृषी उत्पादन आणि व्यवस्थापन यात गुंतलेल्या घरांच्या परिस्थितीनुसार एकत्रित मालकीच्या मूळ कृषी उत्पादन सहकारी संस्था एकामागून एक विभक्त झाल्या. त्याच वेळी शेतकऱ्यांच्या विशेष तांत्रिक संघटना आणि शेतकरी विशेष सहकारी संस्था या शेतकरी स्वयंसेवी आधारावर दिसू लागल्या. या दोन प्रकराच्या संस्था सध्या चिनी शेतकरी सहकार चळवळीचे मुख्य नमुने आहेत.

सुरुवातीच्या काळात म्हणजे १९२० आणि १९३०च्या दशकात चीनमधील लोकांमध्ये विविध प्रायोगिक सहकारी संस्था सुरू झाल्या. त्यांपैकी सर्वांत प्रसिद्ध चीन आणि विदेशी मदत निधी, लिआंग शुमिंग आणि यान याछू यांनी अनुक्रमे हेबेई प्रांताच्या झियांगे काऊंटी, डिंग झियांग काऊंटी आणि शेडोंग प्रांताच्या झुपिंग काऊंटी येथे सहकारी प्रयोग केले. चीन आणि परदेशी मदत निधीद्वारे स्थापित सहकारी संस्था पतपुरवठा संस्था होत्या. लिआंग शुमिंग यांनी स्थापन केलेल्या सहकारी संस्था प्रामुख्याने कृषी पणन (agricultural marketing) सहकारी संस्था होत्या. यान याछू यांनी स्थापन केलेल्या सहकारी संस्था मुख्यत: पतपुरवठा, कृषी विपणन आणि वस्तूंच्या खरेदीत गुंतलेल्या संस्था होत्या. वरील सर्व सहकारी संस्था प्रमुख्याने चीनच्या बुद्धिवादी लोकांनी स्थापन केल्या आणि त्यांची संख्या मर्यादित होती तसेच त्यांचे कार्यक्षेत्र खूपच लहान होते.

कुमिंगटांग सरकारने १९३०च्या दशकात चीनच्या ग्रामीण भागात सहकारी प्रयोगांची मालिका सुरू केली आणि चीनच्या इतिहासातील पहिला सहकारी कायदा तयार केला. तथापि, कुमिंगटांग सरकारने स्थापन केलेल्या बहुतांश ग्रामीण सहकारी संस्थांनी जमीनदार आणि श्रीमंत शेतकरी यांना त्यांचे मुख्य सदस्य म्हणून स्वीकारले. पत सहकारी संस्था आणि कृषी विपणन सहकारी संस्था आणि खरेदी संस्थांनी

त्यातील अल्प प्रमाण व्यापले. अशावेळी ग्रामीण भागातील बहुतांश लोकसंख्या असलेल्या भाडेकरू शेतकरी आणि शेतमजुरांना मुळातच वगळण्यात आले होते.

१९४९पूर्वी चिनी साम्यवादी पक्षाच्या क्रांतिकारी आधारावर कृषी परस्पर साहाय्य सहकारी संस्था व पुरवठा आणि विपणन सहकारी संस्था ही तिसरी शाखा होती. त्यावेळी या विचारधारेने शेतीविषयक सुधारणा केल्या. शेतकऱ्यांची मोठी संख्या जमीनधारक बनली. युद्धाच्या काळात कामगारांची कमतरता होती. कृषी व्यवसायीकरणाची पातळी जास्त नव्हती. सर्वत्र शेतकरी वर्गाच्या दैनंदिन वापरासाठी प्राणी, उत्पादन साधने आणि औद्योगिक वस्तूंचा अभाव होता. अशा परिस्थितीत साम्यवादी पक्षाच्या सरकारने कृषी उत्पादनांची देवाणघेवाण करण्यात गुंतलेली शेती उत्पादन आणि परस्पर साहाय्य सहकारी संस्था तसेच पुरवठा व विपणन सहकारी संस्था स्थापन करण्यासाठी शेतकऱ्यांना संघटित केले, म्हणून अशा प्रकारच्या सहकारी संस्थांचे क्रांतिकारक विचारांच्या शेतकऱ्यांनी मोठ्या प्रमाणात स्वागत केले.

असे असले तरी उदारीकरणाच्या काळात सहकार चळवळ सहसा जुन्या चीनमधील विखुरलेल्या आणि लघु-प्रायोगिक परिस्थितीत होती. विशेषत: कृषी पणन सहकारी संस्थांच्या विकासास शेतकऱ्यांकडून मोठ्या प्रमाणात सकारात्मक प्रतिसाद मिळाला नाही. याची मूलभूत दोन कारणे होती. एक म्हणजे-त्यावेळी चिनी कृषी व्यवसायीकरणाची पातळी खूपच कमी होती, कापड उद्योगातील कापूस वगळता, बहुतेक कृषी उत्पादने शेतकऱ्यांच्या स्वत:च्या वापरासाठी होती. दुसरे कारण म्हणजे, उदारीकरण समर्थकांमध्ये बहुतेक चिनी शेतकरी भाडेकरी व शेतमजूर होते. ते व्यावसायिक वस्तूंचे स्वतंत्र उत्पादक नव्हते आणि विपणन सहकारी संस्था आयोजित करणे त्यांचे निकडीचे हित नव्हते.

१९४९मध्ये उदारीकरणानंतर चीनने देशभरात कृषी सुधारणा केल्या. शेतकरी मोठ्या प्रमाणात जमीन धारक बनले. शेतकऱ्यांना जमीन परत करण्याच्या आधारे चिनी सरकारने शेतकऱ्यांचे उत्पादन परस्पर साहाय्य गट सुरू केले आणि त्यानंतर त्यांची जमीन कृषी उत्पादन सहकारी सदस्यांचा हिस्सा म्हणून वापरली. दरम्यान, पुरवठा व विपणन सहकारी आणि ग्रामीण भागातील सहकारी पतपुरवठा सहकारी संस्थांची देशभरात स्थापना झाली.

पुरवठा व विपणन सहकारी प्रणालीची सुधारणा – चीनमध्ये पुरवठा व विपणन सहकारी सुधारणा उत्पादन क्षेत्राच्या सुधारणेसारखीच आहे. कृषी उत्पादनांच्या वितरण क्षेत्राच्या व्यवस्था सुधारणेमुळे कृषी उत्पादनांच्या बाजारपेठेत खरेदी व विपणनासाठी राज्याच्या मक्तेदारीची अंमलबजावणी रद्द करण्यानुसार एकाधिक वितरण

वाहिन्या आणि पुरवठा व विपणन सहकारी प्रणालीची पुनर्रचना करण्यात आली. १९८५ पूर्वी पुरवठा व विपणन सहकारी यंत्रणेची नवीन व्यवस्था मुख्यत्वे ती उद्दिष्टे (संघटनात्मक जन चरित्र, व्यवस्थापन लवचिकता आणि लोकशाही व्यवस्थापन) पुनर्संचयित करण्यात गुंतलेली होती. अशा प्रकारच्या व्यवस्थेमुळे सरकारी मालकी बदलून सरकारी मालकीचे सहकारी स्वरूप पुनर्संचयित करण्यात आले. पुरवठा व विपणन सहकारी संस्थांचा नफा राज्याकडे वळविण्यात आला आणि त्यांच्या नफा वा तोट्याची जबाबदारी स्वीकारली गेली. त्यामुळे तेथील सामूहिक संचालित प्रणालीमध्ये बदल झाला. मूलभूत शाखा आणि पुरवठा व विपणन सहकारी संस्था काऊन्टी संघटना आता स्वतंत्र लेखा म्हणून गृहीत धरले जाते. १९८५ नंतर राज्य खरेदी व विपणनाची मक्तेदारी रद्द झाल्यावर, पुरवठा व विपणन सहकारी संस्थांनी व्यापारी वस्तूंच्या काही बाजारपेठेतून माघार घेतली आणि आर्थिक लाभ कमी झाला. या परिस्थितीमुळे पुरवठा व विपणन सहकारी संस्थांना आर्थिक लाभाच्या आसपास सुधारणा मार्गावर जाण्यास भाग पाडले गेले.

आर्थिक लाभ घसरणीचा आणि तोट्याचा विस्तार कल बदलण्यासाठी पुरवठा व विपणन सहकारी संस्थांमार्फत १९८५ ते १९९५ पर्यंत पुढील बाबींचा अवलंब करण्यात आला. (१) करारबद्ध व्यवस्थापन, (२) काही मालमत्ता भाड्याने देणे आणि वस्तूंची विक्री करणे. पुरवठा व विपणन सहकारी संस्थेच्या व्यवसाय क्षेत्रातील निश्चित मालमत्ता भाड्याने देणे आणि कर्मचाऱ्यांना वस्तू तसेच चलती माल यांची विक्री करणे. (३) साठा व्यवस्थेची सुधारणा. कामगार समभाग, सामाजिक समभाग आणि बाह्य कायदेशीर व्यक्तींच्या समभागांचे अवशोषण करण्यासाठी पुरवठा आणि विपणन सहकारी भागधारक एंटरप्राइजेस किंवा भागधारक सहकारी एंटरप्राइजेस बनविले गेले. वरील सुधारणांच्या प्रक्रिये दरम्यान, टाऊनशिप आणि ग्रामीण सामूहिक व्यावसायिक संघटना यांसारख्या पुरवठा व विपणन सहकारी प्रणालीची व्यवस्था हळूहळू विभक्त केली गेली.

ग्रामीण सहकारी पतपुरवठा प्रणालीची सुधारणा – ग्रामीण सहकारी पतसंस्था या प्रक्रियेत मूलभूतपणे पुरवठा आणि विपणन सहकारी संस्था सारख्याच प्रक्रियेतून गेल्या आहेत. आर्थिक व्यवस्थेत सुधारणा होण्यापूर्वी ग्रामीण सहकारी पतसंस्था कृषी बँकेत उदयास आल्या आणि कृषी बँकेच्या मूलभूत शाखा बनल्या. ग्रामीण अर्थव्यवस्थेत सुधारणा झाल्यानंतर सहकारी पतसंस्थांना सर्वप्रथम कृषी बँकेपासून वेगळे केले गेले आणि त्यांचे सहकारी चारित्र्य पुन्हा सुरू झाले. त्यांच्या पत व्यवसायामध्ये बऱ्याचदा स्थानिक सरकार हस्तक्षेप करीत असे त्यामुळे त्यांचे व्यवस्थापन

कार्य कमी झाले आणि स्वतःचा आर्थिक लाभ वाढविण्यासाठी त्यांना व्यापारी बँकेचा मार्ग धरण्यास भाग पाडले गेले.

चीनमधील सहकारी संस्था व संघटनांमधील सर्वांत मोठे फरक हे आहेत की, तेथे संघटना तंत्रज्ञानाचा प्रसार आणि माहितीची देवाणघेवाण करण्याची जबाबदारी असणारी ना-नफा करणाऱ्या संस्थांकडे आहे. परंतु, सहकारी संस्था या आर्थिक संस्था आहेत ज्या प्रामुख्याने कृषी उत्पादनांच्या विपणनासाठी आहेत. विविध नवीन शेतकरी संघटनांमध्ये २००३च्या शेवटी कृषी मंत्रालयाच्या आकडेवारीनुसार सहकारी संस्था फक्त ५% व संघटना ८५% आणि भागधारक सहकारी संस्था १०% होत्या. या प्रदेशांमधून नवीन शेतकरी संघटना चीनच्या पूर्व आणि मध्य प्रदेशात वेगाने विकसित झाल्या आणि हळूहळू पश्चिम भागात विकसित झाल्या. त्यांपैकी सहकारी आणि स्टॉक सहकारी उपक्रम प्रामुख्याने पूर्व किनारपट्टीच्या भागात केंद्रित आहेत.

शेतकरी विशेष सहकारी संस्था – शेतकऱ्यांच्या विशेष तांत्रिक संघटनांव्यतिरिक्त शेतकरी विशेष सहकारी संस्था हा चीनमध्ये नव्याने विकसित झालेला सहकारी संस्थांचा प्रकार होय. या नवीन प्रकारच्या शेतकऱ्यांच्या विशेष सहकारी संस्था शांक्सी आणि शांगडोंग प्रांतांमध्ये उदयास आल्या आणि त्या किनारपट्टीच्या प्रांतांमध्ये वेगाने विकसित झाल्या. शेतकऱ्यांच्या विशेष तांत्रिक संघटनांप्रमाणेच शेतकरी विशेष सहकारी संस्थांमध्येही अनेक वैशिष्ट्ये आहेत. त्यांपैकी काही पुरवठा व विपणन सहकारी संस्था, राज्य मालकीचे उद्योग, ग्रामीण स्वराज्य संस्था, सरकारी सेवा यांनी सुरू केलेल्या संस्था आहेत. त्यांपैकी काही शेतकरी पुढाकाराने स्थापित केल्या आहेत.

हेबेई प्रांतीय कृषी विभागाच्या तपासणीनुसार, ऑक्टोबर २००३ पर्यंत हेबेई प्रांतात एकूण २६९४ नवीन शेतकरी सहकारी संस्था होत्या आणि त्यांची सभासद संख्या एकूण १.०५६ दशलक्ष म्हणजे ७.४% होती. या संघटना सुरू होण्याचे वैशिष्ट्य मुख्यत्वे पाच प्रकारांमध्ये विभागले गेले होते. एक असे की, जवळपास ३०% सहकारी संस्था ग्रामीण कौशल्यकृत, दलाल आणि वैज्ञानिक व तांत्रिक क्रॅकजॉकद्वारे स्थापित केल्या होत्या. दुसरे म्हणजे, सुमारे २०% सहकारी संस्था ग्रामीण प्रशासकीय संवर्गातून स्थापन करण्यात आल्या. तिसरे असे की, १८% सहकारी संस्था मोठ्या कृषी उत्पादने प्रक्रिया उद्योग आणि विपणन उपक्रमांनी स्थापित केल्या आहेत. चौथे म्हणजे, सुमारे १७% सहकारी संस्था काऊन्टी आणि टाऊनशिप पुरवठा व विपणन सहकारी संस्थांनी स्थापित केल्या आहेत. शेतकऱ्यांच्या विशेष सहकारी संस्थांच्या बहुलतावादी (pluralistic origin) उत्पत्तीने संस्थागत व्यवस्था बहुविध आणि वैविध्यपूर्ण ठरली आहे.

सध्याच्या शेतकऱ्यांच्या विशेष सहकारी संस्थांच्या अतंर्गत प्रणालीच्या व्यवस्थेमध्ये मोठा फरक असला तरी त्यांच्यामध्ये सामान्य वैशिष्ट्ये आहेत. त्यांपैकी एक म्हणजे या सहकारी संस्थांमध्ये शेतकरी सदस्य स्वतंत्र उत्पादकांचा दर्जा राखून स्वेच्छेने सहकारी संस्थेत सहभागी होतात आणि त्यापासून मुक्तपणे माघारही घेतात, हे या पूर्वीच्या सामूहिक मालकीच्या अर्थव्यवस्थेपेक्षा पूर्णपणे भिन्न आहे. दुसरे वैशिष्ट्य म्हणजे या सहकारी संस्थांना विशिष्ट कृषी उत्पादनांच्या व्यवस्थापनात गुंतून असलेले कौशल्य प्राप्त असलेल्या खास कुटुंबांना त्यांचे सदस्यत्व प्राप्त होते. सहकारी संस्था आणि त्यांच्या सदस्यांनी सहजीवन आणि सह-समृद्धीचे संबंध जोडले आहेत आणि हे मागील पुरवठा आणि विपणन सहकारी संस्थांपेक्षा पूर्णपणे भिन्न आहे. तिसरे वैशिष्ट्य म्हणजे पुरवठा व विपणन सहकारी संस्थेकडील विशेष सहकारी संस्था व्याजाची हमी देण्याची आणि अतिरिक्त लाभांश प्रणाली व्यतिरिक्त, बहुतेक विशेष सहकारी संस्था त्यांच्या सदस्यांना संरक्षण-लाभांश म्हणून कमी-जास्त नफा परत करतात.

चीनच्या ग्रामीण विकासामध्ये शेतकऱ्यांच्या विशेष सहकारी संस्थांची भूमिका - चीनमधील शेतकऱ्यांच्या विशेष सहकारी संस्थांनी शेतकऱ्यांना एकत्रित श्रीमंत होण्यासाठी संघटनेमध्ये अनेक भूमिका बजावल्या आहेत. एक म्हणजे, या सहकारी संस्थांनी नवीन तंत्रज्ञान आणि बियाणांच्या नवीन वाणांचा प्रसार करण्यात मोठी भूमिका बजावली आहे. यापूर्वी चीनमधील बहुतेक भागातील शेतकरी प्रामुख्याने पिढ्यान्पिढ्या धान्य पिकवित होते. त्यासाठी ते मागास शेती तंत्र आणि कमी उत्पन्नाच्या जाती वापरत होते. त्यांच्याकडे स्थानिक बाजारपेठेत विक्री करण्यासाठी थोड्याप्रमाणात अतिरिक्त कृषी उत्पादने होती आणि त्यांपैकी बहुतेकांची परिस्थिती खालावली होती. १९८५ पूर्वीच्या राज्य सांख्यिकी ब्युरोच्या आकडेवारीनुसार चीनमधील ग्रामीण भागातील गरीब लोकसंख्या जवळपास २५० दशलक्ष होती. तर अलीकडच्या काळात मोठ्या संख्येने विशेष तांत्रिक संघटना उदयास आल्या आणि शेती उत्पादनाचे नवीन तंत्र आणि नवीन वाण सर्वत्र लोकप्रिय झाले. बऱ्याच ठिकाणी शेतकरी धान्याबरोबरच भाजीपाला, फळे आणि रोपे विकू लागले आहेत. त्यांची निर्मितीची पद्धत विशेषज्ञता आणि यांत्रिकीकरणात बदलली आहे. त्यांची उत्पादन क्षमता वाढविली गेली आणि उत्पादनाची रचना सुधारली गेली. २००४मध्ये चीनमधील ग्रामीण गरीब लोकसंख्येत घट होऊन ती आता ६४ दशलक्ष झाली आहे.

दुसरे म्हणजे, या सहकारी संस्थांनी शेतकऱ्यांना बाजारात उतरून संघटित करण्यात आणि शेती उत्पादनांचे अतिरिक्त मूल्य वाढविण्यात मोठी भूमिका बजावली

आहे. शेतकऱ्यांच्या सहकारी संस्थांच्या स्थापनेनंतर लहान शेतकऱ्यांकडून उत्पादित कृषी उत्पादने सहकारी संस्थांच्या माध्यमातून मोठ्या प्रमाणात बाजारात विक्री होऊ शकते, प्रक्रिया व विक्रीचा लाभ सहकारी संस्थांमार्फत मिळू शकतो आणि लाभांश परत मिळतो. कृषी मंत्रालयाने केलेल्या सर्वेक्षणानुसार, ज्यांनी कृषी सहकारी संस्थांमध्ये सहभाग घेतला आहे त्यांचे सरासरी निव्वळ उत्पन्न कृषी उत्पादनांच्या देवाणघेवाणीच्या परिस्थितीत सुधारणा झाल्यामुळे सहकारी संस्थेत सामील न झालेल्यांपेक्षा ३०० ते ४०० युआन जास्त आहे.

तिसरे म्हणजे, बाजारातील जोखीम रोखण्याची शेतकऱ्यांची क्षमता या सहकारी संस्थांकडून वाढविली जात आहे. कंपन्या व उद्योगांशी केलेल्या सहकाराच्या करारावर त्यांचा स्वतःचा हक्क आणि हितसंबंध जपले आहेत. जेव्हा कंपन्या आणि उपक्रम जबरदस्तीने किमती खाली आणतात आणि खरेदी करण्यास नकार देतात तेव्हा ह्या सहकारी संस्था स्वतःहून विक्री आणि प्रक्रिया करण्याचे आयोजन करतात आणि बाजार आणि उत्पादन स्थिर करण्यासाठी, बाजारातील धोका आणि शेतकऱ्यांचे नुकसान कमी करण्यासाठी भूमिका घेतात.

चीनमध्ये शेतकऱ्यांच्या नवीन विशेष सहकारी संस्था विकसित झाल्या असल्या तरी सद्यःस्थितीत बऱ्याच **समस्या** आहेत, त्या पुढीलप्रमाणे–

- आजपर्यंत चीनमध्ये सहकारी संस्थांसंदर्भात कोणताही कायदा नाही ज्यायोगे निश्चितपणे शेतकऱ्यांच्या विशेष सहकारी संस्थांची कायदेशीर स्थिती निश्चित केली जाईल. त्यामुळे शेतकऱ्यांच्या विशेष सहकारी संस्थांना त्यांचा सामान्य व्यवसाय उपक्रम सुरू करणे कठीण जाते आहे आणि त्यांच्या विकासात प्रतिरोध होत आहे.
- भूतकाळात, चीन सरकारने ग्रामीण सहकारी संस्थांना सामाजिक परिवर्तनाचा एक मार्ग म्हणून स्वीकारले आणि शेतकऱ्यांना पुढाकाराच्या हक्कांपासून वंचित ठेवले. त्यामुळे लोकांमध्ये सहकाराबद्दल गैरसमज निर्माण झाले.
- सहकारी संस्थांच्यासंदर्भात कोणताही कायदा नाही आणि सरकारचे मार्गदर्शनही नाही. त्यामुळे शेतकऱ्यांच्या विशेष सहकारी संस्थांचा विकास हा प्रमाणभूत नाही. अनेक सहकारी संस्थांकडून व्यवस्थापन आणि कार्यप्रणालीचे त्याचप्रमाणे आंतरराष्ट्रीय सहकारी तत्त्वांचे अनुपालन केले जात नाही.
- शेतकऱ्यांच्या बऱ्याच विशेष सहकारी संस्थांचा विकास हा सुरुवातीच्या टप्प्यावर आहे आणि संस्थांचे प्रमाणही कमी आहे. या सहकारी संस्थांकडे व्यावसायिक कौशल्य आणि व्यवस्थापनाचा अनुभव नसतो आणि त्यांनी

विस्तृत संबंध आणि संबंधांचे जाळे स्थापित केलेले नाही. मोठ्या कंपन्या आणि उद्योगांबरोबरील बाजारातील स्पर्धेसाठी त्या प्रतिकूल स्थितीत असतात.

- या सहकारी संस्थांची भांडवली परिस्थिती कमकुवत आहे. परिभ्रमण निधी (circulating funds) सर्वत्र पुरेसे नसतात आणि त्यांचा आर्थिक विकास स्थिर असतो. हे सर्व शेतकऱ्यांच्या विशेष सहकारी संस्थांना विकसित होण्यास आणि मजबूत बनण्यास प्रतिबंध करते.

वरील बाबींच्या पार्श्वभूमीवर चीन सरकार शेतकऱ्यांच्या विशेष सहकारी संस्थांच्या विषयाचा कायदा तयार करण्यासाठी प्रयत्न करत आहे आणि त्यासाठी अनुकूल धोरणे आखण्याचे काम करीत आहे.

६.४ इस्रायलमधील सहकारी चळवळ (Co-operative Movement in Israel)

पश्चिम अशियातील इस्रायल हा एक छोटासा देश २५ मे १९४८मध्ये अस्तित्वात आला. याआधी तो पॅलेस्टीनचा भाग होता आणि १९१९ ते १९४८ काळात ब्रिटिशांच्या अंमलाखाली होता. भारताप्रमाणेच इस्रायलसुद्धा शेतीप्रधान देश आहे. परंतु, इस्रायलमधील शेती ही आधुनिक शेती म्हणून भारतात प्रेरणादायी मानली जाते. त्याचबरोबर तेथे कृषी, कामगार, ग्राहक आणि उत्पादक यांसारख्या वेगवेगळ्या क्षेत्रामध्ये सहकार चळवळ विकसित झाल्याचे आढळून येते. या देशातील सहकार चळवळीची सुरुवातही १९व्या शतकाच्या अखेरीस पहिली कृषी सहकारी संस्था स्थापन करून झाली. या कृषी सहकारी संस्था पतपुरवठ्याबरोबरच इतर सेवादेखील उपलब्ध करून देण्याचे काम करत आहे. या देशातील सहकारी संस्था प्रामुख्याने दोन संघटनेत विभागल्या गेल्या आहेत. ते म्हणजे हिस्तद्रूत (Histadrut) संघ आणि हेवर्ट ओवीदम (Hevart Ovidum) संस्था.

हिस्तद्रूत (Histadrut) – हिस्तद्रूत हा श्रमिक संघ १९२० साली स्थापन करण्यात आला. कृषी व औद्योगिक क्षेत्रातील कामगार या राष्ट्रीय पातळीवरील संघाचे सभासद आहेत. या संघाच्या मालकीच्या व्यवसायांमध्ये इस्रायलमधील एकूण उत्पादनांपैकी २३% उत्पादन होते तर त्यामधून २०% श्रमिकांना रोजगार पुरविला जातो. या संघटनेमध्ये किबुत्झ, क्वटझॉट, मोशाविम वसाहती, भविष्य निर्वाह निधी, निवृत्ती वेतन निधी, ग्राहक संस्था, श्रमिकांच्या व उत्पादकांच्या संस्था, वाहतूक आणि सेवा सहकारी संस्था इ.चा समावेश होतो. कृषी, खरेदी-विक्री, बहुउद्देशीय सहकारी संस्था, पाणीपुरवठा, गृहरचना संस्था इ.पैकी जवळपास निम्म्या सहकारी संस्था या गटातील आहेत.

हेवर्ट ओवीदम (Hevart Ovidum) – ही संस्था १९२३मध्ये नोंदविण्यात आली. देशातील ८०% सहकारी संस्था या संस्थेच्या अंतर्गत काम करतात. ही एक

प्राथमिक संस्था असून सर्वसाधारण लोकांना तिचे सभासद होता येते. परंतु, या संस्थेच्या धोरणांप्रमाणे तिच्या अंतर्गत असणाऱ्या सहकारी संस्थांना काम करावे लागते. या संस्थेकडून सभासदांचे पुनर्वसन, उद्योग, वाहतूक व्यवस्था, मत्स्य व्यवसायाचा विकास, बँका आणि पतपुरवठा संस्थांची स्थापना इ. प्रकारच्या संस्थांच्या निर्मितीची जबाबदारी पार पाडली जाते.

कृषी सहकारी संस्था – इस्रायलमधे एकूण चार प्रकारच्या कृषी सहकारी संस्था आढळून येतात. यामध्ये किबुत्झ (सामायिक ग्राम), मोशाव ओविदम (कामगारांच्या वसाहती), मोशाव शितुफी (सहकारी वसाहती) आणि मोशाव ओलिम (नवीन वसाहती). या चार प्रकारच्या सहकारी संस्थांची माहिती खालीलप्रमाणे पाहू.

१) किबुत्झ (सामायिक ग्राम) – किबुत्झ यांना इस्रायलमधील सहकारी चळवळीमध्ये विशेष स्थान आहे. हे स्वेच्छेने स्थापन होणारे कम्यून आहेत. या संस्थेचे सभासद देशाच्या मालकीच्या जमिनीवर काम करतात. या पद्धतीत शिक्षण, आरोग्य, नागरी व्यवहार, उत्पादन, उपभोग हे सर्व सामायिक मालकीचे असते आणि त्यावर या संस्थांकडून देखरेख केली जाते. ही खेडी समतेच्या तत्त्वानुसार कार्यरत असतात. या पद्धतीमध्ये सभासदांनी भांडवली गुंतवणूक केली पाहिजे अशी सक्ती नसते. झिऑनिस्ट निधीतून सुरुवातीस आवश्यक असलेली साधनसामग्री सभासदांना कर्जाच्या स्वरूपात उपलब्ध करून दिली जाते. संस्थेला मिळालेल्या लाभातून तिचा भांडवली साठा वाढत जातो. किबुत्झ बाहेर व्यवहार करताना पैशांचे माध्यम म्हणून वापर करतात. मात्र, अंतर्गत व्यवहारात पैशांचा वापर केला जात नाही. संस्थेचे सभासद सामायिक भोजनालयात भोजन घेतात, दुकानात वस्त्र खरेदी करतात, कपड्यांची धुलाई केली जाते, साबण वगैरे वस्तू या वस्तू भांडारातून घेतल्या जातात, वसाहतीतील घरात व्यक्ती व कुटुंबे राहतात, त्याठिकाणी फर्निचर, रेडिओ, चित्रे, पुस्तके इ. साहित्य मात्र सभासदांच्या मालकीचे असते. यामध्ये सभासदांना वेतन दिले जात नाही, मात्र, वार्षिक भत्ता दिला जातो. संस्थेला मिळणाऱ्या नफ्यामध्ये सभासदांचा हिस्सा नसतो. नफ्याचा विनियोग वसाहतींसाठी केला जातो. संस्था सोडताना संस्थेच्या संपत्तीतील हिस्सा सभासदास मिळत नाही. यामध्ये सर्वांचा सामाजिक, राजकीय व आर्थिक दर्जा समान असतो. थोडक्यात, ही एक समाजवादी व्यवस्था आहे.

या व्यवस्थेत मुले सहसा आपल्या पालकांकडे राहत नाही. त्यांची व्यवस्था नर्सरीत केली जाते तिथे त्यांचे समवयस्कांसोबत शिक्षण होते. मुले मोठी झाल्यावर त्यांना वसाहतींचे क्रियाशील सभासद म्हणून प्रवेश दिला जातो. या वसाहतींमध्ये प्राथमिक शिक्षणाची सोय असते. काही वसाहतींमध्ये दुय्यम शाळा किंवा अनेक वसाहती मिळून दुय्यम शाळा चालवितात. उच्च शिक्षण (विद्यापीठ स्तरीय) किंवा

विशेष अभ्यासक्रमासाठी कोणाला संधी द्यावयाची याचा निर्णय किबुत्झकडून घेतला जातो. किबुत्झच्या गरजा लक्षात घेऊन असे निर्णय घेतले जातात. सर्वांच्या वैद्यकीय गरजा भागविणे आणि वृद्धांची काळजी घेणे ही किबुत्झची जबाबदारी असते.

किबुत्झच्या व्यवस्थापकीय तथा प्रशासकीय व्यवस्थेत एक सार्वजनिक सभा असते. किबुत्झचे व्यवहार सचिवालयाच्या व समित्यांमार्फत चालविले जातात. प्रत्येक सभासदाचा अनुभव आणि ज्ञान लक्षात घेऊन त्यानुसार कामाचे वाटप केले जाते. शेतीसाठी पाण्याची आवश्यकता लक्षात घेऊन पाणी मिळण्यासाठी तथा साठविण्यासाठी उत्खनन, पाणी उपसा आणि पाणी वाहून नेणे यासाठी मोठ्याप्रमाणात भांडवली गुंतवणूक केली जाते.

किबुत्झची अर्थव्यवस्था मुख्यत: कृषी आधारित असली तरी त्यामध्ये उद्योगधंदे विकसित करण्यासाठीही प्रयत्न केले जातात. किबुत्झनी कापड, रबर, प्लास्टिक, दागिने, धातू, वीज इ.सारख्या उद्योगांच्या विकासासाठी प्रयत्न केले आहेत. या उद्योगांमध्ये एकूण १० हजार व्यक्तींना रोजगार उपलब्ध असून इस्रायलमधील एकूण औद्योगिक उत्पदनांमध्ये त्यांचा ६% वाटा आहे. इस्रायलमध्ये १९८३ साली एकूण २७० किबुत्झ संस्था होत्या. त्यांची एकूण सभासद संख्या १ लाख ३ हजार होती आणि त्यांच्याकडे एकूण ४ लाख एकर जमीन कसली जात होती.

२) मोशाव ओविदम (कामागारांची वसाहत) – सहकार चळवळीत समाजवादी व्यवस्थेमध्ये काही प्रमाणात स्वातंत्र्य हवे असणाऱ्या लोकांनी अशाप्रकारची संस्था तथा संघटना स्थापन केली. यामध्ये पहिली संस्था १९२१ साली स्थापन झाली आणि या प्रकारचा विस्तार होऊन आता त्यांची एकूण संख्या ५७७ इतकी झाली आहे. या प्रकारातील संस्था जमिनी भाड्याने घेऊ शकतात त्यासाठी ज्यूईश राष्ट्रीय निधीकडून त्यांना जमीन मिळू शकते. मिळालेल्या जमिनीमध्ये लहान-लहान तुकडे करून ते सभासदांना कसण्यासाठी दिले जातात. परंतु, या प्रकारातही सभासदांना जमिनीचा मालकी हक्क मिळत नाही. यामध्ये कौटुंबिक पद्धतीने शेती केली जाते. तसेच संस्थेच्या परवानगीविना शेतीच्या कामाकरिता कोणालाही मजुरीवर ठेवता येत नाही.

या संस्थेकडून सभासदांना शेतीसाठी गरजेच्या वस्तू पुरविण्यात येतात त्यामध्ये शेतीची अवजारे, खते, बी-बियाणे यांसारख्या वस्तूंचा समावेश असतो. सभासदांनी त्यांच्याकडील शिल्लक तथा अतिरिक्त शेतमालाची विक्री संस्थेमार्फत करावी असे अपेक्षित असते. मध्यवर्ती खरेदी-विक्री संस्थेकडून मालाची प्रतवारी केल्यानंतर वाहतुकीची व्यवस्था संस्थेकडून केली जाते. ही संस्था वसाहतीमध्ये शिक्षण, आरोग्य,

स्वच्छता यांसारख्या सेवासुविधाही पुरविते त्याबदल्यात सभासदांकडून कर गोळा केला जातो. संस्थेची एक बँक असून सभासद त्या बँकेत त्यांच्या ठेवी ठेवतात.

संस्थेचे दैनंदिन व्यवस्थापन निवडून दिलेल्या मंडळाकडून केले जाते. तसेच विषयानुसार वेगवेगळ्या छोट्या कार्यकारी तथा उपसमित्याही नेमण्यात येतात. संस्थेचा व्यवहार हा 'ना-नफा, ना-तोटा' या तत्त्वानुसार केला जातो. जर काही वाढावा (Surplus) शिल्लक राहिला तर त्याचे वाटप सभासदांमध्ये केले जाते. इस्रायलमध्ये १९८३ साली या संस्थांची संख्या ३४९ इतकी होती.

३) मोशाव शितुफी (सहकारी वसाहत) – या प्रकारच्या संस्थांमध्ये सभासद कृषी व इतर संलग्न व्यवहार संयुक्तपणे करतात त्यासाठी ते शेतजमीन व साधने एकत्रित करतात. किबुत्झ आणि मोशाव ओविदम या दोन प्रकारच्या संस्थांमधील हा संस्था प्रकार आहे. यामध्ये सभासदांना स्वातंत्र्य असते. त्यांना सरकार तथा ज्युईश राष्ट्रीय निधी यांजकडून जमीन मिळते. सभासदांना संयुक्त शेतीवर काम करावे लागते. त्यांना कौटुंबिक गरजेपोटी उत्पन्नातून समान हिस्सा मिळतो. त्यांना घरे व सर्वसाधारण सोयीसुविधा वसाहतीकडून पुरविल्या जातात. संस्था सोडताना सभासदांना त्यांची कौटुंबिक संपत्ती बरोबर नेता येते. भांडवल व ठेवी यांचाही भाग परत केला जातो. १९८३ साली अशाप्रकारच्या वसाहतींची संख्या ५० होती तर त्यांची सभासद संख्या १ लाख २२ हजार होती. इस्रायलच्या एकूण कृषी उत्पादनापैकी ४५% इतकी उलाढाल या संस्थाकडून केली जाते.

४) मोशाव ओलिम (नवीन वसाहत) – इस्रायलमध्ये स्थलांतरीत झालेल्या लोकांसाठी १९४८ नंतर नवीन वसाहती निर्माण करण्यात येत होत्या. या वसाहती काही प्रमाणात मोशाव ओविदमप्रमाणे होत्या. स्थलांतरीत लोकांना सहकाराची तत्त्वे आणि व्यवहार यांची फारशी जाण नव्हती. तसेच त्यांना शेतीच्या संदर्भातील प्रशिक्षणही मिळालेले नव्हते. त्यामुळे कृषी व सहकार तज्ज्ञांच्या मार्गदर्शनाखाली त्यांना मजूर म्हणून अनुभव घ्यावा लागला. मात्र, नंतर त्यांनी मोशाव ओविदमप्रमाणे संघटना उभ्या केल्या. या लोकांना ज्युईश संघटनांनी दीर्घ कालावधीसाठी कर्जे उपलब्ध करून दिली. तसेच त्यांना पशुधन आणि कृषी आवश्यक साधनसामग्री खरेदीसाठी मदत करण्यात आली.

६.५ इंग्लंडमधील सहकार चळवळ (Co-operative Movement in UK)

मागील प्रकरणात सहकार चळवळीचे उगमस्थान म्हणून इंग्लंडच्या सहकार चळवळीचा परिचय झाला आहे. तसेच तेथील सहकार चळवळीचा इतिहास आपण थोडक्यात पाहिला. इंग्लंडमधील सहकार चळवळ ही प्रामुख्याने सहकारी ग्राहक

भांडार चळवळ आहे. इंग्लंडमधील या सहकार चळवळीकडून जगातील इतर अनेक देशांनी प्रेरणा घेतल्याने सहकार चळवळीचा जागतिक पातळीवर विस्तार आणि विकास झाला आहे. इंग्लंडमधील या चळवळीचे वर्गीकरण पुढील चार प्रकारात केले जाते.

(अ) उत्पादन सहकारी संस्था – इंग्लंडमध्ये काही सहकारी संस्था भागीदारी आणि नफा विभागणीच्या तत्त्वानुसार कार्यरत आहेत. अशा ३६ संस्था सहकारी उत्पादन संघाच्या सभासद आहेत. हा संघ पादत्राणे व कापड यांसारख्या उत्पादनात कार्यरत आहे. ग्राहक भांडारे त्यांना आवश्यक असलेल्या मालाचा पुरवठा करण्यासाठी या संघांना मागणी नोंदवितात आणि काही प्रसंगी भांडवलही पुरविले जाते.

(ब) किरकोळ सेवा सहकारी संस्था – इंग्लंडमधील किरकोळ सेवा सहकारी संस्थांची सुरुवात घाऊक विक्री सहकारी संस्थेने १९३७ साली केली. त्यानंतर १९५७ साली किरकोळ सेवा सहकारी मर्यादित (Co-operative Retail Services Limited) नावाची एक लक्षणीय संस्था घाऊक विक्री भांडारांनी आणि प्राथमिक संस्थांनी भागिदारीत निर्माण केली. या संस्थेकडे एकूण ३० दुर्बल संस्थांच्या सक्षमीकरणाची जबाबदारी सोपविण्यात आली. या संस्थेची किरकोळ सेवा भांडारांची संख्या १९७३ साली ३३ इतकी होती. तसेच सभासद संख्या १.५ दशलक्ष इतकी होती. या संस्थेची एकूण विक्री रक्कम १७५ दशलक्ष पौंड इतकी होती.

(क) घाऊक विक्री सहकारी संस्था – इंग्लंडमधील किरकोळ ग्राहक भांडारांनी परस्पर सहकार्य वाढविण्यासाठी घाऊक विक्री सहकारी संस्थेची स्थापना केली. इंग्लंडमधील समाजवादी लोकांनी १८५७ पासून या घाऊक विक्री संस्थांची गरज असल्याचे म्हटले होते. १८६३मध्ये The North of England Co-operative Wholesale Agency & Depot नावाची संस्था स्थापन केली आणि या संस्थेने तिचा व्यवसाय १४ मार्च १८६४ पासून सुरू केला. घाऊक सहकारी भांडार ही उत्पादन क्षेत्रातील एक मोठी संस्था आहे. उत्पादन खर्चात बचत करणे आणि खासगी उत्पादकांना मिळणारा नफा आपल्या सहकारी संस्थेच्या सभासदांना मिळावा या हेतूने घाऊक विक्री संस्थेने १८७३ पासून उत्पादनाचे कार्य हाती घेतले. सुरुवातीस संस्थेने बिस्किटांचे उत्पादन सुरू केले. या संस्थेचे एकूण १२० उत्पादन कारखाने आहेत. या संस्थेच्या कारखान्यातून १९८४ साली ५०० दशलक्ष पौंड किमतीच्या वस्तूंचे उत्पादन घेण्यात आले. या संस्थेने एका सहकारी बँकेची स्थापना केली आहे. १९७३

साली स्कॉटिश घाऊक विक्री सहकारी संस्थेचे (Scottish Co-operative Wholesale Society) या संस्थेत विलीनीकरण करण्यात आले.

ड) **किरकोळ विक्री सहकारी संस्था** – इंग्लंडमधील सहकारी चळवळ ही मूलत: ग्राहक सहकारी चळवळ म्हणून ओळखली जाते. सन १९०० साली इंग्लंडमधील सहकारी ग्राहक भांडारांची संख्या १४०० इतकी होती. त्यानंतरच्या काळात सहकारी ग्राहक भांडारांचे विलीनीकरण करण्यात आल्याने त्यांची संख्या १९८४ साली १२५ इतकी कमी झाली. त्यांची सभासद संख्या ९ दशलक्ष इतकी होती. म्हणजे इंग्लंडमधील जवळपास निम्मी कुटुंबे या ग्राहक सहकारी संस्थांची सभासद होती. १९८४ साली या ग्राहक सहकारी संस्थांचा एकूण किरकोळ व्यापार ४२०० दशलक्ष पौंडापेक्षा अधिक होता. या ग्राहक संस्थांकडून फर्निचर, पादत्राणे, कापड यांसारख्या वस्तूंचा पुरवठा केला जातो. या संस्थांची एकूण ७००० दालने आहेत, तसेच ३००० फिरती दालने आहेत.

इंग्लंडमधील सहकार चळवळीचे मूल्यमापन – इंग्लंडमधील ही ग्राहक सहकार चळवळ सर्वच जिल्ह्यात एकसारखी प्रभावीपणे कार्यरत आहे असे नाही. विशिष्ट गावात एकापेक्षा अधिक ग्राहक सहकारी भांडार दिसून येतात. तसेच सहकारी घाऊक विक्री संस्थांमधील वस्तू महागही असतात. जुने कारखाने अकार्यक्षम बनल्याने ते मालाची गुणवत्ता राखू शकत नाहीत. सहकारी संस्थांचा कल नफा मिळविण्याकडे असल्याने त्या टीकेस लक्ष होत आहेत.

असे असले तरीही इंग्लंडमध्ये मोठी लोकसंख्या सहकारी ग्राहक भांडारांची सभासद आहे. तसेच इंग्लंडमधील स्त्रिया विशेषत्वाने त्यांची खरेदी सहकारी भांडारातूनच करतात. या संस्थांकडून सहकारी तत्त्वांचे पालन अत्यंत काटेकोरपणे केले जाते. व्यवस्थापन काटेकोर असल्याने वस्तू वितरणाचा खर्च कमी राखला जातो. सहकारी संस्थांनी त्यांचा निधी बळकट करण्यावर अधिक भर दिल्याने इंग्लंडमधील सहकारी चळवळ आर्थिकदृष्ट्या सक्षम व भक्कम आहे.

समारोप – इंग्लंडमध्ये उदयास आलेली सहकार चळवळ जगाच्या कानाकोपऱ्यातील बहुतेक देशांमध्ये विकसित झाली आहे. यामध्ये भांडवलशाही, समाजवादी, साम्यवादी, मिश्र अर्थव्यवस्था असणारे देश समाविष्ट आहेत. अनेक देशातील सहकार चळवळ ही भिन्न स्वरूपाची असली तरीही त्यांची उद्दिष्टे जवळपास समान आहेत. तसेच सहकार चळवळीच्या समस्याही काही प्रमाणात एकसारख्याच आहेत. तरीही ही सहकार चळवळ अधिकाधिक सक्षम करण्याचा प्रयत्न विविध देशातील प्रशासनिक व्यवस्थांनी केला आहे.

प्रकरण – ७

सहकार आणि विविध अर्थव्यवस्था
(Co-operation & Economic Systems)

प्रस्तावना

सहकार चळवळीच्या बाबतीत असे म्हटले जाते की, ही जनतेची स्वयंस्फूर्त चळवळ आहे. सहकार चळवळीचा उगम हा मुख्यत: भांडवलशाही अर्थव्यवस्थेतील दोष कमी करून गरीब कष्टकरी वर्गाचा आर्थिक आणि सामाजिक विकास व्हावा या उद्देशाने झाला आणि ही चळवळ जगातील अनेक देशांमध्ये कमी-अधिक प्रमाणात पोहोचली. या देशांपैकी रशिया हा समाजवादी देश तर चीन हा साम्यवादी अर्थप्रणालीचा देश म्हणून ओळखला जातो तेथेसुद्धा सहकार चळवळ पोहोचली आणि विकसित झाली. सहकार चळवळीचा भांडवलशाही, समाजवादी आणि मिश्र अर्थव्यवस्था यातील सहसंबंध अधिक महत्त्वपूर्ण असल्याने या प्रकरणात सहकार आणि विविध अर्थव्यवस्थांमधील संबंध, साम्य तथा भेद यांचा थोडक्यात आढावा घेतला आहे.

७.१ सहकार आणि भांडवलशाही अर्थप्रणाली (Co-operation and Capitalist Systems)

भांडवलशाही अर्थव्यवस्थेमध्ये व्यक्तिस्वातंत्र्य व आर्थिकस्वातंत्र्य असले तरी समाजातील सर्व घटकांना विकासाची समान संधी उपलब्ध होतेच असे नाही. समाजातील सर्वच घटकांच्या गरजा भागविण्याच्यादृष्टीने विचार केला जातोच असे नाही. तर सहकारी व्यवस्थेत प्रत्येक व्यक्तीच्या गरजा पूर्ण करण्याचा प्रयत्न केला जातो. सहकारी संस्थेमध्ये समान गरजा असलेल्या व्यक्तींचा समावेश असतो. या समान गरजा असलेल्या व्यक्ती स्वेच्छेने एकत्र येऊन आपले आर्थिक हितसंवर्धन करण्यासाठी व्यावसायिक संस्था स्थापन करतात. त्यामुळे सहकारी संस्था भांडवलशाही व्यवस्थेपेक्षा अधिक लोकोपयोगी असतात. व्यापक जनहिताचा दृष्टिकोन लक्षात घेता सहकारी

व्यवस्था भांडवलशाही अर्थप्रणालीपेक्षा कशी सरस वाटते ते पुढील मुद्द्यांच्या आधारे पाहू.

- भांडवलशाही अर्थव्यवस्थेत केवळ पैसा आणि संपत्ती यास विशेष महत्त्व असते. तेथे व्यक्तीस महत्त्व नसते. मात्र, सहकारी संस्थेत व्यक्तीकडील पैशांपेक्षा व्यक्तीला सभासद म्हणून अधिक महत्त्व असते.
- भांडवलशाही व्यवस्थेत उत्पादन संस्थांमध्ये उच्चकोटीची स्पर्धा व वितुष्ट असू शकते. तर सहकारी व्यवस्थेत एकमेकांस साहाय्य करण्याची भावना असते. प्रत्येक सहकारी संस्था दुसऱ्या सहकारी संस्थेस मदत करीत असते. त्यामुळे तिथे ऐक्य व बंधुभाव असतो.
- भांडवलशाही व्यवस्थेत आर्थिक व्यवहारांची प्रेरणा व्यक्तिगत लाभ ही असते, तर सहकारात सेवाभाव ही प्रेरणा केंद्रस्थानी असते.
- भांडवलशाही व्यवस्थेत अधिकतम नफा मिळविण्यासाठी श्रमिकांची पिळवणूक होत असते. मात्र, सहकारी व्यवस्थेत श्रमिकांकडे समाजाचा एक महत्त्वपूर्ण घटक म्हणून पाहिले जाते आणि त्याची पिळवणूक होऊ नये यासाठी प्रयत्न केले जातात.
- भांडवलशाही व्यवस्थेत संपत्तीचे केंद्रीकरण केले जाते त्यामुळे अर्थव्यवस्थेत गरीब-श्रीमंत अशी आर्थिक विषमता निर्माण होते. मात्र, सहकारी व्यवस्थेत आर्थिक विषमता कमी करण्याचा आणि समता प्रस्थापित करण्याचा प्रयत्न केला जातो.
- भांडवलशाहीत उपभोक्ता सार्वभौम असतो कारण अशा व्यवस्थेत ठरावीक व्यक्तींकडे अधिक पैसा असल्याने उपभोक्त्यांच्या आवडीनिवडींचा विचार करून उत्पादन केले जाते आणि गरीब व्यक्तींच्या गरजांकडे दुर्लक्ष केले जाते. तर सहकारी व्यवस्थेत गरीब सामान्य व्यक्तींनीच त्यांच्या गरजा भागविण्यासाठी संस्था स्थापन केलेल्या असतात.
- भांडवलशाहीत उत्पादनाच्या साधनसामग्रीचे विषम वाटप होते. तर सहकारी व्यवस्थेत अशा साधनसामग्रीचा उपयोग समाजातील दुर्बल घटकांच्या गरजा पूर्ण करण्यासाठी केला जातो.
- भांडवलशाही व्यवस्थेमध्ये व्यवस्थापक पगारी नोकरदार असतात. त्यांचा मालकांशी अर्थात भागधारकांशी फारसा संबंध येत नाही कारण अशा संयुक्त भांडवली कंपन्यांचे भागधारक संपूर्ण देशभर विखुरलेले असतात आणि त्यांचा कंपनीशी संबंध फक्त वार्षिक सर्वसाधारण सभेप्रसंगी येतो. तर सहकारी संस्थांचे

सभासद (भागधारक) स्थानिक लोक असतात. संस्थेच्या सेवासुविधांचा लाभ घेण्यासाठी त्यांचा व्यवस्थापनाशी नियमित संपर्क होतो. तसेच काही सभासद संस्थेच्या दैनंदिन कामकाजातही सहभाग घेतात.

- भांडवलशाही व्यवस्थेत आर्थिक विषमता मोठ्या प्रमाणात निर्माण होत असल्याने तेजी-मंदी सारखे व्यापारचक्र वारंवार निर्माण होण्याची शक्यता असते. तर सहकारी व्यवस्था समाजातील विशिष्ट घटकांसाठी उत्पादन करत असल्याने या व्यवस्थेद्वारे आर्थिक स्थैर्य प्राप्त होण्यास मदत होते.

- भांडवलशाहीचा आधार भोगवाद आहे त्यालाच भौतिकवाद असेही म्हटले जाते. सहकारी व्यवस्थेत नैतिक मूल्य, सेवाभाव, मानवता आणि सांस्कृतिक मूल्यांना अधिक महत्त्व असते.

- भांडवलशाही व्यवस्थेत उत्पादनाचा आकार मोठ्या प्रमाणात असल्यामुळे मोठी भांडवली गुंतवणूक होते आणि उत्पादन खर्चही मोठ्या प्रमाणात असतो. तर सहकारी संस्थांचा आकार लहान असल्याने काटकसर करून उत्पादन खर्च कमी करणे शक्य असते.

- भांडवलशाही व्यवस्थेत व्यावसायिक व्यवस्थापन असल्याने आणि नफा कमविणे हेच ध्येय असल्याने कार्यक्षमता आणि निर्णय घेण्याची क्षमता अधिक प्रभावशाली व शीघ्र असते. तर सहकारी व्यवस्था लोकशाही व्यवस्थापन पद्धतीने चालत असल्याने निर्णय दिरंगाई होते परिणामी कार्यक्षमतेवर परिणाम होतो.

- भांडवलशाही व्यवस्थेमध्ये सरकारी हस्तक्षेप नगण्य असतो, तर भांडवलदार वर्ग शासन व्यवस्थेत प्रभावशाली असतो. मात्र, सहकारी व्यवस्थेत सरकारचा हस्तक्षेप मोठ्या प्रमाणात असतो. लोकशाही व्यवस्थापन पद्धतीमुळे राजकीय नेतृत्व तयार होऊन सहकारामध्ये राजकीय वर्चस्ववादही निर्माण होतो. परिणामी सर्वसाधारण सभासदांमध्ये उदासीनता निर्माण होते.

भांडवलशाही अर्थप्रणालीचे दोष आणि सहकारी व्यवस्थेचे गुण–दोष परिचित असले तरीही प्रत्येक व्यावसायिक व्यवस्था तथा अर्थव्यवस्था विकासामध्ये महत्त्वपूर्ण योगदान देत असते.

७.२ सहकार आणि समाजवादी अर्थप्रणाली (Co-operation and Socialistic System)

आर्थिक विकासाचे ध्येय साध्य करण्यासाठी सहकार चळवळ अत्यावश्यक असल्याचे मत विचारवंत, समाजधुरीण व नियोजनकर्ते यांनी मान्य केलेले आहे.

परस्परांना साहाय्य करणे व परस्परांचे आर्थिक हित साधणे हा सहकाराचा साधा अर्थ आहे. सहकाराच्या पुढील संज्ञांमधूनच सहकारातील समाजवादी दृष्टिकोन अर्थात समानतेचे तत्त्व अधिकच स्पष्ट होते.

श्री. एच. कलव्हर्ट – ''आपल्या आर्थिक हिताच्या वृद्धिसाठी समानतेच्या तत्त्वावर, मानवी भूमिकेतून व्यक्तींनी स्वेच्छेने एकत्र येऊन स्थापन केलेला संघटन प्रकार म्हणजे सहकार होय.''

प्रख्यात सहकार तज्ज्ञ श्री. वैकुंठलाल मेहता – ''समान गरजा असलेल्या व्यक्तींनी एकत्र येऊन, समान आर्थिक उद्दिष्ट साध्य करण्यासाठी केलेले स्वेच्छा संघटन वृद्धिंगत करणारी व्यापक चळवळ म्हणजे सहकार होय.''

महाराष्ट्र सहकारी संस्था अधिनियम १९६०च्या दुसऱ्या विभागात ३ ते ११ कलमात नोंदणीसंबंधी तरतुदी दिलेल्या आहेत. त्यानुसार समान उद्दिष्ट साध्य करण्यासाठी किंवा समान हेतूच्या पूर्ततेकरिता दहा किंवा त्याहून अधिक इसम एकत्र येऊन सहकारी संस्थेची स्थापना करू शकतात असे म्हटले आहे.

वरील सर्व व्याख्यांमधील समान गरजा व समान हेतूंची पूर्तता म्हणजेच सभासदांना विकासाच्या समान संधींची उपलब्धता करून देणे हा सहकाराचा उद्देश आहे. त्यामुळेच सहकारी चळवळीमध्ये समाजवादी तत्त्व सामावलेले आहे असे म्हटले जाते.

सन १९६६मध्ये श्री. द. गो. कर्वे यांच्या अध्यक्षतेखाली तज्ज्ञांच्या समितीने सहकाराच्या तत्त्वांची पुनर्मांडणी करून आपला अहवाल सादर केला. या सहकाराच्या तत्त्वांमध्ये 'सामाजिक मालकी' हे तत्त्वसुद्धा आहे. सहकारी संस्था जरी तिच्या सभासदांच्या मालकीची असली तरी कोणत्याही सभासदास संस्थेच्या मालमत्तेवर आपला वैयक्तिक हक्क सांगता येत नाही. कारण सहकारी संस्थेची मालमत्ता ही सर्व सभासदांच्या मालकीची म्हणजे समाजाच्या मालकीची असते. समाजवादी व्यवस्थेमध्ये उत्पादन साधनांची अर्थात उद्योग व्यवसायांची मालकी ही सामाजिक असते. त्यामुळे सहकारामध्ये समाजवादी तत्त्व सामावल्याचे स्पष्ट होते.

सहकारी संस्था त्यांच्या सभासदांशी व्यवहार करताना त्यांनी धारण केलेल्या भाग भांडवलाच्या प्रमाणात न करता सर्वच सभासदांशी समानतेच्या तत्त्वाने व्यवहार करतात हे समाजवादी तत्त्व सहकारात प्रभावशाली आहे. सहकार आणि समाजवादी अर्थप्रणाली यामध्ये पुढील बाबी **समान** असल्याचे दिसून येते.

समाजवादी अर्थव्यवस्था आणि सहकार चळवळ या दोन्ही व्यवस्था भांडवलशाही अर्थव्यवस्थेतील दोषांपासून सर्वसामान्य जनतेला आर्थिक व सामाजिक न्याय मिळावा या उद्देशाने उदयास आल्या.

समाजवादी अर्थव्यवस्थेत राष्ट्रीय उत्पन्नाचे वाटप समान पद्धतीने करून सामाजिक व आर्थिक न्याय प्रस्थापित करणे हे ध्येय असते. सहकारी व्यवस्थेतदेखील आर्थिक व सामाजिक न्याय प्रस्थापित करण्याचे धेय असते.

समाजवादी अर्थव्यवस्थेत उत्पादनाची साधनसामग्री समाजाच्या मालकीची असते. सहकारी व्यवस्थेत ती सभासदांच्या मालकीची म्हणजे सामाजातील विशिष्ट गटाची असते त्यामुळे या व्यवस्थेतदेखील साधनसामग्रीवर सामाजिक मालकी प्रस्थापित करण्याचा प्रयत्न केला जातो.

समाजवादी अर्थव्यवस्थेमध्ये तसेच सहकारी व्यवस्थेमध्येदेखील अधिकतम नफा यापेक्षा सामाजाच्या गरजा भागविण्याकडे सेवावृत्तीने लक्ष दिले जाते.

समाजवादी अर्थप्रणालीत राष्ट्रीय मालकीच्या साधनसामग्रीचा जास्तीतजास्त काटकसरीने उपयोग केला जातो. सहकारमध्येदेखील साधनसामग्रीचा काटकसरीने उपयोग करून उत्पादन खर्च मर्यादित करण्याचा प्रयत्न केला जातो.

समाजवादी अर्थव्यवस्था आणि सहकार या दोन्हींमध्ये कामगार व उपभोक्त्यांची पिळवणूक थांबविण्यासाठी प्रयत्न केले जातात. तसेच या दोन्ही व्यवस्थेत जीवघेण्या स्पर्धेऐवजी सहकार्यातून विकासासाठी प्रेरणा दिली जाते.

सहकार आणि समाजवादी अर्थव्यवस्था यामध्ये वरील समान मुद्दे जरी आढळून येत असले तरी दोन्ही व्यवस्थेत काही **भेद**ही आहेत. ते पुढील मुद्यांच्या आधारे पाहू.

समाजवादी अर्थव्यवस्थेत आर्थिक व राजकीय सत्ता पूर्णपणे कामगारांच्या हाती असते. तेथे विरोधी पक्षास स्थान नसते. याउलट, सहकारी व्यवस्थेचा कारभार लोकशाही पद्धतीने चालतो. त्यामुळे सहकारी संस्थांच्या सभासदांमध्ये मतभेदांबाबत खुले वातावरण असते.

समाजवादी अर्थव्यवस्थेत सर्व आर्थिक व्यवहारांचे नियोजन, नियोजन मंडळामार्फत केले जाते. सहकारी व्यवस्थेमध्ये आर्थिक व्यवहारांचे नियोजन सहकारी संस्थांच्या सभासदांकडून केले जाते व त्यासाठी सभासदांच्या प्रतिनिधींचे कार्यकारी किंवा व्यवस्थापक मंडळ काम करते.

समाजवादी अर्थव्यवस्थेत खंड आणि व्याजाचा उत्पादन खर्चात समावेश केला जात नाही. तर सहकारी तत्त्वानुसार खंड आणि व्याज यांचा समावेश सहकारात दिसून येतो. जमीन हा उत्पादनाचा महत्त्वाचा घटक असून त्यास खंड दिला पाहिजे हे सहकारी तत्त्वास धरून आहे त्याचप्रमाणे उद्योगांसाठी भांडवलाची आवश्यकता असल्याने भांडवलास व्याज दिले पाहिजे हेही सहकारी व्यवस्थेत मान्य केले आहे. थोडक्यात, समाजवादी अर्थव्यवस्थेपेक्षा सहकारी व्यवस्था वास्तववादी आहे.

समाजवादी अर्थव्यवस्थेत कामगारपक्षाचे सरकार असल्याने नोकरशाहीचे वर्चस्व आढळून येते. सहकारात नोकरशाहीस अवास्तव स्वातंत्र्य नसते.

समाजवादी अर्थव्यवस्थांनी आजपर्यंत औद्योगिकीकरणावर जास्तीतजास्त भर दिलेला आढळून येतो. तर सहकारामध्ये औद्योगिकीकरणाबरोबरच शेतीच्या विकासासाठी अधिक प्राधान्य दिले असल्याचे आढळून येते. सामजवादी अर्थव्यवस्थेत वस्तूंच्या किमती ठरविताना व्यावहारीक दृष्टिकोन नसतो. लोककल्याणाच्या नावाखाली वस्तूंचा उत्पादन खर्च जास्त असतानादेखील वस्तू कमी किमतीस विकल्या जातात. समाजवादी अर्थव्यवस्थेत त्याचे 'ना नफा, ना तोटा' या तत्त्वाखाली समर्थन केले जाते. सहकारात समाजवाद असतो परंतु परिस्थितीचा विपर्यास केला जात नाही. उत्पादन खर्च वस्तुस्थितीस धरून मांडला जातो. कोणताही व्यवसाय लोककल्याणासाठी तोट्यात चालविला जात नाही. थोडक्यात, सहकारात व्यावहारिक दृष्टिकोन असतो.

समाजवादी अर्थव्यवस्थेत आर्थिक व्यवहारांचा तपशील समाजासमोर सविस्तरपणे मांडला जात नाही. तर सहकारी अर्थव्यवस्थेत तो समाजासमोर तथा सभासदांसमोर स्पष्टपणे मांडला जातो.

समाजवादी अर्थव्यवस्था चालविण्यासाठी विशिष्ट प्रकारची सरकारी यंत्रणा आवश्यक असते. सहकारात तशी विशिष्ट प्रकारची सरकारी यंत्रणा आवश्यक नसते. सरकारचे नियंत्रण मर्यादित स्वरूपात असते. सहकारी संस्थांना स्वायत्तता प्रदान करण्याचा प्रयत्न केला जातो.

समाजवादी अर्थव्यवस्थेत सक्तीचा वापर केला जातो. तर सहकारामध्ये ऐच्छिकतेला महत्त्व दिले जाते. समाजवादी अर्थव्यवस्थेत उद्योगधंद्यांना मिळणारा नफा सरकारी खजिन्यात जमा केला जातो. तर सहकारी संस्थांचा नफा सभासदांमध्ये लाभांश रूपाने वितरीत केला जातो.

सहकारी संस्था आणि भांडवलशाही व समाजवादी अर्थप्रणाली यांचा संबंध जोडताना स्पष्टपणे दिसून येते की, सहकारी संस्थांमध्ये समाजवादी तत्त्व असले तरी सहकारी व्यावसायिक प्रणालीही लोकशाही प्रणाली व तत्त्वांनुसार कारभार करते. ज्याप्रमाणे जगामध्ये आज २१व्या शतकात विविध अर्थव्यवस्था जशा शुद्ध स्वरूपात आढळून येत नाहीत त्यामुळे जगातील बहुसंख्य अर्थव्यवस्था या मिश्र अर्थव्यवस्था असल्याचे चित्र आहे. भांडवलशाही प्रणालीतही राज्यनियंत्रित भांडवलशाही (State Capatilism) ही संकल्पना रुजू लागली आहे. तर समाजवादी आणि साम्यवादी अर्थव्यवस्थाही आता मर्यादित प्रमाणात खुल्या होत आहेत. या घडामोडी मिश्र

अर्थव्यवस्थेचे चित्र मांडताना दिसून येत आहेत. त्यामुळे सहकार आणि मिश्र अर्थव्यवस्था यातील संबंध थोडक्यात पुढीलप्रमाणे पाहू.

७.३ सहकार आणि मिश्र अर्थव्यवस्था (Co-operation and Mixed Economy)

मिश्र अर्थव्यवस्थेत भांडवलशाहीचे दोष कमी करण्याचा प्रयत्न करताना, महत्त्वाच्या उद्योगधंद्यांचे राष्ट्रीयीकरण करून समाजवादी तत्त्वसुद्धा जोपासले जाते. त्यामुळे मिश्र अर्थव्यवस्थेत भांडवलशाही आणि समाजवादी अर्थव्यवस्था यांची सांगड घातलेली असते. खासगी उद्योगधंद्यांना वाव मिळावा आणि विकासाची प्रेरणा मिळावी म्हणून मिश्र अर्थव्यवस्थेत भांडवलशाही तत्त्व समाविष्ट असले तरीही काही प्रमाणात महत्त्वाच्या उद्योगधंद्यांवर राज्याचे अर्थात शासनाचे नियंत्रण असते. म्हणून आज राज्यनियंत्रित भांडवलशाही (State Capitalism) असल्याचे म्हटले जाते. त्याचबरोबर राष्ट्रीयीकृत उद्योगधंद्यांमध्ये स्पर्धात्मकता वाढावी आणि त्यांचा आर्थिक विकास व्हावा, त्यांची गुणवत्ता वाढावी यासाठी अशा उद्योगांचे खासगीकरण करण्याचे धोरण असल्याचे २१व्या शतकात आढळून येत आहे. थोडक्यात, बहुतेक राष्ट्रांमध्ये मिश्र अर्थव्यवस्था असल्याचे आढळून येत आहे.

समाजवादी अर्थव्यवस्थेत वैयक्तिक मालकी हक्कास पूर्णपणे वगळण्यात आले असल्याने व्यक्तीला कर्तृत्व सिद्ध करण्यास वाव राहात नाही. उत्पादनाबाबतचे सर्व निर्णय मध्यवर्ती नियोजन मंडळामार्फत घेतले जातात. त्यामुळे जनतेच्या इच्छा आणि वस्तूंचे उत्पादन यांचा ताळमेळ होतोच असे नाही. तसेच उत्पादन खर्च, राष्ट्रीय उत्पन्न या बाबतची खरी आकडेवारी समाजासमोर कधीही येत नाही. समाजवादी अर्थव्यवस्थेत नोकरशाहीचे वर्चस्व मोठ्या प्रमाणात असल्याने भ्रष्टाचार आणि दप्तर दिरंगाई होते.

तर, सहकारी व्यवस्थेचा मूळ हेतू समाजातील दुर्बल घटकांच्या विकासासाठी प्रयत्न करणे हा असतो. त्यासाठी त्यांना एकत्र करून विविध उत्पादन प्रकल्प हाती घेतले जातात. त्यामध्ये सहकार्याची भावना जोपासली जाते. सहकारी संस्थांच्या विकासामुळे आर्थिक विषमता कमी होण्यास मदत होते. त्यामुळे सहकारामध्ये भांडवलशाहीचे गुण आढळून येत असले तरी भांडवलशाही अर्थव्यवस्थेतील दोष दूर करण्याचा प्रयत्न केला जातो.

भांडवलशाही आणि साम्यवाद यांच्या दरम्यानचा सुवर्णमध्य म्हणजे सहकार आहे. (कार्ल मार्क्सने साम्यवादाच्या आधीची अवस्था म्हणजे 'समाजवाद' असे म्हटले आहे). खासगी मालकी हक्क सहकारात मान्य केला आहे, त्यामुळे सहकार भांडवलशाहीला जवळचा आहे. तर न्याय्य वाटप, समता, लोकशाही प्रशासन या

तत्त्वांना मान्यता दिली असल्याने सहकार समाजवादालासुद्धा जवळचा आहे. तसेच सभासदांचे कल्याण साधणे या बाबी साम्यवादाला जवळच्या आहेत. म्हणून भांडवलशाही, समाजवाद आणि साम्यवाद यांना एकत्रित करणारे तत्त्वज्ञान सहकारात आहे.

समाजवादी आणि भांडवलशाही अर्थव्यवस्थांचा अनुभवास आलेला सर्वांत महत्त्वाचा दोष म्हणजे या दोन्ही अर्थव्यवस्थांनी केवळ औद्योगिक विकासास अधिक महत्त्व दिले. त्यांनी कृषी विकासाकडे हवे त्या प्रमाणात लक्ष दिले नाही. त्यामुळे या दोन्ही अर्थव्यवस्थांमध्ये आर्थिक विषमता कमी करणे शक्य झाले नाही. तसेच या दोन्ही अर्थव्यवस्थांमध्ये आर्थिक विकासाचा असमतोल निर्माण झालेला दिसतो. समाजवादी अर्थव्यवस्थेत नोकरशाहीचे वर्चस्व असल्याने भ्रष्टाचार मोठ्या प्रमाणात आढळून येतो. तर भांडवलशाही व्यवस्थेत आर्थिक विषमता मोठ्या प्रमाणात आढळून येते. त्यामुळेच समाजवादी तत्त्वज्ञान समाविष्ट असणारी आणि लोकशाहीच्या माध्यमातून भांडवलशाहीची तत्त्वे सामावणारी सहकार चळवळ मिश्र अर्थव्यवस्थेचे उत्तम उदाहरण आहे असे म्हणणे योग्य ठरते.

सहकार चळवळीने नेहमी शेती आणि ग्रामीण विकासाला विशेष महत्त्व दिलेले दिसून येते. समाजातील दुर्बल घटकांना आर्थिक आणि सामाजिक न्याय प्राप्त व्हावा. आर्थिक विकासाचा समतोल साधला जावा यासाठी सहकार चळवळ विशेष उपयुक्त आहे. सहकारी पद्धतीत समाजवादी आणि भांडवलशाही अर्थप्रणालीतील दोष दूर करून दोन्ही व्यवस्थांच्या गुणांचा उपयोग करण्याचा प्रयत्न केला जात आहे. म्हणून सहकार चळवळ भांडवलशाही आणि समाजवादी अर्थप्रणाली यातील सुवर्णमध्य आहे असे म्हटले जाते.

७.४ जागतिक अर्थव्यवस्थेच्या विकासावरील सहकार चळवळीचा परिणाम (The Impact of Co-operative Movement for the Development of World Economy)

जागतिक पातळीवर सर्व देशांमधील सहकारी संस्थांचा विश्वसनीय विदा (Data) प्राप्त करणे हे एक मोठे जिकिरीचे काम आहे. २०१२ साली संयुक्त राष्ट्रसंघाने आंतरराष्ट्रीय सहकार वर्ष घोषीत केले. तरीही जगभर आणि देशपरत्वे सहकारी संस्थांची एकूण संख्या, त्यांचे सभासद/ग्राहक (Membership/Client), उलाढाल, कर्मचारी आणि मालमत्ता यासंदर्भात माहिती उपलब्ध होऊ शकली नाही. मात्र, संयुक्त राष्ट्रसंघाच्या पुढाकाराने २०१३-१४ साली जागतिकपातळीवर सहकारी संस्थांची माहिती घेण्याचा प्रयत्न केला गेला. त्याच्या आधारे जागतिक अर्थव्यवस्थेच्या विकासावरील सहकार

चळवळीचा प्रभाव किंवा परिणाम काय आहे हे पुढीलप्रमाणे पाहू.

जगातील सहकारी संस्थांची माहिती उपलब्ध होण्यासाठी संयुक्त राष्ट्रसंघाने जे प्रयत्न केले त्यामध्ये जगातील एकूण १४५ देशांमधील सहकारी संस्थांबाबतची माहिती उपलब्ध झाली. या माहितीनुसार जगामध्ये २०१३-१४ साली एकूण १ अब्ज (1 Billion) लोक सहकारी संस्थांचे सभासद/ग्राहक होते. तर जगामध्ये जवळपास एकूण २.६ दशलक्ष सहकारी संस्था होत्या. मात्र, फ्रान्समध्ये ६५ दशलक्ष लोकसंख्येमध्ये १४७ दशलक्ष लोक सहकारी संस्थांचे सभासद/ग्राहक होते. म्हणजे फ्रान्समध्ये प्रत्येक मनुष्य सरासरी २.२५ सहकारी संस्थांचा सभासद होता.

जागतिक पातळीवर एकत्रितपणे जवळपास १२५,९५,५०१ लोक सहकारी क्षेत्रात काम करत होते. म्हणजे जागतिक लोकसंख्येच्या सरासरी ०.२% लोक सहकारी क्षेत्रातील रोजगारात होते. ही संख्या इक्वाडोर या देशाच्या तरुण लोकसंख्येपेक्षा अगदी थोड्याफार फरकाने अधिक आहे. यामध्ये एक महत्त्वपूर्ण नोंद घेणे आवश्यक आहे की, चीनमधील ९,८२,४०० कृषी सहकारी संस्थांच्या १२.६ दशलक्ष कामगारांचा समावेश यात नाही कारण त्याबाबत विश्वसनीय माहितीची उपलब्धता झाली नाही.

जागतिक पातळीवरील उपलब्ध माहितीच्या आधारे सहकारी संस्थांनी एकत्रितपणे संपूर्ण जगभर २.९८ ट्रिलीयन अमेरिकन डॉलर इतका महसूल निर्माण केला. तर त्यांची सामायिक मालमत्ता १९.६ ट्रिलीयन अमेरिकन डॉलर इतकी होती. वास्तविक पाहता, सहकारी संस्था या स्थानिक स्वरूपाच्या व्यवसाय संस्था आहेत. चार देशांमध्ये सहकारी संस्थांचा राष्ट्रीय पातळीवरील ढोबळ घरेलू उत्पादनातील (Gross Domestic Product-GDP) वाटा १०% पेक्षा अधिक आहे यामध्ये (न्यूझीलंड २०%, नेदरलँड १८%, फ्रान्स १८% आणि फिनलंड १४%) यांचा समावेश आहे.

तक्ता क्र. ७.१

ढोबळ घरेलू उत्पादनातील हिश्श्याच्या आधारे जगातील दहा देश

क्रमांक	सभासद/ग्राहक संख्येने	रोजगारात	वार्षिक उत्पन्न (GDP)
१	फ्रान्स	न्यूझीलंड	न्यूझीलंड
२	फिनलंड	स्वित्झर्लंड	नेदरलँड
३	स्वित्झर्लंड	इटली	फ्रान्स
४	ऑस्ट्रिया	फ्रान्स	फिनलंड

क्रमांक	सभासद/ग्राहक संख्येने	रोजगारात	वार्षिक उत्पन्न (GDP)
५	डोमनिका	माल्टा	लक्झमबर्ग
६	नेदरलँड	फिनलंड	जर्मनी
७	आयर्लंड	जर्मनी	आयर्लंड
८	जर्मनी	नेदरलँड	इटली
९	सायप्रस	स्पेन	डेन्मार्क
१०	ऑस्ट्रेलिया	नॉर्वे	पोलंड

(स्रोत – Result of the 2014 Gobal Census on Co-operative, United Nation's Secretariat, Dept. of Economic & Social Affairs, Madison, USA).

वरील तक्त्यामध्ये ढोबळ घरेलू उत्पादनाच्या आधारे जगातील प्रमुख दहा देश वरीलप्रमाणे आहेत. तसेच सभासद, रोजगार निर्मिती आणि ढोबळ महसुली प्रमाण यांच्या आधारे सहकारी अर्थव्यवस्था निर्देशांकही मांडण्याचा प्रयत्न करण्यात आला. या सहकारी अर्थव्यवस्था निर्देशांकाप्रमाणे जगातील प्रथम दहा देश खालीलप्रमाणे.

तक्ता क्र. ७.२

सहकारी अर्थव्यवस्था निर्देशांकाप्रमाणे जगातील प्रथम दहा देश

क्रमांक	सहकारी अर्थव्यवस्था निर्देशांक (देश)
१	न्यूझीलंड
२	फ्रान्स
३	स्वित्झर्लंड
४	फिनलंड
५	इटली
६	नेदरलँड
७	जर्मनी
८	ऑस्ट्रिया
९	डेन्मार्क
१०	नॉर्वे

(संदर्भ – Result of the 2014 Gobal Census on Co-operative, United Nation's Secretariat, Dept. of Economic & Social Affairs, Madison, USA).

उपलब्ध माहितीच्या आधारे जागतिक पातळीवर जगातील ६ लोकांच्या मागे १ व्यक्ती सहकारी संस्थांची सभासद/ग्राहक आहे. जागतिक पातळीवर एकूण सहकारी संस्थांची संख्या जवळपास ''१५,१४,५९८ इतकी आहे, सभासद/ग्राहक संख्या १०७,१७,९०,१६७ इतकी आहे, कर्मचारी संख्या १,२६,१०,७४८ आहे, कार्यालय/दालनांची संख्या ७,७१,९८८ इतकी आहे, मालमत्ता १९६०७४२,८०,९६,४२६ तर त्यांचा वार्षिक महसूल २९६२८९,६१,१३,९३८ इतका आहे.''१

समारोप – आर्थिक विकासाच्या प्रक्रियेत भांडवलशाही, समाजवाद आणि साम्यवाद अशा विविध राजकीय आणि अर्थप्रणाली उदयाला आल्या. काळानुरूप त्यातील गुण-दोष अनुभवास येऊ लागल्याने त्यामध्ये सुधारणाही केल्या जात आहे. त्यातून विकासाच्या प्रक्रियेत समाजातील सर्वच घटकांना सामावून घेता यावे, प्रत्येकाला आर्थिक व सामाजिक विकासाच्या समान संधींची उपलब्धता व्हावी, लोकशाहीतील या समता तत्त्वाचा पुरस्कार करताना विविध अर्थप्रणालीतून सहकार चळवळीचा उगम झाला. ही चळवळ विविध देशांमध्ये कमी-अधिक प्रमाणात विस्तारली. विविध अर्थप्रणालीचा स्वीकार करणाऱ्या सहकार चळवळीमध्ये फक्त याअर्थप्रणालींचे गुणच समाविष्ट झाले, असे नाही तर गुणांबरोबरच काही दोषही सहकार चळवळीत आले (थोडक्यात गव्हाबरोबर तणही आले). म्हणूनच कुठलीही आर्थिक प्रणाली तथा अर्थव्यवस्था शुद्ध स्वरूपात न राहता तिच्यामध्ये काळानुरूप बदल झाल्याचे आणि बदल होत असल्याचे दिसून येत आहे. सहकारी क्षेत्रातही अमूलाग्र बदल घडत आहेत. सहकारामध्येही व्यावसायिक व्यवस्थापन, स्पर्धात्मक वातावरण निर्माण व्हावे आणि सहकार चळवळ ही व्यापक लोकचळवळ व्हावी यासाठी सातत्याने प्रयत्न केले जात आहेत.

---

१. Result of the 2014 Gobal Census on Co-operative, United Nation's Secretariat, Dept. of Economic & Social Affairs, Madison, USA, वरील संदर्भामध्ये दिलेल्या आकड्यांमध्ये मालमत्ता व महसूल हे कोणत्या चलनातील आहेत ते स्पष्ट नाही. त्यामुळे वरील आकडेवारी प्रमाणित असल्याची खात्री देता येत नाही.

समारोप

भारतातील सहकार चळवळीच्या शतकोत्तर वाटचालीत सहकार क्षेत्रात अनेक सुधारणा करण्यात आल्या. सहकार चळवळीचा संख्यात्मक विकास झपाट्याने झाला. परंतु सहकारी संस्थांमधील राजकीय हस्तक्षेप/वर्चस्व, घराणेशाही, भ्रष्टाचार आणि सर्वसामान्य सभासदांची उदासीनता त्यामुळे सहकार चळवळ जनमानसात रुजण्यात अपेक्षेप्रमाणे यशस्वी झाली नाही. ही चळवळ लोकाभिमुख होण्यात यशस्वी झाली नाही. सहकार चळवळीचा अधिकाधिक विकास झालेल्या महाराष्ट्रातसुद्धा खासगी सावकारीचा प्रभाव आजही समाजातील गरीब, गरजू लोकांचे शोषणास कारणीभूत ठरतो आहे. त्यामुळेच सहकार चळवळ अधिकाधिक लोकांपर्यंत पोहोचावी, ती अधिकाधिक लोकाभिमुख व्हावी, ती अधिकाधिक स्वायत्त व्हावी, स्वावलंबी व्हावी, म्हणजे सहकारी चळवळीचा गुणात्मक विकास साध्य होईल या महत्त्वपूर्ण हेतूनेच सहकार हा विषय जरी राज्यांचा असला तरी केंद्र सरकारने ९७वी घटना दुरुस्ती करून सहकारी संस्थांच्या कायद्यांमध्ये अपेक्षित बदल करण्याचे महत्त्वपूर्ण पाऊल टाकले.

असे असले तरीही सहकारी चळवळीतील सर्व दोष दूर झाले आणि सहकार चळवळ निर्दोष झाली आहे असे मात्र नक्कीच नाही. आजही सहकार चळवळीत ठरावीक गटातटाचे वर्चस्व आढळून येते. लोकशाही पद्धतीने कारभार करताना नुसतेच कागदोपत्री क्रियाशील सभासद दाखविले जात आहेत. तसेच तज्ज्ञ संचालक, कार्यलक्षी संचालक आणि स्वीकृत सदस्यांची निवड ही सर्वत्र पारदर्शक पद्धतीने केली जाते असे नाही. घराणेशाही किंवा आप्तस्वकियांना लाभ करून देण्याचे प्रकार आजही सहकार चळवळीतील दोष आणि उणिवा अधोरेखीत करीत आहेत.

थोडक्यात, नुसती कायद्यामध्ये दुरुस्ती किंवा सुधारणा करून समाज सद्गुणी होईल असे नाही तर समाज सद्गुणी होण्यासाठी संस्कारांची गरजही तितकीच महत्त्वपूर्ण आहे, म्हणूनच सहकारी संस्थांचे शिक्षण आणि प्रशिक्षण याकामी महत्त्वाचे ठरू शकते. प्रशिक्षणाचा हेतू प्रमाणपत्र प्राप्त करून कागदोपत्री वैधानिक बाबींची पूर्तता करणे इतकाच मर्यादित नाही तर सहकार चळवळीचा सर्वांगीण विकास व्हावा यासाठी सहकाराची तत्त्वे चळवळीतील कार्यकर्त्यांनी जोपासावी हा प्रशिक्षणामागील उदात्त हेतूसुद्धा आहे.

परिशिष्ट – १

सहकारी संस्थांच्या लेखापरीक्षणातील गुणदर्शक तक्ता आणि दोषदुरुस्ती अहवालाचा नमुना

नागरी सहकारी पतसंस्थांचे लेखापरीक्षण वर्गवारीचे निकष/गुणदान यांचा नमुना/उदाहरण

तक्ता/ पेपर क्र.	तपशील	गुण	एकूण गुण
१	अ) भांडवल पर्याप्तता		६०
	स्वनिधीचे प्रमाण खेळत्या भांडवलाच्या ५% पेक्षा अधिक असल्यास	६०	
	स्वनिधीचे प्रमाण खेळत्या भांडवलाच्या १% ते ५% असल्यास	४०-५९	
	स्वनिधीचे प्रमाण खेळत्या भांडवलाच्या १% पेक्षा कमी असल्यास	0	
	ब) स्वनिधी वाढविण्याची क्षमता		१०
	उपविधीतील तरतुदीनुसार कर्ज रकमेतून भागभांडवली जमा नफ्यातून राखीव निधीस रक्कम वर्ग	२	
	किमान २५% व त्यापेक्षा जास्त	६	
	किमान २५% पेक्षा कमी	0	
	इमारत व इतर निधीस रक्कम वर्ग केल्यास	२	
	इमारत व इतर निधीस रक्कम वर्ग न केल्यास	0	

तक्ता/ पेपर क्र.	तपशील	गुण	एकूण गुण
	क) स्वनिधीतील वाढ		२०
	गत वर्षाशी तुलना करता ७.५% पेक्षा अधिक वाढ	२०	
	गत वर्षाशी तुलना करता ५% पेक्षा अधिक ७.५% पर्यंत वाढ	१५	
	गत वर्षाशी तुलना करता २.५% ते ५% पर्यंत वाढ	५	
	गत वर्षाशी तुलना करता २.५% पेक्षा कमी वाढ	२	
	ड) उत्तम जिंदगीवरील तरतूद (Provision on Standard Assets)		१०
	अशी तरतूद ०.२५% असल्यास	१०	
	तरतूद ०.१०% ते ०.२५%	५-९	
	तरतूद ०.१०% पेक्षा कमी	०	
	एकूण गुण		१००
२	**जिंदगी/मालमत्तेची गुणवत्ता**		
	अ) निव्वळ अनुत्पादक मालमत्तेचे निव्वळ कर्जाशी प्रमाण		४०
	०% ते ५% पर्यंत	२५-४०	
	६% ते १५% पर्यंत	६-२४	
	१६% ते २०% पर्यंत	१-५	
	२०% पेक्षा जास्त	०	
	ब) ढोबळ अनुत्पादक मालमत्तेचे ढोबळ कर्जाशी प्रमाण		१५
	५% ते १०%	१०-१५	
	११% ते १५%	५-९	
	१६% ते २०%	०-४	

तक्ता/ पेपर क्र.	तपशील	गुण	एकूण गुण
	क) कर्ज व्यवहार		४५
	सर्व कर्जांचे वाटप उपविधीप्रमाणे कमाल मर्यादेत असल्यास	५	
	वैयक्तिक जामिनकी कर्ज वगळता सर्व कर्जास गहाण खताचे तारण	५	
	मालमत्ता तारण कर्जाचा मालमत्तेवर बोजा नोंद असल्यास	५	
	कर्ज व्यवहारात पोटनियमांचे पालन केल्यास	५	
	कर्ज अर्जाचे छाननीनुसार कर्ज देता येते की नाही? किती देता येते? याची छाननी व टिपणी असल्यास	५	
	कर्जास आवश्यक ते परिपूर्ण दस्तऐवज असल्यास	५	
	कर्जास निबंधक वेळोवेळी ठरवतील त्यापेक्षा जादा व्याज न दिल्यास	५	
	कर्जातून पोटनियम बाह्य कपाती न केल्यास	५	
	संचालक व नातेवाइकांचे कर्जव्यवहार पोटनियमानुसार	५	
	एकूण गुण		१००
३	**व्यवस्थापन**		२०
	वार्षिक सर्वसाधारण सभा पोटनियमानुसार घेतल्यास	५	
	संचालक मंडळ सभा महिन्यातून एकदा घेतल्यास	५	
	संचालक मंडळ सभेचे इतिवृत्त प्रत्येक संचालकांना पाठविल्यास	५	
	संचालक मंडळात किमान एक सदस्य सी.ए./वकील/सहकारी व्यवस्थापनेचा अनुभवी असल्यास	५	

तक्ता/ पेपर क्र.	तपशील	गुण	एकूण गुण
	संचालकांनी शासनमान्य प्रशिक्षण संस्थेत वर्षात किमान ३ दिवसांचे प्रशिक्षण घेतले असल्यास १००% संचालक प्रशिक्षित असल्यास ७५% व अधिक संचालक प्रशिक्षित असल्यास ५०% ते ७४% संचालक प्रशिक्षित असल्यास ५०% पेक्षा कमी संचालक प्रशिक्षित असल्यास	 १० ७ ५ 0	१०
	सेवकांना (वसुली अधिकारीसह) वर्षात किमान ३ दिवसांचे प्रशिक्षण असल्यास १००% सेवक प्रशिक्षित असल्यास ७५% ते ९९% सेवक प्रशिक्षित असल्यास ५०% ते ७४% सेवक प्रशिक्षित असल्यास २५% ते ४९% सेवक प्रशिक्षित असल्यास २५% पेक्षा कमी सेवक प्रशिक्षित असल्यास	 १५ १० ५ 0	२०
	अनुत्पादक मालमत्ता -कर्जदारावर कारवाई १००% थकबाकीदारांवरील कारवाईस ७५% ते ९९% कारवाईस ५०% ते ७४% कारवाईस २५% ते ४९% कारवाईस २५% पेक्षा कमी	 २० १५ १० ५ 0	२०
	मिळालेल्या निवाड्यानुसार ५० टक्के व त्यापेक्षा जादा अंमलबजावणीस ५० टक्क्यांपेक्षा कमी अंमजलबजावणीस	 १० 0	१०

तक्ता/ पेपर क्र.	तपशील	गुण	एकूण गुण
	गतवर्षींच्या तुलनेत ठेवींमधील सरासरी वाढ		१०
	१५% पेक्षा जास्त वाढ झाल्यास	१०	
	१०% ते १५% पर्यंत वाढ झाल्यास	८	
	५% ते ९% पर्यंत वाढ झाल्यास	५	
	५% पेक्षा कमी वाढ झाल्यास	०	
	गतवर्षींच्या तुलनेत 'अ' वर्ग सभासदांमध्ये झालेली वाढ		१०
	५% पेक्षा अधिक वाढ झाल्यास	१०	
	२% ते ५% पर्यंत वाढ झाल्यास	८	
	२% पेक्षा कमी वाढ झाल्यास	०	
	एकूण गुण		**१००**
४.	**उत्पन्न/नफा** अ) निव्वळ नफ्याचे खेळत्या भांडवलाशी सरासरी प्रमाण		१०
	खेळत्या भांडवलाच्या १% पेक्षा अधिक नफा असल्यास	१०	
	०.८% पेक्षा अधिक व १% पर्यंत नफा	७	
	०.५% पेक्षा अधिक व ०.८%	५	
	०.२% पेक्षा अधिक व ०.५%	३	
	०.२% पेक्षा कमी नफा झाल्यास	१	
	ब) निव्वळ नफ्याचे कर्ज व गुंतवणुकीशी प्रमाण		१०
	१.२५% पेक्षा अधिक असल्यास	१०	
	०.९% पेक्षा अधिक व १.२५% पर्यंत	७	
	०.६% पेक्षा अधिक व ०.९% पर्यंत	५	
	०.३% पेक्षा अधिक व ०.६% पर्यंत	३	
	०.३% पेक्षा कमी असल्यास	१	

तक्ता/ पेपर क्र.	तपशील	गुण	एकूण गुण
	क) निव्वळ नफ्याचे स्वनिधीशी प्रमाण		४०
	१०% पेक्षा अधिक असल्यास	४०	
	५% पेक्षा अधिक व १०% पर्यंत	३०	
	५% पेक्षा कमी असल्यास	२०	
	ड) व्याज दरातील सरासरी अंतर (मार्जिन)		१०
	३% पेक्षा अधिक असल्यास	१०	
	२% पेक्षा अधिक व ३% पर्यंत	७	
	१% पेक्षा अधिक व २% पर्यंत	५	
	१% पेक्षा कमी असल्यास	०	
	इ) शिल्लक नफा व निधीस वर्ग केलेल्या नफ्याचे निव्वळ प्रमाण		१०
	७५% पेक्षा अधिक	१०	
	५०% पेक्षा अधिक व ७५% पर्यंत	७	
	२५% पेक्षा अधिक व ५०% पर्यंत	५	
	२५% पेक्षा कमी असल्यास	२	
	उ) व्यवसायातील नफ्याचे खेळत्या भांडवलाशी प्रमाण (Operating Profit)		१०
	२% पेक्षा अधिक असल्यास	१०	
	१.५% पेक्षा अधिक व २% पर्यंत	९	
	०.५% पेक्षा अधिक व १.५% पर्यंत	८	
	०.५% पर्यंत असल्यास	७	
	ए) व्यवस्थापन खर्चाचे सरासरी खेळत्या भांडवलाशी प्रमाण		१०
	२.५% पर्यंत असल्यास	१०	
	२.५% ते ३%	८	
	३% पेक्षा जास्त	०	
	एकूण गुण		**१००**

तक्ता/ पेपर क्र.	तपशील	गुण	एकूण गुण
५	**रोखता (Liquidity)**		
	अ) कर्ज-ठेव (क्रेडिट-डिपॉझिट -सी.डी. रेशो) प्रमाण		४०
	६५% ते ७०% पर्यंत प्रमाणास	४०	
	७१% ते ८०% पर्यंतच्या प्रमाणास	२५	
	४५% ते ६४% पर्यंतच्या प्रमाणास	३०	
	४५% पेक्षा कमी प्रमाणास	०	
	८०% पेक्षा जास्त प्रमाणास	०	
	ब) दैनंदिन रोखता सातत्य असल्यास/	२०	२०
	सातत्य नसल्यास	०	
	क) मुदत ठेवींचे एकूण ठेवींशी प्रमाण		२०
	७०% पर्यंत असल्यास	२०	
	७०% ते ८०% पर्यंत असल्यास	१०	
	८०% पेक्षा जास्त असल्यास	०	
	ड) एकूण गुंतवणुकीतील अनुत्पादक गुंतवणुकीचे प्रमाण		२०
	५% पेक्षा कमी	२०	
	५% ते १०%	१५	
	१०% पेक्षा जास्त व २०% पर्यंत	१०	
	२०% पेक्षा अधिक	०	
	एकूण गुण		१००

तक्ता/ पेपर क्र.	तपशील	गुण	एकूण गुण
६	**कार्यपद्धती व नियंत्रण**		
	दोष–दुरुस्ती		२०
	शासकीय लेखापरीक्षण अहवालाची परिपूर्ण पूतर्ता केल्यास	१०	
	अंतर्गत लेखापरीक्षण अहवालाची परिपूर्ण पूर्तता केल्यास	५	
	सहकारी खात्याच्या तपासणी अहवालाची पूर्तता केल्यास	५	
	अंतर्गत नियंत्रण व्यवस्था कडक व परिणामकारक		५
	संगणकीकरण, सीस्टिम ऑडीट, ईडीपी ऑडीट झाले असल्यास		५
	हिशोब पुस्तके कायदा, कानू व पोटनियमानुसार असल्यास		५
	बँक खात्यातील शिल्लक रकमा दाखला/ पासबुक यांचे जुळत असल्यास किंवा जुळत नसल्यास मेळपत्रक (Reconcilation Statement)तयार केल्यानुसार शिल्लक जुळत असल्यास		५
	वसूल भागभांडवल, ठेवी, कर्ज याद्यांची बाकी ताळेबंदाप्रमाणे जुळत असल्यास		५
	शाखा व मुख्यालय खाती जुळतात/जुळत नसल्यास त्याची मेळपत्रके तयार करून जुळत असल्यास		५
	सभासद पुस्तक (आय) नमुन्यात व (जे) नमुन्यात यादी परिपूर्ण केल्यास		५

तक्ता/ पेपर क्र.	तपशील	गुण	एकूण गुण
	कर्मचाऱ्यांच्या कामात ठरावीक कालावधीने बदल केला जात असल्यास		५
	कर्मचाऱ्यांना कामाचे लेखी आदेश दिले असल्यास		५
	कर्मचाऱ्यांची जमानत/फॅडीलिटी विमा घेतला असल्यास		५
	रोकड शिल्लक, सोने, मालमत्ता, कॅश इन ट्रान्झीट यांचा विमा		५
	मुख्यालयाकडून शाखा भेटी वारंवार व अचानक केल्यास		५
	रोख शिल्लक पोटनियमातील तरतुदींनुसार		५
	कर्मचारी पात्रतेनुसार व विहित पद्धतीने भरती केल्यास		५
	आर्थिक पत्रके व माहिती सहकार खात्याकडे वेळेत पाठविल्यास		५
	एकूण गुण		**१००**

वरील परिशिष्टामधील पेपर/तक्ता क्र. ५-अ मधील कर्ज-ठेव प्रमाण ८० टक्क्यांपेक्षा जास्त असल्यास लेखापरीक्षणात शून्य गुण मिळतात. त्याचे कारण त्याचा अर्थ ठेवींच्या ८० टक्क्यांपेक्षा जास्त प्रमाणात कर्ज वाटप केले आहे व त्यामुळे रोखता कमी झाली पर्यायाने व्यवसायामध्ये प्रमाणापेक्षा जास्त धोका पत्करला आहे. त्यामुळे ठेवीदारांना त्यांच्या ठेवींचे पैसे परत करताना अडचणी निर्माण होऊ शकतात. म्हणून शून्य गुण दिले आहे. लेखापरीक्षणात वरीलप्रमाणे गुणप्रदान करण्यात आल्यानंतर वरील तक्त्यातील गुणांचे वेटेज ॲव्हरेज म्हणजे १०० गुणात अर्थात टक्केवारीत परिवर्तन पुढीलप्रमाणे केले जाते.

वेटेज ॲव्हरेज

अ.क्र.	तपशील	वेटेज ॲव्हरेज
१.	भांडवल पर्याप्तता	१५%
२.	मालमत्तेची गुणवत्ता	२५%
३.	व्यवस्थापन	१५%
४.	उत्पन्न/नफा	२०%
५.	तरलता/रोखता	१५%
६.	कार्यपद्धती व नियंत्रण	१०%
	एकूण	१००%

लेखापरीक्षणात वरीलप्रमाणे शेकडा गुण/वेटेज ॲव्हरेज प्रदान केल्यानंतर मिळालेल्या एकूण गुणांमधून कामकाजातील त्रुटींसाठीचे गुण पुढीलप्रमाणे वजा केले जातात.

अ.क्र.	तपशील	वजा गुण
१.	संस्थेत अपहार आढळल्यास	१०
२.	बँक खात्याची शिल्लक व मेळपत्रके तयार केली नसल्यास	२.५
३.	मुख्यालय व शाखांचे मेळपत्रके नसल्यास	२.५
४.	वरील दोन्ही मेळपत्रके तयार करूनसुद्धा त्यात ६ महिन्यांपेक्षा अधिक प्रलंबित नोंदी असल्यास	२.५
५.	वैयक्तिक कर्जाच्या बाबतीत एक्सप्लोझर नॉर्म्सचे उल्लंघन	५
६.	सामूहिक कर्जाच्या बाबतीत एक्सप्लोझर नॉर्म्सचे उल्लंघन	५
७.	कर्ज व ठेवी यांच्या याद्या ताळेबंदाशी जुळत नसल्यास	५

लेखापरीक्षणातील गुणांकन करत असताना सरासरी/शेकडा गुणांमधून वरील गुण वजा केल्यानंतर मिळणाऱ्या गुणांनुसार लेखापरीक्षक लेखापरीक्षणाचा वर्ग पुढीलप्रमाणे प्रदान करतात.

अ.क्र.	शेकडा गुण/वेटेज ॲव्हरेज	लेखापरीक्षण वर्ग
१.	७५ व त्यापेक्षा अधिक गुण	अ
२.	६१ ते ७४ गुण	ब
३.	५१ ते ६० गुण	क
४.	५० पर्यंतचे गुण	ड

(सहकारी संस्थांच्या लेखापरीक्षणातील दोषांची पूर्तता अहवाल तथा दोष दुरुस्ती अहवालाचा नमुना)

नमुना 'ओ'

(कलम ८१,८२,८७ आणि नियम ७३ पहा)

कलम ८२/८७ खालील हिशोबातील दोष सुधारण्यासंबंधीचे प्रतिवृत्त

हिशोब तपासणीची तारीख:-

ज्या कालावधीतील हिशोबांची तपासणी केली तो कालावधी:-

कलम ८१-८३ अन्वये दिलेल्या आदेशांचा क्रमांक व तारीख:-

हिशोब तपासणी, चौकशी किंवा तपासणी करणाऱ्या व्यक्तीचे नाव व पदनाम:-

चौकशी किंवा तपासणी करणाऱ्या अधिकाऱ्याच्या हिशोब तपासणीच्या ज्ञापनातील किंवा प्रतिवृत्तातील हरकतीचा जनुक्रमांक	हिशोब तपासनिसाने किंवा चौकशी किंवा तपासणी करणाऱ्या अधिकाऱ्याने दिलेले अभिप्राय	नियमबाह्यता सुधारण्यासाठी व हिशोब तपासनिसाने किंवा चौकशी किंवा तपासणी करणाऱ्या अधिकाऱ्याने केलेली सूचना अमलात आणण्यासाठी संस्थेने दिलेले स्पष्टीकरण व तिने केलेल्या उपाययोजनेसंबंधीचा शेरा	प्रतिवृत्तास मान्यता देणाऱ्या समितीच्या ठरावाचा क्रमांक व तारीख	हिशोब तपासनिसाचा शेरा
१	२	३	४	५

संदर्भसूची

- *सहकारी सिद्धांत आणि इतिहास*, डॉ. सु.दा. तुपे, द्वारका प्रकाशन, पुणे, ऑगस्ट १९९२
- *कृषि अर्थशास्त्र*, डॉ. विजय कविमंडन, श्री मंगेश प्रकाशन, नागपूर, २००६
- *कृषी अर्थशास्त्र आणि भारतातील शेतीव्यवसाय*, कै. डॉ. स.श्री.मु.देसाई व डॉ. निर्मल भालेराव, निराली प्रकाशन, ऑक्टोबर २०००
- *सहकार व्यवस्थापन*, अविनाश कुलकर्णी, प्राची प्रकाशन, मुंबई, नोव्हेंबर २०००
- *सहकार*, प्रा. रमेश शहा, प्राची प्रकाशन, मुंबई, डिसेंबर १९९४
- *सहकार*, प्रा. एस.डी. महाजन, प्रा. के.एम. भोसले, फडके पब्लिकेशन्स, कोल्हापूर, जुलै १९९८
- *नागरी सहकारी बँका*, शंकर बर्डे, मॅजेस्टिक प्रकाशन, मुंबई, जानेवारी १९८७
- *बँक व्यवहार कोष*, विनायक विष्णू बापट, पुणे, पाचवी आवृत्ती, नोव्हेंबर, २००६
- *सहकाराचा विकास*, प्रा. रूपा शहा, प्रा. बी.एच. दामजी, फडके पब्लिकेशन्स, कोल्हापूर, ऑगस्ट २०१८
- *सहकारी महाराष्ट्र*, महाराष्ट्र राज्य सहकारी संघ मर्यादित, पुणे-१, ऑगस्ट २०११, डिसेंबर २०१३, जानेवारी २०१४, जून २०१४
- *महाराष्ट्र सहकारी संस्था अधिनियम १९६० व नियम १९६१*, अ.के. गुप्ते, मुकुन्द प्रकाशन, ठाणे, २०१५
- *महाराष्ट्रातील सहकारी चळवळ एका दृष्टिक्षेपात-२०११*, सहकार आयुक्त व निबंधक सहकारी संस्था, महाराष्ट्र राज्य, पुणे, ४८ वे प्रकाशन, पृष्ठ ६७
- *पतसंवाद*, Pune District Urban Credit Co-op. Societies Federation Ltd., पुणे, फेब्रुवारी-मार्च २०१३

- *महाराष्ट्र को-ऑप. क्रेडिट न्यूज*, महाराष्ट्र राज्य सहकारी पतसंस्था फेडरेशन लि., पुणे, जुलै २०१८, जून २०१९, डिसेंबर २०१९
- नागरी/ग्रामीण बिगर शेती सहकारी पतसंस्थेचे आदर्श उपविधी (२०१३) (महाराष्ट्र राज्य)
- *Indian Co-operative Movement A Statistical Profile 2012*, Published by National Co-operative Union, Delhi, July 2012
- *Indian Co-operative Movement A Statistical Profile 15th Edition*, Published by National Co-operative Union, Delhi, December 2018
- *Economic Survey of Maharashtra 2017-18*
- *A Study on Development of Co-operative Movement in Planned Economy*, Anil Kumar Soni & Harjiner Pal Singh Saluja, *International Journal of Economics*, Commerce and Research (IJECR), Mar. 2013
- *Maharashtra Co-Operative Societies Act, 1960 (As amended upto 13th August 2013 by Maharashtra XVI of 2013)*, Dr. A.G. Jogdand and Adv. S.B. Patil, Published by Maharashtra Rajya Sahakari Sangh Maryadit, Pune
- *History of Co-operatives in U.S. An Overview*, by Lynn Pitman, UW Center for Co-operatives, University of Wisconsin-Madison, December 2018
- *Measuring the Size and Scope of the Cooperative Economy*: Results of the year 2014, Global Census on Co-operatives, United Nation's Secretariat, Madison, USA, April 2014
- Dhananjayco-op.blogspost.com/2011/06/blog-post – accessed 16/11/2020
- https://www.rbi.org.in/scripts/PublicationReportDetails.aspx?ID=697 accessed 06/11/2020
- https://pib.gov.in/PressReleasePage.aspx?PRID=1578809 accessed 06/11/2020
- http://www.nabard.org/Hindi/Content.aspx?id=2 accessed 16/11/2020
- http://www.ica.co-op/en/co-operatives/history-co-operative-movement accessed 10/11/2020
- http://globalco-operativedevelopmentlearning.weebly.com/co-operative-challenges.html accessed 21/11/2020
- http://www.gungho.org.cn/en-info accessed 21/11/2020

डायमंडची अर्थशास्त्र विभागासाठी उपयुक्त संदर्भ पुस्तके

१	महिला स्वयंसहाय्यता बचत गट	प्रा. एम.यू. मुलाणी
२	अर्थशास्त्रीय संशोधन पद्धती	डॉ. बि. डी. कुलकणी , प्रा.ढमढेरे
३	जागतिकीकरण: भारतासमोरील आव्हाने - 1	प्रा. जगन कराडे
४	नोबेल अर्थशास्त्रज्ञ	डॉ. यशवंत रारावीकर
५	अर्थशास्त्रीय सिध्दांत	प्रा. जॅन्सन बोर्जेस
६	डायमंड अर्थशास्त्र कोश	डॉ. रारावीकर,प्रा. गोडबोले, प्रा. बोर्जेस
७	भारताच्या आर्थिक समस्या	डॉ. मधुसूदन साठे
८	भांडवलबाजार आणि व्यापार	डॉ. मधुसूदन साठे
९	संघराज्याचा वित्त व्यवहार	डॉ. मधुसूदन साठे
१०	आर्थिक विकास आणि नियोजन	डॉ. मधुसूदन साठे
११	आर्थिक सुधारणा आणि वाढ	डॉ. मधुसूदन साठे
१२	अमेरिका - एक महासत्ता	डॉ. मधुसूदन साठे
१३	युरोपची आर्थिक प्रगती	डॉ. मधुसूदन साठे
१४	नव्या जगाचे अर्थकारण	डॉ. मधुसूदन साठे
१५	आशियातील अर्थव्यवस्था	डॉ. मधुसूदन साठे
१६	व्यापार आणि व्यापार संघटना	डॉ. मधुसूदन साठे
१७	आर्थिक संकल्पना	डॉ. विनायक गोविलकर
१८	महागाई	डॉ. विनायक गोविलकर
१९	आर्थिक विचार व विचारवंत	डॉ. एस. व्ही. ढमढेरे, डॉ. बी. डी. कुलकर्णी
२०	भारतातील महिला विकासाची वाटचाल	प्रा. ज.शं. आपटे, प्रा. पुष्पा रोडे
२१	डायमंड अर्थशास्त्र शब्दकोश	प्रा. वि. ज. गोडबोले
२२	वस्तुनिष्ठ अर्थशास्त्र	प्रा. जॅन्सन बोर्जेस
२३	अल्पबचत	प्रा. एम. यु. मुलाणी
२४	अर्थशास्त्रीय गणिती तंत्रे व संशोधन पध्द्ती	प्रा. पुष्पा रानडे
२५	डायमंड क्विझ सीरीज : अर्थशास्त्र	प्रा. जॉन्सन बोर्जेस
२६	भारतीय अर्थव्यवस्था : समस्या व भवितव्य	प्रा.डॉ.सतीश श्रीवास्तव
२७	व्यावसायिक अर्थशास्त्र	डॉ. एस. व्ही. ढमढेरे
२८	UGC नेट - सेट अर्थशास्त्र (पेपर 2 व 3)	संपादक : वि ज गोडबोले, प्राचार्या पुष्पा रानडे
२९	आधुनिक बॅक व्यवसाय	डॉ. एस. व्ही. ढमढेरे, डॉ. अरविंद शेलार
३०	सूक्ष्म आर्थिक विश्लेषण	डॉ. एस व्ही. ढमढेरे, डॉ. ए.एम. पवार
३१	सार्वजनिक आयव्यय	डॉ. एस. व्ही. ढमढेरे, डॉ. संजय तुपे
३२	प्राथमिक सांख्यिकी आणि संशोधन पद्धती	डॉ. पुष्पा रानडे
३३	भारतीय आणि आर्थिक जागतिक विकास	डॉ. एस. व्ही. ढमढेरे, डॉ. संजय तुपे

www.ingramcontent.com/pod-product-compliance
Lightning Source LLC
LaVergne TN
LVHW092355220825
819400LV00031B/390
* 9 7 8 9 3 9 1 9 4 8 0 4 7 *